ലിറ്റിൽ ഗ്രീൻ

സുന്ദരിയായ മന്ത്രവാദിനി

കെ.എസ്. വേണുഗോപാൽ

എഴുത്തുകാരൻ, കഥാകൃത്ത്.
1939ൽ ചാവക്കാട് മണത്തലയിൽ ജനനം.
അച്ഛൻ: കെ.എസ്. സുകുമാർ.
അമ്മ: കെ.എ. പാർവ്വതി.
കോഴിക്കോട് മലബാർ ക്രിസ്ത്യൻ കോളേജ്,
പാലക്കാട് വിക്ടോറിയ കോളേജ്
എന്നിവിടങ്ങളിൽ വിദ്യാഭ്യാസം.
പാലക്കാട്ടു നിന്ന് സ്പെഷ്യൽ
തഹസീൽദാറായി വിരമിച്ചു.

ഗ്രീൻ ബുക്സ് പ്രസിദ്ധീകരിച്ച
ഗ്രന്ഥകർത്താവിന്റെ ഇതരകൃതികൾ

ബാലസാഹിത്യം

സുന്ദരിയായ മന്ത്രവാദിനി

വിവർത്തനം:

കെ.എസ്. വേണുഗോപാൽ

Little Green

little green
an imprint of green books private limited
gb building, civil lane road, ayyanthole,
thrissur- 680 003, kerala
ph: +91 487-2381066, 2381039
website: www.greenbooksindia.com

branches:
thrissur 8589095302
thiruvananthapuram 8589095301
calicut 8589095307

malayalam
sundariyaya mandravadini
children story
by
k.s. venugopal

published october 2024

printed in india
manipal technologies ltd

isbn : 978-93-48125-79-8

₹ 240.00
LGPL/049/2024

ഉള്ളടക്കം

ആമുഖം

ജിപ്സി നാടോടിക്കഥകളുടെ സമാഹാരമായ ഈ ഗ്രന്ഥത്തിന് ആമുഖം എഴുതുന്ന കാര്യം ചിന്തിച്ചപ്പോൾ ആദ്യം ഓർമ്മയിൽ വന്നത് പത്തറുപതു വർഷങ്ങൾക്കു മുമ്പ് വായിച്ച ഒരു യാത്രാവിവരണത്തിലെ രംഗമാണ്. ആ ലേഖകൻ യൂറോപ്പിലെ ഏതോ നഗരത്തിലൂടെ സഞ്ചരിക്കുന്നു. യാത്രയ്ക്കിടയിൽ യാദൃച്ഛികമായി, ജീവിതത്തിലാദ്യമായി, ഒരു ജിപ്സിയെ കണ്ടുമുട്ടാനിടയായി. ഭാരതത്തിൽ നിന്നുള്ള ഒരു സഞ്ചാരിയാണ് താനെന്നു പറഞ്ഞപ്പോൾ പെട്ടെന്ന് ആ ജിപ്സി വികാരവിജൃംഭിതനായത്രെ. അത്യാഹ്ലാദത്തോടെ, അതിയായ ആവേശത്തോടെ, ജിപ്സി ലേഖകനെ വാരിപ്പുണർന്നുകൊണ്ടു വികാരാർദ്രമായ സ്വരത്തിൽ പറഞ്ഞത്രെ: "വീ ടൂ ആർ ഏക് രക്ത്." (നമ്മളിരുവരും ഒരേ രക്തക്കാർ.)

ജിപ്സി എന്ന വാക്കിന്റെ ഉത്ഭവം ഈജിപ്ത് എന്ന പദത്തിൽനിന്നാണെന്നു പറയപ്പെടുന്നു. നൂറ്റാണ്ടുകളോളം ജിപ്സികൾ ഈജിപ്തിന്റെ അതിർത്തിക്കകം ഒതുങ്ങിക്കൂടി. ഒടുവിൽ അവർ അതിർത്തി ലംഘിച്ച് പുറംലോകത്തേക്കു സഞ്ചാരം തുടങ്ങി. ഈജിപ്തിൽനിന്നു വന്നവർ എന്ന വിശേഷണം ലോപിച്ച് കാലാന്തരത്തിൽ രൂപപ്പെട്ട വാക്കാണത്രെ ജിപ്സി. ഇന്നവർ അറബിനാടുകളിലും യൂറോപ്പിലും മാത്രമല്ല, അമേരിക്കയിലും കാനഡയിലും ബ്രസീലിലുംവരെ എത്തിച്ചേർന്നിരിക്കുന്നു. പത്തൊമ്പതാം നൂറ്റാണ്ടിൽ പോർത്തുഗീസ് ഭരണാധികാരികൾ ജിപ്സികളെ ബ്രസീലിലേക്കു നാടുകടത്തുകയുണ്ടായി. അങ്ങനെയാണവർ ബ്രസീലിലെത്തിയത്.

വ്യത്യസ്ത രാജ്യങ്ങളിൽ എത്തിപ്പെട്ട ജിപ്സികൾ അതാതു രാജ്യങ്ങളിലെ വിശ്വാസങ്ങളും ആചാരങ്ങളും ജീവിതചര്യകളും ഭാഷയും സ്വീകരിക്കാൻ നിർബന്ധിതരായി. അങ്ങനെയാണ് വളരെ വ്യത്യസ്തരായ ജിപ്സി സമൂഹങ്ങളുണ്ടായത്. ഇവരിൽ മുസ്ലീം ജിപ്സികളുണ്ട്. റോമൻ കത്തോലിക്കാ ജിപ്സികളുണ്ട്. പ്രൊട്ടസ്റ്റന്റ് ജിപ്സികളുണ്ട്. പക്ഷേ ഇന്നും ജനനം, വിവാഹം, മരണം എന്നീ കാര്യങ്ങളിലുള്ള അവരുടെ കർമ്മങ്ങൾ മറ്റുള്ളവരിൽനിന്നു വ്യത്യസ്തത പുലർത്തുന്നു.

ഒന്നാന്തരം നർത്തകരും സംഗീതജ്ഞരും സംഗീതോപകരണങ്ങൾ കൈകാര്യം ചെയ്യുന്നതിൽ അതിവിദഗ്ധരും എതിരറ്റ കുതിരസ്സവാരിക്കാരുമാണ് അവർ. ഭാവി പ്രവചിക്കുന്നതിലും അവർ അതിനിപുണരത്രെ. മെലിഞ്ഞ് ഉയരം കുറഞ്ഞ്, കറുത്ത നിറമുള്ളവർ. പൗരസ്ത്യരുടെ കറുത്ത കണ്ണുകളാണവർക്കുള്ളത്. കുതിരകൾ വലിക്കുന്ന വാഹനങ്ങളിലാണ് സഞ്ചാരം. എത്തിച്ചേരുന്നിടത്ത് താൽക്കാലിക കൂടാരങ്ങൾ ഉയർത്തി അവർ വിശ്രമിക്കുന്നു. അമേരിക്കയിലും കാനഡയിലുമുള്ള ജിപ്സികൾ കുതിരകൾ വലിക്കുന്ന വാഹനങ്ങളിലല്ല, കാറുകളിലാണ് സഞ്ചരിക്കുന്നത്. സ്ത്രീകൾക്ക് കടുംചുകപ്പ്, പച്ച എന്നീ നിറങ്ങളോടാണ് കൂടുതൽ ഇഷ്ടം. കടുംവർണ്ണങ്ങളിലുള്ള വസ്ത്രങ്ങൾ ധരിക്കാനാണ് പുരുഷന്മാർക്കും താത്പര്യം. ദുർബലരല്ല, നല്ല തന്റേടമുള്ളവരാണ് ജിപ്സി വനിതകൾ. ഇന്ന് ഭൂമുഖത്തെ ഏറ്റവും വലിയ നാടോടിവർഗ്ഗം റോമ എന്ന് പൊതുവേ അറിയപ്പെടുന്ന ജിപ്സികൾതന്നെ. അവരുപയോഗിക്കുന്ന റോമനി ഭാഷയ്ക്ക് സംസ്കൃത ഭാഷയിൽ വേരുകളുണ്ടെന്ന് ഭാഷാപണ്ഡിതർ പറയുന്നു.

പാടുക പാടുക ജിപ്സീ നീ പാടുക
ആടാനും പാടാനുമുള്ളതീ ജീവിതം

സായംസന്ധ്യകളിൽ, കുതിരകൾ വലിക്കുന്ന വാഹനങ്ങളിൽ സഞ്ചരിക്കുന്ന ജിപ്സികൾ എത്തുന്നിടത്തു കൂടാരങ്ങൾ ഉയർത്തുന്നു. അഗ്നികുണ്ഡങ്ങൾ ജ്വലിച്ചു കൊണ്ടിരിക്കേ, എത്തിപ്പെട്ട മറ്റു ജിപ്സികളുമൊത്ത് ഗിറ്റാർ തുടങ്ങിയ സംഗീതോപകരണങ്ങൾ കൈയിലെടുത്തു താളമേളങ്ങളോടെ ലയവിന്യാസങ്ങളുയർത്തുന്നു.

നൃത്തനൃത്യങ്ങളുടെ ഉത്സവം നടക്കുന്നു. എത്ര രസകരമായ ജീവിതം. സത്യം പറയട്ടെ, ഞാനും ഒരിക്കൽ ഒരു ജിപ്സിയാകാൻ കൊതിച്ചിട്ടുണ്ട്.

തങ്ങളുടെ പൂർവികർ ഭാരതത്തിൽനിന്നു വന്നവരാണെന്ന് അവർ ഉറച്ചു വിശ്വസിക്കുന്നു. ആയിരത്തിനാനൂറിൽപരം വർഷങ്ങളുടെ പഴക്കം അവർക്കില്ല. പക്ഷേ എന്ന് എങ്ങനെയെന്നൊന്നും വിവരിച്ചു തരാൻ അവർക്കു കഴിയുന്നില്ല. അവരുടെ നാടോടിക്കഥകളിലെ ചില കഥാപാത്രങ്ങളുടെ പേർ ദമയന്തി, മേദിനി, അംഗുലീമാൽ, ലക്ഷ്മി എന്നൊക്കെയാണെന്നു കാണുമ്പോൾ വിസ്മയം തോന്നും. ബ്രഹ്മാവിന്റെ മൂന്നു തലകളും സുബ്രഹ്മണ്യന്റെ ആറു തലകളും ശിവന്റെ ദിവ്യശക്തിയുള്ള തൃക്കണ്ണും കാലത്തിന്റെ കുത്തൊഴുക്കിൽപ്പെട്ടു പുതിയ രൂപങ്ങളും ഭാവങ്ങളുമാർന്ന് കഥകളിൽ പ്രത്യക്ഷപ്പെടുന്നതു നമുക്കു കാണാം. ഏഴു നദികൾക്കും ഏഴു പർവതങ്ങൾക്കുമപ്പുറം നിലകൊള്ളുന്ന ഹിമപർവതത്തെപ്പറ്റി ഒരു കഥയിൽ പറയുന്നുണ്ട്. തങ്ങളുടെ പൂർവികർ തലമുറകൾതോറും കൈമാറിക്കൈമാറി മനസ്സിൽ സൂക്ഷിച്ച ഹിമാലയപർവതം തന്നെയാകണം അത്.

ഇപ്പോൾ പ്രസിദ്ധീകരണം നിലച്ച Illustrated Weekly of India എന്ന ഇംഗ്ലീഷ് വാരികയുടെ 1972 ജൂലായ് 9-ാം തിയതിയിലെ ലക്കത്തിൽ ജിപ്സികളെപ്പറ്റി ഒരു ലേഖനം വന്നിരുന്നു. 1971-ൽ ലണ്ടനിൽവെച്ചു നടന്ന ലോക റോമനി സമ്മേളനത്തിൽ പങ്കെടുത്ത ഡബ്ല്യു.ആർ. ഋഷി എന്നൊരാളാണ് അതെഴുതിയത്. അതിൽനിന്നുള്ള പ്രസക്ത ഭാഗങ്ങളാണ് താഴെ ചേർക്കുന്നത്:

"അവർ റോമനി സംസാരിക്കുന്നു. ഹംഗറിയിൽനിന്ന് ഗിറ്റാർ വായനക്കാരും സ്പെയിനിൽനിന്ന് നർത്തകരും ബൊഹേമിയയിൽനിന്ന് പാട്ടുകാരും എത്തിയിരിക്കുന്നു. സ്വതന്ത്രമാണ് അവരുടെ ജീവിതം. അവർ ജീവിതത്തെ ഒരു ഉത്സവമാക്കി ആസ്വദിക്കുന്നു. തങ്ങളുടെ ഉത്ഭവത്തെക്കുറിച്ചും പൂർവികരെക്കുറിച്ചും ഗവേഷണങ്ങൾ നടത്തി ഇപ്പോഴും വാദപ്രതിവാദങ്ങൾ തുടരുന്നു. യൂറോപ്പ്, അമേരിക്ക, കാനഡ എന്നിവിടങ്ങളിൽ അവർ പൊതുവേ അറിയപ്പെടുന്നത് റോമ എന്നാണ്. പഞ്ചാബ്, ഹരിയാന

എന്നിവിടങ്ങളിൽനിന്നുള്ള ജാട്സ് തന്നെയല്ലേ അവരുടെ പൂർവികർ?"

"എന്റെ പൂർവികർ ഭാരതത്തിൽനിന്നാണ് വന്നത്, പഞ്ചാബിൽനിന്ന്. എനിക്കു മറ്റൊന്നുകൂടി അറിയാം. നമ്മുടെ റോമനിഭാഷ ഭാരതത്തിലെ പഞ്ചാബിൽ താമസിക്കുന്നവരുടെ സംസാരഭാഷയാണ്." യൂഗോസ്ലോവ്യൻ പാർലമെന്റിൽ ഡെപ്യൂട്ടിയായ അബ്ദി ഫെയ്ക്ക് തറപ്പിച്ചാണ് പറഞ്ഞത്. 1971 ഏപ്രിലിൽ ലണ്ടനിൽ വെച്ചുനടന്ന ലോക റോമനി സമ്മേളനത്തിൽ പ്രതിനിധിയായി പങ്കെടുത്തുകൊണ്ടാണ് അദ്ദേഹം അതു പറഞ്ഞത്. കോൺഗ്രസ്സിൽ വിവിധ രാജ്യങ്ങളെ പ്രതിനിധീകരിച്ചുള്ള ജിപ്സികളുണ്ടായിരുന്നു. ലോകപ്രശസ്തരായ ജിപ്സി ഗായകരും സംഗീതജ്ഞരും നർത്തകരും ആ ഫെസ്റ്റിവലിൽ പങ്കെടുത്തിരുന്നു. വിവിധ രാജ്യങ്ങളിൽനിന്ന് ഒത്തുകൂടിയ ആ പ്രതിനിധികൾ എല്ലാവരുംതന്നെ മി. ഫെയ്ക്കിന്റെ കാഴ്ചപ്പാടിനെ ശരിവെയ്ക്കുന്നതായാണ് സംസാരത്തിൽനിന്ന് എനിക്കു വ്യക്തമായത്. ഒരവസരത്തിൽ മോസ്കോയിലെ ജിപ്സി തിയേറ്റർ അംഗവും ഇപ്പോൾ സ്കാൻഡിനേവ്യയിൽ താമസമാക്കിയിട്ടുള്ളയാളുമായ ലോകപ്രശസ്ത ഗായിക റായ വികാരഭരിതയായാണ് പറഞ്ഞത്: "എനിക്ക് ഭാരതീയ ഹൃദയമാണുള്ളത്. കാരണം എന്റെ പൂർവികർ ഭാരതത്തിൽനിന്നാണ് വന്നത്. അവരിൽ പ്രകടമായിക്കണ്ട പഞ്ചാബി രീതികളും അവരുടെ ഗോതമ്പു നിറവും എന്നെ വിസ്മയിപ്പിച്ചു."

റോമനി പതാക ഉയർത്തിക്കൊണ്ടാണ് ഫെസ്റ്റിവൽ ആരംഭിച്ചത്. പാരമ്പര്യനിറങ്ങളായ പച്ച, നീല നിറങ്ങളിലുള്ള പതാകയുടെ നടുവിൽ ഒരു വളയം അടയാളപ്പെടുത്തിയിട്ടുള്ളത് നമ്മുടെ ദേശീയ പതാകയിലെ അശോകചക്രത്തെ ഓർമ്മിപ്പിച്ചു. ഫെസ്റ്റിവലിൽ ഉയർന്ന ജിപ്സി സംഗീതവും ഗാനങ്ങളും പ്രത്യേകിച്ചു റായയുടെ ഗാനങ്ങൾ, ഭാരതീയ നാടോടി ഗാനങ്ങളോട് അത്യധികം അടുപ്പം പുലർത്തുന്നതായി എനിക്കനുഭവപ്പെട്ടു.

ഒടുവിലത്തെ ചടങ്ങ് തങ്ങളുടെ വിധിയുടേയും ഭാഗ്യത്തിന്റേയും ദേവതയായ സെയിന്റ് സാറയുടെ പ്രതിമ വഹിച്ചുകൊണ്ടുള്ള ഘോഷയാത്രയായിരുന്നു. ഭാരതീയ

ദേവതയായ മഹാകാളിയുടെ ക്രിസ്ത്യൻ പതിപ്പായിരിക്കണം സെയിന്റ് സാറ. ഭാരതത്തിൽ ചെയ്യുന്നതുപോലെ ത്തന്നെ അവസാനം അവർ അതിനെ ഒരു കുളത്തിൽ നിമജ്ജനം ചെയ്തു. ആയിരത്തിൽപരം വർഷങ്ങൾക്കു മുമ്പ് ഭാരതത്തിൽനിന്നു പോരുമ്പോൾ ജിപ്സികളുടെ പൂർവികർ മഹാകാളിയെ ആരാധിച്ചിരിക്കാം. കാലപ്രവാഹ ത്തിനിടയിൽ ജന്മനാടുമായുള്ള ബന്ധം എന്നന്നേക്കുമായി വിച്ഛേദിക്കപ്പെടുകയും ക്രിസ്തുമത വേലിയേറ്റ ത്തിൽപ്പെടുകയും ചെയ്തപ്പോൾ അവർ കലികദേവതയെ വിസ്മരിച്ചു. അവൾക്ക് ക്രിസ്ത്യൻ പതിപ്പായ സെയിന്റ് സാറയുടെ രൂപം നൽകിയതാവണം. പള്ളി ഈ സെയിന്റിനെ അംഗീകരിച്ചിട്ടില്ല. ക്രിസ്ത്യാനികളുടെ കുരിശിനെ റോമനി ഭാഷയിൽ തൃശൂൽ എന്നാണ് വിളിക്കുന്നത്. മഹാകാളിയുടെ കാര്യത്തിലെന്നപോലെ ജിപ്സികൾ കാളിയുടെ ചിഹ്നമായ ത്രിശൂലിനെ ക്രിസ്ത്യാനികളുടെ കുരിശാക്കി മാറ്റിയെടുത്തു.

ബാൽക്കൻ ഉപദ്വീപിൽ താമസിക്കുന്ന ജിപ്സികൾ റുമേനിയ, ട്രാൻസിൽവാനിയ തുടങ്ങി വിദൂരമായ ജർമ്മനി, ഇറ്റലിവരെ - അസിഗൻ എന്നാണറിയപ്പെടുന്നത്. കാല ക്രമേണ അത് തുർക്കിയിലും ഗ്രീസിലും ഷിൻഗൻ എന്നായിത്തീർന്നു. യു.എസ്.എസ്.ആർ (പഴയ റഷ്യ), ബൾഗേറിയ, സെർബിയ, റുമേനിയ എന്നിവിടങ്ങളിൽ അത് സിഗൻ എന്നായി മാറി. ഹംഗറിയിൽ സിഗനി എന്നായിട്ടാണ് മാറിയത്. സിഗനർ എന്നും സിൻടി എന്നുമാണ് ജർമ്മനിയിൽ. ഇറ്റലിയിലാവട്ടെ, സിൻഗറി എന്നും ടിൻക്‌ലർ എന്നും ആയി. ഇംഗ്ലണ്ടിൽ അവർ അറിയപ്പെട്ടത് ജിപ്സി എന്നുതന്നെ. സ്പാനിഷ് ഭാഷയിൽ ടിൻകീർ എന്നറിയപ്പെട്ടു. ഗിറ്റനോ എന്നും സോട്ട് എന്നുമാണ് അറബികൾക്കിടയിൽ അറിയപ്പെടുന്നത്. ദമാസ്കസിൽ ഇന്ന് അതേപേരിൽ തന്നെ അറിയുന്നു. ബൊഹേമിയർ എന്നാണ് ഫ്രാൻസിൽ വിളിക്കപ്പെടുന്നത്. കാരണം ജിപ്സികൾ ബൊഹേമിയ വഴിയായിരുന്നു ഫ്രാൻസിൽ എത്തിയത്. ജിപ്സികൾ എന്നു പൊതുവേ അറിയ പ്പെടുന്ന അവർ ഇന്ന് സ്വീകരിച്ചിട്ടുള്ള റോം, റോമ എന്നീ പേരുകളാൽ ഔദ്യോഗികമായി അറിയപ്പെടാനാണ് ആഗ്ര ഹിക്കുന്നത്.

നമ്മുടെ ഭരണഘടനയുടെ മൂന്നാം വായനയ്ക്കുള്ള മറുപടിപ്രസംഗത്തിൽ ഭാരതത്തിന്റെ പ്രഥമ നിയമമന്ത്രി ഡോ. അംബേദ്കർ ഒരു കാര്യം പ്രത്യേകം എടുത്തുപറയുകയുണ്ടായി: "ഈ അവസരത്തിൽ എന്നെ ഏറ്റവും അധികം അലട്ടുന്ന ഒരു കാര്യം ഇതാണ്. ഇന്ത്യയ്ക്ക് ഒരിക്കൽ സ്വാതന്ത്ര്യം നഷ്ടപ്പെട്ടിട്ടുള്ളത് സ്വന്തം ജനങ്ങളുടെ തന്നെ രാജ്യദ്രോഹത്താലും വഞ്ചനയാലുമാണ്. മുഹമ്മദ് ബിൻ കാസിമിന്റെ സിന്ധ് ആക്രമണാവസരത്തിൽ അദ്ദേഹത്തിന്റെ ഏജന്റുമാർവഴി കൈക്കൂലി വാങ്ങിയ ദാഹിർ രാജാവിന്റെ പടത്തലവൻ തന്റെ രാജാവിനുവേണ്ടിയോ രാജ്യത്തിനുവേണ്ടിയോ പടവെട്ടാൻ വിസമ്മതിച്ചു."

ആ ദുരന്തം നടന്നത് 712 എ.ഡി. ജൂൺ 16-നു വ്യാഴാഴ്ച. ഭാരതത്തിലെ യുദ്ധനിയമമനുസരിച്ച് യുദ്ധത്തിൽ പങ്കെടുക്കാത്ത നിരപരാധികളായ പൗരർ ആക്രമിക്കപ്പെടരുത്.

അന്നാദ്യമായി ആ നിയമം ഭാരതത്തിൽ ലംഘിക്കപ്പെട്ടു. സ്ത്രീ-പുരുഷഭേദമന്യേ ആബാലവൃദ്ധം ജനങ്ങൾ അന്ന് കൊല ചെയ്യപ്പെട്ടു. ഇരുപതിനായിരത്തിലധികം സ്ത്രീപുരുഷന്മാരെ അടിമകളാക്കി ബാഗ്ദാദിലെ ചന്തകളിൽ വിൽക്കാൻ ആട്ടിത്തെളിച്ചു കൊണ്ടുപോയി. ബന്ധിതരായി ചാട്ടവാറടികളേറ്റു നിന്ദിതരും പീഡിതരുമായി ജന്മനാട്ടിൽ നിന്നു വളരെ വളരെ അകലെയുള്ള അന്യനാട്ടിലെ മണലാരണ്യങ്ങളിലൂടെ നാഴികകൾ താണ്ടിയുള്ള യാതനാപൂർണ്ണമായ യാത്രയ്ക്കൊടുവിൽ അവശേഷിച്ചവർ അടിമകളാക്കി ചന്തകളിൽ വിൽക്കപ്പെട്ടു. യാത്രയ്ക്കിടയിൽ ഒട്ടേറെപ്പേർ മരിച്ചുവീണു. ആ ഹതഭാഗ്യരെപ്പറ്റി നാം ഓർക്കാറില്ല. ജിപ്സികളുടെ പൂർവപിതാക്കൾ അവരാണെന്ന് വലിയ ഒരു വിഭാഗം ചരിത്രകാരന്മാരും ഗവേഷകരും വിശ്വസിക്കുന്നു.

രണ്ടായിരത്തിപ്പതിനാറിൽ ലണ്ടനിൽവെച്ചു നടന്ന അഖില ലോക റോമ സമ്മേളനത്തിൽ പങ്കെടുത്തുകൊണ്ട് ഭാരതത്തിന്റെ വിദേശകാര്യമന്ത്രി സുഷമ സ്വരാജ് പ്രഖ്യാപിക്കുകയുണ്ടായി, "റോമ സമുദായക്കാർ ഭാരതത്തിന്റെ മക്കളാണ്." ഇന്നു ലോകത്ത് 30 രാജ്യങ്ങളിലായി ചിതറിക്കിടക്കുന്ന റോമസമുദായത്തെ ഭാരതജനതയുടെ

ഭാഗമായിത്തന്നെ അംഗീകരിക്കണമെന്ന ഒരു പ്രമേയവും അന്ന് സമ്മേളനത്തിൽ പാസ്സാക്കപ്പെടുകയുണ്ടായി.

എ. വെറിസ്കോവ ചെക് ഭാഷയിലാണ് ഈ കൃതി എഴുതിയത്. 1966-ൽ ചെക്കോസ്ലോവാക്യയിൽ പ്രസിദ്ധീകരിക്കപ്പെട്ട അതിന്റെ ഇംഗ്ലീഷ് വിവർത്തനമാണ് ഈ ഗ്രന്ഥത്തിനാധാരം.

ഈ കഥകൾ കഥാകുതുകികളായ മലയാള വായനക്കാർക്കു മുമ്പാകെ സന്തോഷപൂർവം സമർപ്പിച്ചുകൊള്ളുന്നു.

കെ.എസ്. വേണുഗോപാൽ

കൊണ്ടസും ജുഹാസും

ഇതെല്ലാം സംഭവിച്ചത് വളരെ വളരെ പണ്ടാണ്. പക്ഷേ ഇന്നും ജിപ്സികൾ ഈ കഥ ഓർക്കുകയും പറയുകയും ചെയ്യുന്നു.

ജിപ്സികളുടെ പൂർവ്വികരുടെ നാട് അതിമനോഹരവും അതിസമ്പന്നവുമായിരുന്നു. അവിടുന്ന് എങ്ങനെയോ പുറത്താക്കപ്പെട്ട അവർ പർവ്വതങ്ങൾ കയറിയിറങ്ങിയും താഴ്വരകളിലൂടെ സഞ്ചരിച്ചും നദികൾ മുറിച്ചുകടന്നും സമുദ്രങ്ങൾ താണ്ടിയും സഞ്ചരിച്ചു. രണ്ടു സംഘങ്ങളായാണ് അവർ നീങ്ങിയത്. അതിൽ ഒരു കൂട്ടർ പർവ്വതങ്ങൾ താണ്ടിമറിഞ്ഞു പടിഞ്ഞാറു ദിക്കിലുള്ള പുൽമൈതാനങ്ങളിലാണെത്തിയത്. മറ്റേസംഘം കടൽത്തീരങ്ങളിലൂടെയുള്ള എളുപ്പമുള്ള വഴിയാണ് തിരഞ്ഞെടുത്തത്. ഈ വർഗ്ഗത്തിൽപ്പെട്ടവർ അധികവും കൃശഗാത്രരായിരുന്നു സ്ത്രീകളാകട്ടെ, നന്നായി നൃത്തം ചെയ്യുന്നവരും.

ഈ രണ്ടു സംഘങ്ങളുടേയും സുദീർഘവും ദുർഘടംപിടിച്ചതുമായ യാത്ര വളരെക്കാലം നീണ്ടുനിന്നു. ഒട്ടേറെ നൂറ്റാണ്ടുകൾതന്നെ. ഇരുഅരുവികളും ഒഴുകിയൊഴുകി ഒടുവിൽ അതു സംഭവിച്ചു. ഒരിടത്തുവച്ച് ഇരുവർഗ്ഗങ്ങളും ഒത്തുകൂടാനിടയായി. അവരുടെ നേതാക്കന്മാർ അന്യോന്യം അഭിവാദ്യം ചെയ്തു. ഇതിനകം അവരുടെ ഭാഷയിൽ പല മാറ്റങ്ങളും വന്നുചേർന്നെങ്കിലും അവർ അന്യോന്യം മനസ്സിലാക്കി. അവർ ഒരു പൊതുകൂടാരമൊരുക്കി. തീക്കുണ്ഡങ്ങളുയർത്തി. അന്ന് സന്ധ്യയ്ക്കു ഭക്ഷണത്തിനുശേഷം ആഘോഷങ്ങളിൽ മുഴുകി. തങ്ങൾക്ക് എന്തെല്ലാം ചെയ്യാനാകുമെന്ന് അവർ അന്യോന്യമറിയിക്കാൻ വെമ്പൽകൊണ്ടു.

ഇടയന്മാർ കുതിരപ്പുറത്തേറി പല അഭ്യാസങ്ങളും കാട്ടി. ഓടിയകലുന്ന കന്നുകാലികളെ കുതിരപ്പുറത്തു പിന്തുടർന്നു കുടുക്കുള്ള നീണ്ട കയറെറിഞ്ഞു പിടികൂടൽ അതിലൊരഭ്യാസമായിരുന്നു.

സംഗീതജ്ഞർ തങ്ങളുടെ വാദ്യോപകരണങ്ങളെടുത്തു പാടി. അതിനൊത്ത് അവരുടെ സ്ത്രീജനങ്ങൾ അതിമനോഹരമായി നൃത്തം ചെയ്തു.

അങ്ങനെ അതു സംഭവിച്ചു. കുടുക്കിട്ട നീണ്ട കയർ വീശി എറിയുന്നതിലും കുതിരസവാരി ചെയ്യുന്നതിലും ഏറ്റവും മികച്ച പ്രകടനം കാഴ്ചവെച്ച ഒരു യുവാവിന്റേയും ഏറ്റവും വശ്യസുന്ദരമായി നൃത്തംചെയ്ത ഒരു നർത്തകിയുടെയും കണ്ണുകൾ തമ്മിൽ ഉടക്കാനിടയായി. ഏതാനും മണിക്കൂറുകൾക്കകം ഇരുവർക്കും എന്നന്നേക്കുമായി വേർപിരിയേണ്ടി വരുമെന്ന് അവർക്കറിയാമായിരുന്നു. കാരണം, ഇരുവർക്കും താന്താങ്ങളുടെ ഗോത്രത്തിൽനിന്നു വിട്ടുപോകാൻ അനുവാദമില്ല. അതാണ് നിയമം. അതിന്റെ ലംഘനത്തിനുള്ള ശിക്ഷ മരണംതന്നെ. വേർപാടിനേക്കാൾ മരണമാണ് അഭികാമ്യം എന്ന് ഇവരിരുവരും തീരുമാനിച്ചു. അങ്ങനെ അവർ കൂടാരത്തിൽനിന്ന് ഒന്നിച്ച് ഒളിച്ചോടാൻ തീരുമാനിച്ചു.

രണ്ടുവർഷം അവർ ലോകം ചുറ്റി സഞ്ചരിച്ചു. ആദ്യവർഷത്തിൽ അവർക്കു ഒരു കുഞ്ഞു പിറന്നു. പിന്നീട് ഒരു കുഞ്ഞും കൂടി പിറന്നു. പിന്നീടധികം വൈകാതെ അവർ എത്തിപ്പെട്ടത് ഒരു മഹാമാരി രോഗം ആർത്തലയ്ക്കുന്ന ലോകത്തിന്റെ ഒരു ഭാഗത്താണ്. മഹാമാരിരോഗം പിടിപെട്ടു അയാൾ മരണപ്പെട്ടു. അതിനാൽ പിന്നീട് ആ സ്ത്രീക്ക് തന്റെ പിഞ്ചുമക്കളുമായി സഞ്ചരിക്കേണ്ടിവന്നു. താനും രോഗത്തിനടിമയായ വിവരം പാവം അവർ അറിഞ്ഞില്ല. ഒരു ഗ്രാമത്തിൽനിന്ന് വളരെ ദൂരെയല്ലാത്ത ഒരിടത്തുവെച്ചു യാത്രയ്ക്കിടയിൽ തളർന്നുവീണ അവൾ മരണപ്പെട്ടു.

ഗ്രാമീണർ അനാഥരായ ആ കുഞ്ഞുങ്ങളെ കണ്ടെത്തി. അവരുടെ അമ്മയെ സംസ്കരിച്ചു. മറ്റുവഴികൾ കണ്ടെത്താനാകാതെ ആ അനാഥക്കുട്ടികളെ പോറ്റിവളർത്താൻ തീരുമാനിച്ചു. ആ ഗ്രാമത്തിലെ ഏറ്റവും ധനികനായ കർഷകന്റെ ഒരു സന്തതിയും രോഗബാധിതയായി മരിക്കാനിടയായിരുന്നു. അയാൾ ആ ജിപ്സിക്കുട്ടികളെ തന്റെ മക്കളെപ്പോലെ പോറ്റിവളർത്താൻ ഏറ്റെടുത്തു. അവർ ആൺകുട്ടികളായിരുന്നു. അതേപ്രായത്തിൽ ആ കർഷകന് രണ്ട് പെൺകുട്ടികളുണ്ടായിരുന്നു. അയാളുടെ ഭാര്യ വളരെ നല്ലവളായിരുന്നു. പക്ഷേ അധികം വൈകാതെ അവരും മരണപ്പെടാനിടയായി. അവരുടെ മരണശേഷം അനാഥക്കുട്ടികളുടെ കാര്യം മഹാകഷ്ടമായി. അവർക്കു കൃഷിസ്ഥലത്തെ മൃഗങ്ങളുടെ കാര്യങ്ങൾ നോക്കേണ്ടിവന്നു. കൊണ്ടസ് എന്നുപേരായ മൂത്തവനാണ് പന്നികളുടെ കാര്യം

നോക്കിയത്. ചെമ്മരിയാടുകളെ നോക്കിവന്നത് ഇളയവനായ ജുഹാസും.

കൊണ്ടസ് അവന്റെ വയസ്സിനൊത്ത വളർച്ചയുള്ളവനായിരുന്നു. നല്ല വലിപ്പവും ശക്തിയുമുള്ളവൻ. അവൻ പന്നികളെ നന്നായി പരിചരിച്ചുവന്നു. ഒരൊറ്റ പന്നിക്കുട്ടിപോലും നഷ്ടപ്പെടാനിടയായില്ല. കർഷകൻ അവനു ഒരു വലിയ ചമ്മട്ടി വാങ്ങിക്കൊടുത്തു. അതിൽ ആ ബാലൻ അഭിമാനംപൂണ്ടു. ചുറ്റുവട്ടത്തൊന്നും അവനെപ്പോലെ ചാട്ടവാർ വീശാൻ വിരുതുള്ളവരുണ്ടായിരുന്നില്ല. ഒരൊറ്റ വീശലിന് ആ നീണ്ട ചമ്മട്ടിയിൽ അവൻ എട്ട് എന്ന അക്കം അനായാസം സൃഷ്ടിക്കുമായിരുന്നു.

ജ്യേഷ്ഠനേക്കാൾ ഒരു വയസ്സേ കുറവുള്ളൂ ജുഹാസിന്. അവൻ വളരെ ചെറുതായിരുന്നു. അവനു ജ്യേഷ്ഠനുമായി വളരെ സാമ്യതയൊന്നുമില്ല. കൊണ്ടസ് കരുത്തുള്ളവനായിരുന്നു. അതിധീരനും. ജുഹാസ് ദുർബലനും പേടിത്തൊണ്ടനും. ആ കൊച്ചു ഇടയന്റെ ഇഷ്ടപ്പെട്ട വസ്തു ഒരു ചെറിയ പൈപ്പ് ആയിരുന്നു. വില്ലോ മരത്തിൽനിന്ന് അവൻ തന്നെയാണ് അത് ഉണക്കിയെടുത്തത്. അവൻ സ്വയം അത് പാടാനും പഠിച്ചു. ഒരിക്കൽ കേട്ടാൽ മതി, ഏത് രാഗവും അവൻ അനായാസം അതിൽ പാടുമായിരുന്നു.

കർഷകന്റെ പെൺമക്കൾ അതുപോലെയല്ല. മൂത്തവൾ ഡ്രഗ. അവളൊരു ഡ്രാഗൺ തന്നെയായിരുന്നു. അവൾ തരംകിട്ടുമ്പോഴെല്ലാം ആ അനാഥബാലരെ പീഡിപ്പിക്കും. പ്രത്യേകിച്ച് ജുഹാസിനെ. തീയിനെ എന്നപോലെ അവൻ അവളെ പേടിച്ചു. പക്ഷേ കൊണ്ടസിന്റെ അടുത്തുപോകാൻ അവൾ പേടിച്ചു. കാരണം അവൾക്ക് അവന്റെ ചമ്മട്ടിയെ പേടിയാണ്.

ഇളയവളായ മറിക ദയയുള്ളവളായിരുന്നു. അവൾ ആ വിശന്നിരുന്ന അനാഥക്കുട്ടികൾക്കു കൂടുതൽ ഭക്ഷണം വിളമ്പിക്കൊടുക്കുന്നതിൽ സന്തോഷം പൂണ്ടു. അവളുടെ അച്ഛനോ ചേച്ചിയോ അതറിഞ്ഞിരുന്നില്ല. സന്ധ്യയ്ക്ക് ജുഹാസ് തന്റെ പൈപ്പ് പാടികേൾക്കുന്നത് അവൾക്ക് വളരെ ഇഷ്ടമായിരുന്നു. കൊണ്ടസും ജുഹാസും എപ്പോഴും അടുത്തടുത്തുണ്ടാവും.

കൊണ്ടസ് തന്റെ പന്നികളെ താഴെ താഴ്വരയിലാണ് മേച്ചിരുന്നത്. ജുഹാസ് തന്റെ ചെമ്മരിയാടുകളെ മേച്ചിരുന്നത് ഉയരെ കുന്നിന്റെ ഒരു ഭാഗത്തും. പകൽ മുഴുവൻ കൊണ്ടസ് തന്റെ ചമ്മട്ടി ആഞ്ഞു വീശി പൊട്ടിക്കുന്ന ശബ്ദം ജുഹാസ് കേൾക്കും. അതുപോലെ

കൊണ്ടസ്, ജുഹാസ് പൈപ്പ് വിളിക്കുന്നതും കേൾക്കും. ഇരുട്ടാവുമ്പോൾ ഇരുവരും ഒന്നിച്ചാണ് വീട്ടിലേക്കു മടങ്ങുക.

ഒരു ദിവസം കൊണ്ടസ് തന്റെ പന്നികളെ എണ്ണിനോക്കുമ്പോളൊന്നിനെ കണ്ടില്ല. അവനു വല്ലാത്ത അത്ഭുതം തോന്നി. അവൻ ജുഹാസിനെ വിളിച്ചു. അതേനിമിഷം ജുഹാസും തന്റെ ചെമ്മരിയാടുകളെ എണ്ണിക്കൊണ്ടിരിക്കുകയായിരുന്നു. ഒരു ചെമ്മരിയാടിനെ കാണുന്നില്ലെന്നു അവനും കണ്ടു. അവർ വീണ്ടും എണ്ണിനോക്കി. നിഷ്ഫലം. എണ്ണത്തിൽ മാറ്റമൊന്നുമില്ല. ജുഹാസ് കണ്ണീരൊലിപ്പിച്ചു കരയാൻ തുടങ്ങി.

"നമ്മൾ എന്തുചെയ്യും?" അവൻ തേങ്ങിക്കരഞ്ഞു.

"യജമാനൻ നമ്മെ പൊതിരെ തല്ലും."

"വീട്ടിലേക്കു പോകാനുള്ള സമയമൊന്നുമായിട്ടില്ല." കൊണ്ടസ് സമാധാനിപ്പിച്ചു.

"പന്നിയേയും ചെമ്മരിയാടിനേയും ആരെങ്കിലും മോഷ്ടിച്ചതാകില്ല. ചിലപ്പോൾ ചെന്നായ പിടിച്ചിരിക്കും. വരൂ. നമുക്കതിന്റെ വഴി കണ്ടെത്താൻ നോക്കാം."

അവർ നടന്നുനടന്നു ചെന്നായകളുടെ വഴി കണ്ടെത്തി. ഒടുവിൽ ഒരു കാട്ടിലാണെത്തിച്ചേർന്നത്.

"കള്ളന്റെ ഗുഹ കണ്ടുപിടിക്കാതെ നമുക്കു വീട്ടിലേക്കു തിരിച്ചു പോകാൻ പറ്റില്ല." കൊണ്ടസ് നിലവിളിച്ചു.

"നാമതു കണ്ടെത്തി യജമാനനെ അറിയിക്കാനായാൽ അയാൾ നമ്മെ തല്ലില്ല. ചെന്നായ തിന്നതിന്റെ തോലുകൾ നമുക്കു വില പിടിച്ചതാണ്."

ആ ഇടയബാലന്മാർ പന്നിക്കൂട്ടത്തേയും ചെമ്മരിയാടുകളേയും തങ്ങളുടെ സഹായിയായ ഡ്രഗോട്ടിൻ എന്ന നായയെ ഏൽപ്പിച്ചു. ചെന്നായ പോയവഴിയെ നീങ്ങി. അവർ നടന്നുനടന്നു മുന്നേറി. പെട്ടെന്നാണ് അവരോർക്കാനിടയായത്. വല്ലാതെ ഇരുട്ടു കട്ടപിടിക്കുന്നു. മാത്രമല്ല അവർ എത്തിച്ചേർന്നതിനപ്പുറം അടയാളങ്ങൾ കാണുന്നുമില്ല.

"നമുക്കു തിരിച്ചുപോകാം." ഭീതിയോടെ ജുഹാസ് പറഞ്ഞു.

പക്ഷേ കൊണ്ടസ് ചമ്മട്ടി ആഞ്ഞുവീശിപ്പൊട്ടിച്ചുകൊണ്ടു പറഞ്ഞു: "ആ ചെന്നായയെ കണ്ടല്ലാതെ ഞാൻ തിരിച്ചുവരില്ല."

പെട്ടെന്ന് തങ്ങൾക്കു മുമ്പിലായി ഒരു ചെറിയ കെട്ടിടം നിൽക്കുന്നത് അവരുടെ ശ്രദ്ധയിൽപ്പെട്ടു.

"അധികപക്ഷവും വല്ല സന്ന്യാസിമാരോ അല്ലെങ്കിൽ മറ്റു വല്ല വരുമോ അവിടെ താമസിക്കുന്നുണ്ടാവും." കൊണ്ടസ് പറഞ്ഞു.

"നമുക്കു അകത്തു കടക്കാം. ചിലപ്പോൾ അദ്ദേഹം നമുക്കു കിട ക്കാനിടം തരും. സമയം വല്ലാതെ വൈകി."

കുട്ടികൾ ആ വീടിന്റെ സമീപത്തേക്കു ചെന്നു. അവർ വാതിലിൽ മുട്ടി. ആരും മറുപടി പറഞ്ഞില്ല. അവർ വാതിൽ തുറന്ന് അകത്തു കടന്നു. ഒരു ചെറിയ മുറിയിലെത്തിച്ചേർന്നു. അതിന്റെ മേൽക്കൂര വളരെ താഴ്ന്നതാണ്. ആ മുറിയിൽ ഇളംചൂടുണ്ടായിരുന്നു. മൂലയി ലുള്ള അടുപ്പ് എരിഞ്ഞുകൊണ്ടിരിക്കുന്നു. മറ്റാരും ആ മുറിയിലുണ്ടാ യിരുന്നില്ല.

"ഇവിടെ ജീവിക്കുന്നവർ, അകലെയൊന്നും പോയിട്ടില്ല. അടുത്തുതന്നെ കാണണം. കാരണം അടുപ്പ് കത്തിക്കൊണ്ടിരിക്കു കയല്ലേ?" കൊണ്ടസ് പറഞ്ഞു.

അവർ അകത്തുകടന്നു വാതിലടച്ചു സാക്ഷയിട്ടു, ഉള്ളിൽ തങ്ങി നിൽക്കുന്ന ചൂട് നഷ്ടപ്പെടാതിരിക്കാൻ. അവർ മുറി പരിശോധി ക്കാൻ തുടങ്ങി. മുറിയിൽ നല്ല ഇരുട്ടായതിനാൽ ഒന്നും അധികം കാണാൻ പറ്റിയില്ല. മരംകൊണ്ടുള്ള ഒരു മേശയുണ്ട്. സ്റ്റൂളുണ്ട്. ചുമരിൽ പാത്രങ്ങൾ സൂക്ഷിക്കാനുള്ള ഷെൽഫും കണ്ടു. അൽപ്പം കഴിഞ്ഞപ്പോൾ വാതിലിലെന്തോ ഒന്ന് തൂങ്ങിക്കിടക്കുന്നതായി കൊണ്ടസ് കണ്ടു. അടുത്തുചെന്നു സൂക്ഷിച്ചുനോക്കിയപ്പോൾ അത് ഒരു ചെമ്മരിയാടിന്റെ ഉരിച്ച തോലാണെന്ന് മനസ്സിലായി. അത് ഒരു കൊളുത്തിൽ തൂക്കിയിട്ടിരിക്കുകയാണ്.

"എന്ത്. ജുഹാസ്, ഇത് നിന്റെ നഷ്ടപ്പെട്ട ചെമ്മരിയാടിന്റെയല്ലേ? ആ ജന്തുവിനെ ഞാൻ അടിച്ചുകൊല്ലും. നോക്കിക്കോ." കൊണ്ടസ് പറഞ്ഞു.

"ചിലപ്പോൾ നമ്മെ കൊള്ളയടിച്ചത് ഒരു ചെന്നായയാവില്ല." ജുഹാസ് സംശയിച്ചു.

"ഇവിടംവരെ നാം പിന്തുടർന്നുവന്ന കാൽപ്പാടുകൾ തീർച്ച യായും ഒരു ചെന്നായയുടേതുതന്നെ." കൊണ്ടസ് തറപ്പിച്ചുപറഞ്ഞു.

അതാണ് നമ്മെ ഇവിടെയെത്തിച്ചത്. പക്ഷേ, എനിക്കൊന്നും മനസ്സിലാവുന്നില്ല. ഇവിടെ നല്ല മണമുണ്ട്." ജുഹാസ് പറഞ്ഞു.

ജിജ്ഞാസയോടെ അടുപ്പിന്റെ അടുത്തേക്കുചെന്നു. പാത്ര ത്തിന്റെ മൂടി നീക്കി നോക്കി. അതെ ആ പാത്രത്തിനുള്ളിൽ ഒരു പന്നിക്കുട്ടി പൊരിച്ചു പാകമായി കിടക്കുന്നതുകണ്ടു.

“എനിക്കു തോന്നുന്നു....” ജുഹാസ് മന്ത്രിച്ചു. “ഇത് നിന്റെ നഷ്ട പ്പെട്ട പന്നിയാണ്, കൊണ്ടസ്.”

ഒരു നിമിഷത്തിനകം കൊണ്ടസ്സത് തലയാട്ടി സമ്മതിച്ചു. ഇരു ബാലന്മാരും നിസ്സഹായരായി ആ പൊരിക്കപ്പെട്ട ഭക്ഷ്യവസ്തു ക്കൾക്കു മുന്നിൽനിന്നു. വായിൽ വെള്ളം വരാതിരുന്നില്ല. കാരണം അവർക്കു അത്രമാത്രം വിശപ്പുണ്ടായിരുന്നു. ഒടുവിൽ കൊണ്ടസ് പറഞ്ഞു. “നമ്മുടെ മൃഗങ്ങളെ മോഷ്ടിച്ചത് ഒരു ചെന്നായയല്ല. ഈ വീട്ടിൽ താമസിക്കുന്നവനാണത് ചെയ്തത്. നമ്മുടെ പന്നിയെ യാണ് പൊരിച്ചുകൊണ്ടിരിക്കുന്നത്. അതുകൊണ്ടു നമുക്കിതു ഭക്ഷിക്കാം. കഴിയുന്നത്ര വേഗം ഇവിടുന്നെനിക്കു പോകണം.” ജുഹാസ് പറഞ്ഞു.

“കക്കുന്ന ഒരാൾ നികൃഷ്ടനാണ്. അവൻ ഏതുനിമിഷവും തിരി ച്ചെത്താം. നമ്മെ ദ്രോഹിക്കുകയും ചെയ്യും. എന്റെ കയ്യിൽ നല്ല ചമ്മട്ടിയുണ്ട്.” കൊണ്ടസ് പറഞ്ഞു. “എനിക്കാരേയും പേടിയില്ല. നമുക്കവനെ കാത്തിരിക്കാം. കട്ടെടുത്ത മൃഗങ്ങൾക്കുള്ള വില നമുക്ക് ഈടാക്കണം.”

പക്ഷേ ജുഹാസ് വീണ്ടും വീണ്ടും അഭ്യർത്ഥിച്ചു.

“വളരെ സൂക്ഷിക്കണം. കാഴ്ചയിൽ കള്ളൻ എങ്ങനെയിരി ക്കുന്നുവെന്നറിഞ്ഞു സ്വയംരക്ഷയ്ക്കുള്ള മാർഗ്ഗങ്ങൾ കണ്ടെ ത്തണം.”

ഒടുവിൽ കൊണ്ടസ് അതിനു സമ്മതിച്ചു.

ബുദ്ധിപൂർവ്വമായ തീരുമാനംതന്നെ. അവർ ഒളിച്ചിരിക്കാനുള്ള ഒരു സ്ഥലം കണ്ടെത്താനുള്ള ശ്രമത്തിലായി. മേൽക്കൂരയിൽ മേൽ മച്ചിലേക്കു നയിക്കുന്ന ഒരു കെണിവാതിൽ അവർ കണ്ടുപിടിച്ചു. അവിടെ ഒരു ഏണി കണ്ടു. അവർ മേൽപ്പോട്ടുകയറി. മേൽക്കൂര യുടെ പുറത്തേക്കു തള്ളിനിൽക്കുന്ന ഭാഗത്തൊളിച്ചിരുപ്പായി. കെണി വാതിലിനടുത്തായി അൽപ്പം വിള്ളലുണ്ട്. അതിലൂടെ താഴെ എന്തു നടക്കുന്നതും വ്യക്തമായി കാണാം. അധികം വൈകിയില്ല, ആ വീടിന്റെ വാതിൽ തള്ളിത്തുറക്കപ്പെട്ടു. അവരെ അമ്പരപ്പിച്ചുകൊണ്ട് ഉള്ളിലേക്കു കടന്നുവന്നത് ഒരു ജന്തുവാണ്. ഒരു ചെന്നായ! അത് നിന്നിടത്തുനിന്ന് ഒന്ന് സ്വയം ശക്തിയായി കുലുങ്ങി. ചെന്നായ നിന്നിടത്ത് അതാ നിൽക്കുന്നു ഒരു സ്ത്രീ. അതിസുന്ദരിയായ ഒരു യുവതി. അവൾ പാത്രം തുറന്നുനോക്കി, അടുപ്പിലേക്കു കുറച്ചു കൂടി വിറകു നീക്കി.

പിന്നീടവൾ പോയത് ഷെൽഫിന്നടുത്തേക്കാണ്. അതിൽനിന്ന് ഒരു മെഴുകുതിരി പുറത്തെടുത്തു കത്തിച്ചു.

തട്ടിൻപുറത്തുള്ള കുട്ടികൾ പേടിച്ചു വിറയ്ക്കാൻ തുടങ്ങി. തീർച്ച യായും അതൊരു യക്ഷിതന്നെയായിരിക്കും, അവൾക്കു ചെന്നായ യായി മാറാൻ കഴിയുമെങ്കിൽ തീർച്ച. സംശയമില്ല.

ആ സ്ത്രീ കത്തുന്ന മെഴുകുതിരി മേശപ്പുറത്തുവെച്ചു. പിന്നീട വൾ അടുപ്പിന്റെ അടുത്തേക്കു പോയി. പാത്രം തുറന്നു. പൊരിച്ച തെടുത്ത് ഒരു പാത്രത്തിലാക്കി. മേശപ്പുറത്തു കൊണ്ടുവെച്ചു. തീറ്റ തുടങ്ങി. കൈകൾകൊണ്ട് മാംസം പിച്ചിക്കീറി വലിയ വലിയ കഷണങ്ങൾ ഒരേസമയം വായിലിട്ടു. പൊരിച്ച മാംസത്തിന്റെ മണം മേലോട്ട് തുളച്ചു കയറി. വിള്ളലിലൂടെ അത് ആ കുട്ടികളുടെ അടു ത്തെത്തി. അവരുടെ നാസാദ്വാരങ്ങളെ ആക്രമിച്ചു. അവരുടെ വായിൽ വെള്ളമൂറി. ഹൃദയമിടിപ്പ് അതിദ്രുതഗതിയിലായി.

പെട്ടെന്നവൾ കടിച്ചുവലിച്ചിരുന്ന ഒരു വലിയ എല്ല് താഴോട്ടെ റിഞ്ഞു. മേൽപ്പോട്ടുനോക്കിക്കൊണ്ടു അത്യുച്ചത്തിൽ പറഞ്ഞു: "മച്ചി ലിരിക്കുന്ന രണ്ടുപയ്യന്മാരെ, ഇരുവരും താഴോട്ടിറങ്ങി വാ."

കുട്ടികൾ ഞെട്ടിവിറച്ചു. അവരുടെ ഞരമ്പുകളിൽ രക്തം കട്ട പിടിച്ചു. അവരിരുവരും അന്യോന്യം പറ്റിച്ചേർന്നുനിന്നു. പക്ഷെ അവർ ഇളകിയില്ല.

"പേടിക്കേണ്ട! ഞാൻ നിങ്ങളെ ഉപദ്രവിക്കില്ല. പകരം എന്റെ അത്താഴത്തിന്റെ ഒരോഹരി നിങ്ങൾക്കു തരാം." ശാന്തസ്വരത്തിൽ ആ സ്ത്രീ തുടർന്നു.

ആ സഹോദരന്മാർക്ക് ഒട്ടും വിശ്വാസം വന്നില്ല. പക്ഷേ മറി ച്ചൊന്നും അവർക്കു ചെയ്യാനില്ല. അതിനാൽ അവർ പതുക്കെ ഇറങ്ങിവന്നു. ആദ്യം കൊണ്ടസ് കയ്യിൽ ചമ്മട്ടി മുറുക്കെപിടിച്ചു കൊണ്ട്. പിന്നെ ജുഹാസും, പേടിച്ചു വിറച്ചുകൊണ്ട്.

"കുട്ടീ, ആ ചമ്മട്ടി താഴെ ഇടൂ." വളരെ മാന്യമായ സ്വരത്തിൽ ആ സ്ത്രീ പറഞ്ഞു. "അത്തരമൊരു വസ്തു കയ്യിൽ പിടിച്ച് ഒരു അതിഥി വരുന്നത് മാന്യമല്ല."

പക്ഷേ കൊണ്ടസ് അനുസരിച്ചില്ല. അതിനുപകരം അവൻ അതിനെ കൂടുതൽ മുറുക്കിപ്പിടിച്ചു. അപ്പോൾ ആ സ്ത്രീ ചിരിച്ചു. തന്റെ കൈയുയർത്തിക്കൊണ്ടു പതുക്കെ ഒന്നു വീശിയപ്പോൾ കൊണ്ടസിന്റെ കൈപ്പിടിയിൽ നിന്ന് ആ ചമ്മട്ടി ദൂരെത്തെറിച്ചു പോയി. ആ മുറിയുടെ മൂലയിൽ ചെന്നുവീണു.

"ഞാൻ പറയുന്നതനുസരിക്കുന്നതാണ് നിനക്ക് നല്ലത്." അവൾ പറഞ്ഞു. "താഴെ വന്നു ഭക്ഷണം കഴിക്കുക. അവശേഷിച്ചിരിക്കുന്ന എല്ലാം നിങ്ങൾക്കു ഭക്ഷിക്കാം. എന്റെ ഭക്ഷണം ഞാൻ കഴിച്ചു."

"എന്തായാലും നിങ്ങൾ എന്റെ പന്നിക്കൂട്ടത്തിൽനിന്നു തട്ടിയെടുത്തതല്ലേ അത്?"

തന്റെ കയ്യിൽനിന്നു ചമ്മട്ടി നഷ്ടപ്പെട്ടെങ്കിലും ധൈര്യംചോർന്നു പോകാത്ത കൊണ്ടസ് പറഞ്ഞു.

"പിന്നെ, വാതിൽക്കൽ തൂക്കിയിട്ടിട്ടുള്ള തോലും ഞങ്ങളുടെ ആട്ടിൻകുട്ടിയുടേതാണ്."

അപ്പോഴും ആ സ്ത്രീ ചിരിച്ചതേയുള്ളൂ. ശാന്തസ്വരത്തിൽ അവൾ പറഞ്ഞു:

"നിങ്ങളിൽനിന്നവയെ തട്ടിയെടുത്തത് ഒരു പെൺചെന്നായ ആണ്. ആ പെൺചെന്നായ ഞാൻതന്നെ. നിങ്ങൾ എന്നെ പിന്തുടർന്ന് ഈ വീടുവരെ വന്നതിൽ എനിക്കു ദുഃഖമുണ്ട്. മറ്റാരും ഇതറിയുന്നത് എനിക്കിഷ്ടമല്ല. നിങ്ങൾ രണ്ടുപേരൊഴികെ. നിങ്ങളിന്നു കണ്ടതൊന്നും ആരോടും പറയില്ലെന്ന് എനിക്കു വാക്കു തരണം. അതുവരെ ഞാൻ നിങ്ങളെ ഇവിടെനിന്നു പോകാൻ സമ്മതിക്കില്ല."

ആ കുട്ടികൾ എന്തുചെയ്യും? ഒരു ചെന്നായയുടെ രൂപത്തിൽ നിന്ന് ഒരു പെണ്ണിന്റെ രൂപത്തിലേക്കു മാറാൻ കഴിയുന്ന ഒരു മന്ത്രവാദിനിയോടു തമാശക്കളി നടക്കില്ല. അതിനാൽ അവൾ ആവശ്യപ്പെട്ടത് അവർ നൽകി.

"നിങ്ങൾ വാക്കു പാലിക്കുമെന്നുതന്നെ ഞാൻ വിശ്വസിക്കുന്നു. നിങ്ങളിരുവരും വളരെ നല്ല കുട്ടികളാണെന്നാണ് എന്റെ വിശ്വാസം. നിങ്ങളുടെ നിശ്ശബ്ദതയ്ക്കു ഞാൻ തക്ക പ്രതിഫലം തരുന്നതാണ്. ഒരു നല്ല സമ്മാനം. പക്ഷേ ആദ്യം എന്നോടു പറയണം, നിങ്ങളിരുവർക്കും ലോകത്തിലേറ്റവും ഇഷ്ടപ്പെട്ട വസ്തുക്കളെന്താണ്?" ആ സ്ത്രീ പറഞ്ഞു.

"ശരി, ഈ ലോകത്ത് ഞങ്ങൾക്കു സ്വന്തമായി അധികമൊന്നുമില്ല. എന്റേതെന്നു പറയാവുന്നമട്ടിൽ എനിക്കേറ്റവും ഇഷ്ടപ്പെട്ടത് എന്റെ ചമ്മട്ടി." കൊണ്ടസ് പറഞ്ഞു.

"വളരെ ശരി, ഈ നിമിഷം മുതൽ നിന്റെ ചമ്മട്ടിക്കു ദിവ്യശക്തിയുണ്ടാകും. അത് വീശിയടിച്ചുകൊണ്ടു പറയൂ. 'നിൽക്കൂ.' നിന്നെ അനുസരിക്കാതെ എതിരിടുന്നവൻ അന്നിമിഷത്തിൽ തണുത്തുമരവിച്ചു നിലത്തോടുചേരും, ഒരിക്കലും ഇളകാനാവാതെ. വീണ്ടും നീ ആ ചമ്മട്ടി ആഞ്ഞുവീശി വെട്ടിക്കണം. 'മതി, മതി!' അപ്പോൾ അത് പൂർവ്വസ്ഥിതിയിലാവും." ആ മന്ത്രവാദിനി പറഞ്ഞു.

"ഇനി നിനക്കെന്താണ് കൂടുതൽ ഇഷ്ടം? പറയൂ." അവൾ ജുഹാസിനോടു ചോദിച്ചു.

"എന്റെ കുഴൽ." ജുഹാസ് പതുക്കെ പറഞ്ഞു.

"അപ്പോൾ ഇന്നുമുതൽ, നീ നിന്റെ കുഴൽ വിളിച്ചാലുടനെത്തന്നെ നിന്റെ ഇഷ്ടത്തിനെതിരെ നിൽക്കുന്നവർ അനുസരിക്കുന്നതായിരിക്കും. അത് അതിന്റെ കഴിവാണ്. പക്ഷേ സൂക്ഷിക്കണം! ബുദ്ധിപൂർവ്വമായും നീതിയുക്തമായും ഉപയോഗിക്കുന്നതുവരെ മാത്രമേ ഈ അത്ഭുതസിദ്ധികൾ ഉണ്ടാകുകയുള്ളൂ. നിങ്ങൾക്ക് അത്യാവശ്യമായി വരുമ്പോൾ മാത്രവും. ഒരിക്കലും ഈ കഴിവ് ദുരുപയോഗം ചെയ്യരുത്. നിരപരാധികളെ ദ്രോഹിക്കാൻ ശ്രമിച്ചാൽ, അല്ലെങ്കിൽ മറ്റുള്ളവർക്കു ദ്രോഹകരമാംവിധം ഉത്തരവാദിത്തബോധമില്ലാതെ പ്രവർത്തിച്ചാൽ, അന്നിമിഷം നിന്റെ ചമ്മട്ടിയുടേയും കുഴലിന്റേയും മാന്ത്രികശക്തി നഷ്ടപ്പെടാനിടയാകും. പിന്നെ ഒരുകാര്യം. നാളെ രാവിലെ ഉഷസ്സിനു തൊട്ടുമുമ്പായി നിങ്ങളിരുവരും ഈ സ്ഥലംവിടണം. സൂര്യന്റെ ആദ്യകിരണങ്ങൾ ഈ മുറിയിലേക്കു കടന്നുവരുമ്പോൾ ഞാൻ ഒരു പെൺചെന്നായയായി മാറും. ആ രൂപത്തിലാകുമ്പോൾ എനിക്കു മനുഷ്യരെപ്പോലെ ചിന്തിക്കാനോ പ്രവർത്തിക്കാനോ പറ്റില്ല. ഒരു ചെന്നായയുടെ രൂപത്തിലുള്ളപ്പോഴാണ് നിങ്ങളെ കാണാനിടവരുന്നതെങ്കിൽ ഞാൻ നിങ്ങളെ പിച്ചിച്ചീന്തി കഷ്ണംകഷ്ണമാക്കി തിന്നുതീർക്കും. നിങ്ങൾക്കു മനസ്സിലായോ?" മന്ത്രവാദിനി പറഞ്ഞു.

സഹോദരന്മാർ തലകുലുക്കി സമ്മതിച്ചു. അവൾ പറയുന്നതെന്തും അനുസരിക്കാമെന്നും സത്യംചെയ്തു. ആ സ്ത്രീ അടുപ്പിന്നടുത്തു കിടന്നു. ആ കുട്ടികൾ വാതിൽക്കലും കിടപ്പായി.

രാവിലെ ആദ്യം ഉണർന്നത് കൊണ്ടസ് ആണ്. ജാലകത്തിലൂടെ നോക്കിയപ്പോൾ കടുത്ത ഇരുട്ടുതന്നെ. പക്ഷികൾ ഉണർന്നുതുടങ്ങി. അവരുടെ കളകളാരവം അവൻ കേട്ടു. ഏതുനിമിഷവും ഉഷസ്സുദിക്കും. അവൻ തന്റെ സഹോദരനെ തട്ടിയുണർത്തി. വളരെ പതുക്കെ, ഉറങ്ങിക്കിടക്കുന്ന ആ സത്രീ ഒട്ടും ഉണരാനിടവരാതെ. ആ കുട്ടികൾ ആ കുടിലിൽനിന്ന് പുറത്തുകടന്നു. കാട്ടിനുള്ളിൽ നിന്നു പുറത്തുകടക്കാൻ ഒട്ടേറെ സമയമെടുത്തു. ഒടുവിലവർ തങ്ങളുടെ ഗ്രാമം കണ്ടെത്തി.

കർഷകൻ തന്റെ പ്രഭാതഭക്ഷണം കഴിക്കാനിരിക്കുകയാണ്. ജാലകം തള്ളിത്തുറന്നപ്പോൾ ആ ഇടയബാലന്മാർ കളമുറ്റത്തേക്കു നടന്നുവരുന്നതു കണ്ടു. ദേഷ്യത്തോടെ അയാൾ അത്യുച്ചത്തിൽ

അലറി പുറത്തേക്ക് ഓടി. ഓടുന്നതിനിടയിൽ അയാൾ തന്റെ ബെൽറ്റ് ഊരി.

"നന്ദികെട്ടവർ. നിങ്ങളെ ഞാനൊരു പാഠംപഠിപ്പിക്കും. നിങ്ങ ളുടെ ജിപ്സിരക്തം ഞാൻ അടിച്ചുതെറിപ്പിക്കും." അയാൾ അട്ടഹ സിച്ചു.

അയാളുടെ മൂത്തമകൾ ഈ ബഹളംകേട്ടു അയാളുടെ പിന്നിൽ ഓടിച്ചെന്ന് അത്യാഹ്ലാദത്തോടെ പൊട്ടിച്ചിരിച്ചു രസിച്ചു. പക്ഷേ കൊച്ചുമറികയും തന്റെ അച്ഛൻ ആ ഇടയ ബാലരെ ഭീഷണിപ്പെടു ത്തുന്നതു കേൾക്കാനിടയായിരുന്നു. അവൾ അതുകേട്ടു തന്റെ മുറി യിലേക്കോടിപ്പോയി. അവൾക്ക് ആ ബാലന്മാരോടു കനിവുതോന്നി.

കർഷകൻ അവരുടെ അടുത്തേക്ക് കുതിച്ചുചെന്നു. തന്റെ ബെൽറ്റുകൊണ്ട് അവരെ മർദ്ദിക്കാനാഞ്ഞു. കൊണ്ടസ് അതിനിട യ്ക്കു തന്റെ ചമ്മട്ടി ആഞ്ഞുവീശിപ്പൊട്ടിച്ചുകൊണ്ടു പറഞ്ഞു.

"നിൽക്കൂ..."

ആ നിമിഷത്തിൽ ആ കർഷകൻ ഒരു കല്ലായി മാറി. ബെൽറ്റ് ഊരിപ്പിടിച്ച കൈ മരവിച്ചു. കാലുകൾ മണ്ണിനോട് വേർപ്പെടുത്താ നാകാത്തവിധം ഉറപ്പിച്ചതായും അനുഭവപ്പെട്ടു. ഒരിഞ്ചുപോലും മുന്നോട്ടുനീങ്ങാൻ അയാൾക്കായില്ല. പക്ഷേ സംസാരിക്കാൻ കഴി ഞ്ഞിരുന്നു.

"എന്താണിത്? അയാൾ ആർത്തുവിളിച്ചു. "എനിക്കെന്താണ് പറ്റി യത്?" ഇളകാനാഞ്ഞുകൊണ്ടു വീണ്ടും ചോദിച്ചു.

"നിങ്ങളെ ഞാൻ സുഖപ്പെടുത്തിത്തരാം. പക്ഷേ ബെൽറ്റു കൊണ്ടു ഞങ്ങളെ തല്ലില്ലെന്നു വാക്കുതരണം."

"ഇതെന്തു ജിപ്സിജാലവിദ്യയാണ്? ഒരു വാക്കും ഞാൻ നിനക്കു തരില്ല. പക്ഷേ മരണംവരെ നീ മറക്കാത്തവിധം ഞാൻ ബെൽറ്റു കൊണ്ടു നിന്നെ പൊതിരെ തല്ലും." കർഷകൻ നിലവിളിച്ചു.

"അപ്പോൾ നിങ്ങൾക്ക് ഇങ്ങനെത്തന്നെ നിൽക്കാം." കൊണ്ടസ് ശാന്തനായി പറഞ്ഞു.

അവൻ ജുഹാസിന്റെ കൈപിടിച്ച് സ്ഥലംവിടാനൊരുക്കമായി. പെട്ടെന്നു കർഷകനു പേടിപിടിച്ചു. അയാൾ ആർത്തുവിളിച്ചു.

"തിരിച്ചു വരൂ. ഞാൻ സത്യം ചെയ്യുന്നു. നിന്നെ ഞാനൊരി ക്കലും അടിക്കില്ല സത്യം."

കൊണ്ടസ് തിരിച്ചുചെന്നു.

"വീണ്ടും നിങ്ങൾ അകാരണമായി എന്നെ ശിക്ഷിക്കാൻ ശ്രമിക്കുന്നപക്ഷം ഇതുതന്നെ വീണ്ടും സംഭവിക്കുന്നതായിരിക്കും."

അവൻ വീണ്ടും ചമ്മട്ടി ഉയർത്തി വീശിപ്പൊട്ടിച്ചുകൊണ്ടു പറഞ്ഞു.

"മതി മതി..." അതേ നിമിഷത്തിൽത്തന്നെ കർഷകനു വീണ്ടും ചലിക്കാനായി.

ഇതു മനസ്സിലായപ്പോൾ അയാൾ കൊണ്ടസിന്റെ അടുത്തേക്കു ഓടിച്ചെന്നു. അവന്റെ കയ്യിൽനിന്ന് ആ ചമ്മട്ടി തട്ടിപ്പറിക്കാൻ ശ്രമിച്ചു. അപ്പോൾ പെട്ടെന്ന് ജുഹാസ് തന്റെ കീശയിൽനിന്ന് ആ കുഴൽ പുറത്തെടുത്ത് വായിൽവെച്ച് ഊതാൻ തുടങ്ങി. അപ്പോൾ കർഷകന്റെ ആ കൈ, വീണ്ടും കൊണ്ടസിനെ തല്ലാൻ ഓങ്ങിയ കൈ, പെട്ടെന്നു തളർന്നു താഴോട്ടു വീണു. അയാൾക്ക് എന്താണ് സംഭവിച്ചത്? തന്റെ ശ്വാസം നിലയ്ക്കാൻ പോകുന്നതായി അനുഭവപ്പെട്ടു. അയാളുടെ കണ്ണുകൾ നിറഞ്ഞുതുളുമ്പി. പെട്ടെന്ന് അയാൾക്ക് ആ കീറവസ്ത്രങ്ങൾ ധരിച്ച, ശോഷിച്ചവശരായ, ആ കുട്ടികളോട് അതിയായ ദയതോന്നി. അയാളുടെ കണ്ണുകളിൽനിന്ന് കണ്ണീർ ധാരധാരയായി ഒഴുകി.

"അച്ഛാ! അച്ഛനെന്താണ് പറ്റിയത്?" ഡ്രഗ്ഗ എല്ലാം കണ്ടുകൊണ്ടിരുന്നെങ്കിലും ഒന്നും മനസ്സിലാക്കാനാവാതെ ഉറക്കെ നിലവിളിച്ചു.

"ഇടയബാലരേ, നിങ്ങളെ ഞാനിനി ഒരിക്കലും തല്ലുകയില്ല. ഉള്ളിലേക്കു വരിക. മേശയ്ക്കടുത്തിരുന്നു വയറുനിറയെ ഭക്ഷിക്കുക." തേങ്ങിക്കരഞ്ഞുകൊണ്ടു കർഷകൻ പറഞ്ഞു.

ബാലന്മാർ കർഷകന്റെ മുറിയിലേക്കു കടന്നുചെന്നു. പ്രാതൽ ഒരുക്കിവെച്ചിരുന്നു മേശപ്പുറത്ത്. ഇറച്ചിയും ഉരുളക്കിഴങ്ങും സമൃദ്ധിയായി ഉണ്ട്. അവർ വയറുനിറയെ ഭക്ഷണം കഴിച്ചു സംതൃപ്തരായി. പതിവായി അവർക്കു വളരെ കുറച്ചേ ഭക്ഷണം കൊടുത്തിരുന്നുള്ളൂ.

ഡ്രഗ്ഗ അച്ഛന്റെ അടുത്തേക്കു കുതിച്ചുചെന്നു. പറഞ്ഞു, "അച്ഛാ, അച്ഛനു ഭ്രാന്തു പിടിച്ചോ! ഈ വൃത്തികെട്ട ജിപ്സിക്കുട്ടികളെ അങ്ങെന്തിനു സംരക്ഷിക്കുന്നു? അങ്ങയെ ആരോ വശീകരിച്ചിട്ടുണ്ട്. തീർച്ച."

"ഇവരെയോർത്തു ഞാൻ ദുഃഖിക്കുന്നു."

അവരുടെ ചുരുളൻമുടികളിൽ വിരലോടിച്ചുകൊണ്ടു കർഷകൻ പറഞ്ഞു.

പക്ഷേ പ്രാതൽ കഴിഞ്ഞു കുട്ടികൾ പുറത്തുപോയി. മുറിയിൽ കർഷകൻ മാത്രമായപ്പോൾ അയാൾ വീണ്ടും പഴയ പ്രകൃതത്തിലായി. അയാളുടെ മകൾ മാത്രമേ മുറിയിലുണ്ടായിരുന്നുള്ളൂ.

തന്റെ മകൾ പറയുന്നതാണ് ശരിയെന്നു അയാൾ ഏറ്റുപറഞ്ഞു. എന്തെല്ലാമാണ് സംഭവിച്ചതെന്നതിനെപ്പറ്റി കർഷകനും മകളും ചർച്ച ചെയ്തു. ഒടുവിലവൾ പറഞ്ഞു.

"കൊണ്ടസിന്റെ കയ്യിലുള്ള ചമ്മട്ടിക്കും ജുഹാസിന്റെ കയ്യിലുള്ള കുഴലിനും എന്തോ മാന്ത്രികശക്തിയുണ്ട്. അവരിൽ നിന്ന് ഇവ നമുക്കു തട്ടിയെടുക്കണം. അല്ലെങ്കിൽ ഈ ഇടയബാലന്മാർ അവർക്കിഷ്ടപ്പെട്ടതൊക്കെ നമ്മെക്കൊണ്ടു ചെയ്യിപ്പിക്കുകയും നമ്മുടെ കൃഷിസ്ഥലങ്ങൾ നമ്മളിൽനിന്നു തട്ടിയെടുക്കുകയും ചെയ്യുമെന്ന് എനിക്ക് പേടിയുണ്ട്."

കർഷകൻ സമ്മതിച്ചു.

ഡ്രഗ്ഗ തുടർന്നുപറഞ്ഞു: "ഇതൊന്നും അവരറിയാനിടവരരുത്. തന്ത്രപൂർവ്വം ചെയ്യണം. കൊണ്ടസിൽനിന്ന് ഞാൻ ചമ്മട്ടി തട്ടിയെടുക്കാം. ജുഹാസിന്റേയും അവന്റെ കുഴലിന്റേയും കാര്യം മറിക തന്നെ ഏൽക്കണം."

അവർ മറികയെ വിളിപ്പിച്ചു. ഡ്രഗ്ഗ അവളോടു തങ്ങളുടെ പദ്ധതി വിവരിച്ചു. ഡ്രഗ്ഗ കൊണ്ടസിനോടു സ്നേഹം നടിക്കും. ചക്കരവാക്കുകൾ പറഞ്ഞു മയക്കി ഒരുനിമിഷത്തേക്കെങ്കിലും ചമ്മട്ടി കൈമാറാൻ ആവശ്യപ്പെടും. അതു കൈയിൽ കിട്ടുന്ന നിമിഷത്തിൽതന്നെ ചമ്മട്ടി കൊണ്ട് അവനെ കൃഷിസ്ഥലത്തുനിന്ന് ആട്ടിയോടിക്കും. അവളതു ചെയ്യുമ്പോൾ മറിക അതേവഴി പിന്തുടർന്നു ജുഹാസിൽനിന്നു കുഴൽ തട്ടിയെടുക്കണം. ഒരുനിമിഷത്തേക്ക് ആ കുഴൽ കൈമാറാൻ നിർബന്ധിക്കണം.

അതു രണ്ടും കയ്യിൽകിട്ടിയാൽ ആ ഇടയബാലന്മാരെ ആട്ടിയകറ്റുക എളുപ്പമായിരിക്കുമെന്നു ഡ്രഗ്ഗ വിശ്വസിച്ചു.

ഈ പദ്ധതിയെപ്പറ്റി അറിഞ്ഞപ്പോൾ മറിക ഞെട്ടി. പക്ഷേ സഹോദരിയെ അവൾക്ക് പേടിയായിരുന്നതിനാൽ അവൾ നിശ്ശബ്ദത പാലിച്ചു.

ഡ്രഗ്ഗ കാഴ്ചയിൽ അതിസുന്ദരിയാണ്. കറുത്ത തലമുടി. കറുത്ത കണ്ണുകൾ. അവ വളരെ ആഴമുള്ള അപകടകരമായ രണ്ടു കുളങ്ങൾപോലെ. മറിക ചെറിയ പ്രകൃതമായിരുന്നു. സ്നേഹവതിയുമായിരുന്നു. സത്യസന്ധതയുള്ള കണ്ണുകളാണ് അവളുടേത്. അതിൽ നോക്കിക്കൊണ്ടിരിക്കാനേ തോന്നൂ. അത്രമാത്രം സുന്ദരം.

പിറ്റേന്ന് ഡ്രഗ്ഗ ഒരു കൊട്ടയിൽ മാംസവും പലഹാരങ്ങളുമായി കൊണ്ടസിനെ തിരഞ്ഞു മൈതാനത്തിലേക്കു പോയി. അവൾ അവന്റെ തൊട്ടടുത്തിരുന്നു. ഭക്ഷ്യവസ്തുക്കൾ പുറത്തെടുത്തു

തന്നോടൊപ്പം കഴിക്കാൻ കൂടാൻ ക്ഷണിച്ചു. കൊണ്ടസിനു സന്തോഷമേ തോന്നിയുള്ളൂ. ഡ്രഗ്ഗ അവന്നു എല്ലാ വിശിഷ്ടവിഭവങ്ങളും പിശുക്കില്ലാതെ വിളമ്പിക്കൊടുത്തു. സരസസംഭാഷണങ്ങളിൽ മുഴുകി.

"കൊണ്ടസ്, നിനക്കറിയാമോ ഈ ഗ്രാമത്തിലെ ചെറുപ്പക്കാരിൽ വെച്ചേറ്റവും എനിക്കിഷ്ടം നിന്നെയാണ്. നിന്നെമാത്രം."

തന്നെ ഒരു വിഡ്ഢിയാക്കുക മാത്രമാണ് ഡ്രഗ്ഗ ചെയ്യുന്നതെന്നു കൊണ്ടസിനു മനസ്സിലായിരുന്നു. അവളെ പണ്ടേ അവന്നറിയാം. അവൾ പറയുന്നതൊന്നും ഗൗരവപൂർവ്വമല്ലെന്നും അവനറിയാം. അതിനാൽ അവൻ മറുപടിയൊന്നും പറയാതെ തീറ്റയിൽ മാത്രം മുഴുകി.

"നിനക്കെന്നെ വിശ്വാസമില്ലേ?" ഡ്രഗ്ഗ ചോദിച്ചു. അവൾ അവന്റെ കൈ കയ്യിലെടുത്തുകൊണ്ടാണ് ചോദിച്ചത്.

"എനിക്കു നിന്നെ വളരെ ഇഷ്ടമാണ്. നീയും അച്ഛനും സമ്മതിക്കുന്ന പക്ഷം നിന്നെ വിവാഹം ചെയ്യാനും ഞാൻ തയ്യാറാണ്."

ഡ്രഗ്ഗ കടന്നുപിടിച്ച കൈയിലായിരുന്ന ചമ്മട്ടി കൊണ്ടസ് മറ്റേ കൈയിലേക്കു മാറ്റി. എന്നിട്ട് അവൻ ശാന്തമായി പറഞ്ഞു.

"നീ എന്തെല്ലാം വിഭവങ്ങളാണ് എനിക്കുവേണ്ടി കൊണ്ടു വന്നിട്ടുള്ളത്? എനിക്കു ഭക്ഷണം വിളമ്പിത്തന്നു. അതിന്റെ പേരിൽ എന്നെ വിഡ്ഢിയാക്കാമെന്നാണോ നീ വിചാരിച്ചത്?"

"എന്റെ പൊന്നു കൊണ്ടസ്, എന്റെ ചക്കരേ, നീയെന്തൊക്കെയാണ് പുലമ്പുന്നത്? ഞാൻ വളരെ കാര്യമായിട്ടുതന്നെയാണ് പറയുന്നത്. നിന്റെ ആ കൗതുകമുള്ള ചമ്മട്ടി ഒരു നിമിഷത്തേക്ക് ഒന്ന് എന്റെ കയ്യിൽ തരൂ. നീ ചെയ്യാറുള്ളപോലെ വീശി അടിക്കാൻ എനിക്കു കൊതി തോന്നുന്നു."

ചാടി ദേഹത്തുകയറി സ്നേഹം കാട്ടുന്ന ഒരു പൂച്ചയെപ്പോലെ അവൾ പറഞ്ഞു.

"അത് ഈ ലോകത്ത് ഒരുത്തനും സാദ്ധ്യമല്ല." അഭിമാനത്തോടെ ചിരിച്ചുകൊണ്ട് കൊണ്ടസ് പറഞ്ഞു.

"ഓ... ദയവായി ഒന്നുതരൂ." ഡ്രഗ്ഗ കേണിരുന്നു.

ഒരു തമാശയെന്നപോലെ അവൾ അവനു മീതെ കുനിഞ്ഞു. ചമ്മട്ടിയുടെ കൈപ്പിടിയിൽ കടന്നുപിടിക്കുക മാത്രമല്ല, അവന്റെ കയ്യിൽനിന്ന് അത് വലിച്ചെടുക്കുകയും ചെയ്തു. ഒരു ക്രൂരമൃഗത്തെപ്പോലെ. അവൾ ചാടി എഴുന്നേറ്റുനിന്നു. എന്നിട്ട് വിജയാട്ടഹാസം മുഴക്കുകയും ചെയ്തു. അവൾ കൈവീശി ചമ്മട്ടി ആഞ്ഞുവീശാൻ

ശ്രമിച്ചു. അത് വളരെ നീളമുള്ളതിനാൽ അത് ചുറ്റിപ്പിണഞ്ഞ് അവളുടെ കൈത്തണ്ടയിൽ വട്ടംചുറ്റി. അവൾ അതുമായി മല്ലടിച്ചുനോക്കി. അതിനകം കൊണ്ടസയും ചാടിയെഴുന്നേറ്റു. ഇത്തവണ അവൻ അവളിൽനിന്നു ആ ചമ്മട്ടി വലിച്ചെടുക്കുന്നതിൽ നിഷ്പ്രയാസം ജയിച്ചു. അവൻ അതിയായ ദേഷ്യത്തോടെ പറഞ്ഞു.

“നീ വീട്ടിലേക്കു പോകൂ. ഇനി ഒരിക്കലും എന്നെ കാണാനായി ഈ മൈതാനത്തിൽ വന്നുപോകരുത്. ഇതെല്ലാം എന്നെ തീറ്റിക്കാൻ എന്തിനാണ് കൊണ്ടുവന്നതെന്ന് എനിക്കിപ്പോൾ മനസ്സിലായി. ഇനിയൊരിക്കലും ഞാൻ നിന്നോട് മിണ്ടില്ല.”

അപ്പോഴെല്ലാം മറിക കുന്നിൻചെരുവിൽ ജുഹാസിന്റെ അടുത്തിരിക്കുകയായിരുന്നു. അവിടെ ചെമ്മരിയാടുകൾ മേഞ്ഞുകൊണ്ടിരുന്നു. ആ കൊച്ചുപെൺകുട്ടി തനിക്കുവേണ്ടി കൊണ്ടുവന്ന ഭക്ഷണം സന്തോഷത്തോടെ കഴിക്കുകയായിരുന്നു, ജുഹാസ്. ഇതാദ്യമായിട്ടല്ല കർഷകന്റെ കൊച്ചുമോൾ ജുഹാസിനെ കാണാൻ മൈതാനത്തു വന്നതും രുചിയുള്ള ഭക്ഷണം കൊണ്ടുവന്നു കൊടുത്തതും. അവർ ഏതാനും സമയം സംസാരിച്ചിരുന്നു. ഒടുവിൽ മറിക ചോദിച്ചു.

“ജുഹാസ് നിനക്കെന്നോട് അൽപ്പമെങ്കിലും സ്നേഹമുണ്ടല്ലോ അല്ലേ?”

“നിനക്കറിയാമോ, കൊണ്ടസിനെ കഴിഞ്ഞാൽ ഈ ലോകത്ത് എനിക്കേറ്റവും ഇഷ്ടം നിന്നെയാണ്. നിന്നെമാത്രം.”

ആത്മാർത്ഥത തുളുമ്പുന്ന സ്വരത്തിലാണ് ജുഹാസ് പറഞ്ഞത്.

“എനിക്കു നിന്റെ ആ കുഴൽ ഒന്നുതരുമോ, ഞാൻ ചോദിച്ചാൽ?” മറിക ചോദിച്ചു.

ജുഹാസ് ഒരു നിമിഷം ചിന്തയിലാണ്ടു. അവൻ കൈ തന്റെ കീശയിലിട്ടു. കുഴൽ പുറത്തെടുത്തു

“ഈ ലോകത്ത് എന്റേതായി എനിക്കുള്ള ഏകവസ്തു ഇതാണ്. ഇതുമാത്രം. എനിക്കിതിനെ അത്യധികം ഇഷ്ടമാണ്. പക്ഷെ നിനക്കതിനെ ഇഷ്ടമാണെങ്കിൽ, ദാ എടുത്തോളൂ. തരാം.”

അപ്പോൾ മറിക പൊട്ടിക്കരയാൻ തുടങ്ങി. എന്തിനാണ് കരയുന്നതെന്ന് ജുഹാസ് വീണ്ടും വീണ്ടും ചോദിച്ചു. മറുപടി പറയാതെ അവൾ തേങ്ങിക്കരഞ്ഞതേയുള്ളൂ. ഒടുവിലവൾ കണ്ണുകൾ തുടച്ചുകൊണ്ടു പറഞ്ഞു.

“നീ ഏറ്റവുമധികം ഇഷ്ടപ്പെടുന്ന വസ്തുവെ ഞാൻ നിന്നിൽനിന്നും എടുക്കില്ല. ജുഹാസ്, നിന്റെ കുഴൽ നീതന്നെ സൂക്ഷിക്കുക.

നീ എന്താണ് പറയുക എന്നറിയാൻവേണ്ടിമാത്രം ഞാൻ ചോദിച്ചതാണ്. എനിക്കറിയാം, നിന്റെ കുഴലിനു എന്തോ മാന്ത്രികശക്തിയുണ്ട്. എന്നേക്കാൾ നിനക്ക് അതാണ് വേണ്ടത്. ലോകത്ത് മറ്റെന്തിനേക്കാളും നിനക്കിഷ്ടം അതിനോടാണ്."

"ഇതെങ്ങനെ നിനക്കു മനസ്സിലായി?" ജുഹാസ് ചോദിച്ചു

"എന്റെ അച്ഛനും സഹോദരിയും പറയുന്നതു കേട്ടു." മറിക പറഞ്ഞു.

"അവർ പറഞ്ഞത് ശരിയാണ്."

ജുഹാസ് തലയാട്ടി സമ്മതിച്ചു. തുടർന്ന്, ആ പെൺകുട്ടിയോട് താനും തന്റെ സഹോദരനും ചെന്നായയുടെ കാൽപ്പാടുകൾ പിന്തുടർന്നതും കാട്ടിന്നുള്ളിലെ വീട് കണ്ടെത്തിയതും ആ ചമ്മട്ടിക്കും തന്റെ കുഴലിനും മാന്ത്രികശക്തി കൈവരിച്ചതുമായ കഥകൾ വിവരിച്ചുപറഞ്ഞു. അവനതു പറഞ്ഞുതീർന്നപ്പോൾ ഒരു നിമിഷത്തേക്കു മറിക നിശ്ശബ്ദയായി. പിന്നീടവൾ പറഞ്ഞു.

"ജുഹാസ്, ഇനിമേൽ നീ ആടുമേയ്ക്കാൻ പോകേണ്ടതില്ല. ആരെയും വശീകരിക്കാനുള്ള ശക്തി നിന്റെ കുഴലിനുണ്ടല്ലോ. നിന്റെ ഇഷ്ടംപോലെ നീ ആ ശക്തി എന്റെ അച്ഛനോടു കാണിക്കുക. ചെല്ലൂ, എന്റെ അച്ഛന്റെ അടുത്തുചെന്നു എന്നെ വിവാഹം ചെയ്യാനാഗ്രഹിക്കുന്നതായി അറിയിക്കുക."

"അതാണ് നിന്റെ ഇഷ്ടമെങ്കിൽ ഞാൻ ഉടനെ പോകാം." സന്തോഷപൂർവ്വം ജുഹാസ് അറിയിച്ചു. അവൻ ചാടി എഴുന്നേറ്റു. അവരിരുവരും ഒന്നിച്ചാണ് വീട്ടിലേക്കു തിരിച്ചുപോയത്.

എന്നാൽ, അപമാനിതയായ ഡ്രഗ്ഗ ഇതിനകം വീട്ടിലെത്തിക്കഴിഞ്ഞിരുന്നു. കോപംകൊണ്ടു വിറപൂണ്ട അവൾ അച്ഛനോടു പറഞ്ഞു.

"എല്ലാം ഞാൻ അവതാളത്തിലാക്കി. മറികയുടേയും ജുഹാസിന്റേയും കാര്യം എന്തായി എന്നാലോചിക്കുമ്പോൾ പേടിയാകുന്നു."

അവൾ പറഞ്ഞുതീരുംമുമ്പ് മറികയും ജുഹാസും മുറിയിലേക്കു കടന്നുവന്നു. ഇരുവരും കൈകോർത്താണ് വന്നത്.

ജുഹാസ് പറഞ്ഞു: "ഇനിമേൽ ഞാൻ ആടുമേയ്ക്കാൻ പോവില്ല. പ്രഭോ, മറികയും ഞാനും സ്നേഹബദ്ധരാണ്. ഞങ്ങൾക്കു വിവാഹിതരാകണം. അങ്ങ് അവളെ എനിക്കു ദയവായി തരണം. ഇല്ലേ?"

കർഷകൻ ദേഷ്യംകൊണ്ടു ചുവന്നുതുടുത്തു. പക്ഷേ അയാൾ ഉത്തരം പറയുന്നതിനുമുമ്പ് ജുഹാസ് കീശയിൽനിന്ന് കുഴൽ പുറത്തെടുത്തു ഊതാൻ തുടങ്ങി. ആരേയും വശീകരിക്കുന്ന സംഗീതം

പൊഴിച്ചു. കർഷകന്റെ മനസ്സ് ആർദ്രമായി. കണ്ണുകൾ നിറഞ്ഞു തുളുമ്പി. അയാൾ ജുഹാസിന്റെ കൈപിടിച്ചുകൊണ്ടു പറഞ്ഞു.

"തീർച്ചയായും ഞാനെന്റെ മകളെ നിനക്കു തരാം. വിവാഹിതരായി, എന്റെ മക്കളേ, നിങ്ങൾ സുഖമായി ജീവിക്കുക. നിങ്ങൾക്കിപ്പോൾ ഞങ്ങളെ പിരിഞ്ഞുപോകാനാവില്ല. കാരണം, ജുഹാസ് മറികയെ പാണിഗ്രഹണം ചെയ്യാനാശിക്കുന്നതായി പറഞ്ഞു. അവരുടെ വിവാഹത്തിനു ഞാൻ അനുമതി നൽകിക്കഴിഞ്ഞിരിക്കുന്നു."

കർഷകൻ ദയാപുരസ്സരം കൊണ്ടസിനോടു പറഞ്ഞു.

"അങ്ങ് വശീകരിക്കപ്പെട്ടിരിക്കുന്നു." ഡ്രഗ്ഗ ഒച്ചവെച്ചു. പക്ഷേ അതാരും ശ്രദ്ധിച്ചില്ല.

ജുഹാസ് തന്റെ ജ്യേഷ്ഠനോടു പറഞ്ഞു: "മറികയ്ക്കും എനിക്കും വിവാഹിതരാകണം. കാരണം കുട്ടിക്കാലം തൊട്ടേ ഞങ്ങൾ അടുത്ത ചങ്ങാതികളാണ്."

"ശരി. അപ്പോൾ, ഞാൻ ഒറ്റയ്ക്കുപോകാം." ദുഃഖത്തോടെ കൊണ്ടസ് പറഞ്ഞു.

"നിങ്ങളിരുവരും ഇവിടുന്നു കടന്നുപോകൂ." ഡ്രഗ്ഗ അട്ടഹസിച്ചു. കോപംകൊണ്ടു കലിപൂണ്ടു. അവൾ അടുത്തു തന്നെയുണ്ടായിരുന്നു.

"നീയും കടന്നുപോ. ഈ വൃത്തികെട്ട ജിപ്സി ഇടയനെ കെട്ടാനാഗ്രഹിക്കുന്നുണ്ടെങ്കിൽ നിനക്കു കടന്നുപോകാം." തന്റെ സഹോദരിയുടെ നേരെ തിരിഞ്ഞുകൊണ്ടു ഡ്രഗ്ഗ പറഞ്ഞു.

"ഞാൻ അവനെ കല്യാണം കഴിക്കാൻ പോകുന്നു." മറുപടിയായി മറിക പറഞ്ഞു.

"ഞാൻ കല്യാണം കഴിക്കില്ല. ഞാൻ ഒരു പെൺചെന്നായയായാൽപ്പോലും"

പരിഹാസസ്വരത്തിലാണ് ഡ്രഗ്ഗ പറഞ്ഞത്. അതുപറഞ്ഞു തീർന്നില്ല, പുറത്ത് ഒരു ചെന്നായയുടെ നീണ്ട ഓരിയിടൽ കേൾക്കാനായി. സർവ്വരും ഞെട്ടി. അവർ ജനവാതിൽക്കലേക്കു ഉറ്റുനോക്കി. പെട്ടെന്ന് അത് കൂടുതൽ കറുത്തതായി തോന്നി. അത് പെട്ടെന്ന് തുറക്കപ്പെട്ടു. ജനൽപടിയിൽ ഒരു ചെന്നായ! ഭീമാകാരനായ ആ മൃഗം മുറിക്കുള്ളിലേക്കു ചാടിവീണു.

"ഞാൻ ഒരു പെൺചെന്നായയാണ്. സമ്മതമെങ്കിൽ കൊണ്ടസിനെ ഞാൻ കല്യാണം കഴിക്കും."

മനുഷ്യസ്വരത്തിലാണ് ചെന്നായ പറഞ്ഞത്. അത് ആ കാട്ടിലെ മന്ത്രവാദിനിതന്നെയെന്നു കൊണ്ടസിനു മനസ്സിലായി. തന്റെ

ചമ്മട്ടിക്കും ജുഹാസിന്റെ കുഴലിനും മാന്ത്രികശക്തി നൽകിയ മന്ത്രവാദിനിതന്നെ.

"കൊണ്ടസ്, നീയെന്നെ കല്യാണം കഴിക്കില്ലേ?" ആത്മാർത്ഥത തുളുമ്പുന്ന സ്വരത്തിലാണ് പെൺചെന്നായ ചോദിച്ചത്.

ഡ്രഗ്ഗയുടെ ദുഷിച്ച വാക്കുകൾ കേട്ടു കോപം പൂണ്ടിരിക്കുകയായിരുന്നു കൊണ്ടസ്. തന്റെ സഹോദരൻ തന്നോടൊപ്പം വരില്ലെന്നതിൽ അതിദുഃഖിതനുമായിരിക്കുകയായിരുന്നു. കൊണ്ടസ് വിവാഹത്തിനു സമ്മതമാണെന്ന ഭാവത്തിൽ ചെന്നായയോടു തലയാട്ടി.

"തീർച്ചയായും" അവൻ ഉച്ചത്തിൽ സമ്മതമറിയിച്ചു.

പെൺചെന്നായ പിൻകാലുകളിൽ നിവർന്നുനിന്നു. മുൻകൈകൾ അവന്റെ ചുമലുകളിൽ പിടിച്ചുകൊണ്ടു പറഞ്ഞു.

"എങ്കിൽ കൊണ്ടസ്, നീ നിന്റെ വധുവിനെ ചുംബിക്കുക."

ഇടയബാലൻ കിടുകിടെ വിറച്ചു. ഒരു ചെന്നായയുടെ വായിൽ അവൻ ഉമ്മവെക്കുകയോ അവൻ മടിച്ചുനിന്നു.

"നിനക്കു പേടിയാണോ?" ദുഃഖസ്വരത്തിലാണ് പെൺചെന്നായ ചോദിച്ചത്.

അത് അവന്റെ കണ്ണുകളിൽ കേണപേക്ഷിക്കുംവിധം ഉറ്റുനോക്കി. അതിന്റെ കണ്ണുകൾ അതിമനോഹരങ്ങളായിരുന്നു. അവയിൽ പ്രകടിപ്പിക്കാനാവാത്ത ദുഃഖം നിറഞ്ഞിരുന്നു. ആ കണ്ണുകൾ ദുഃഖം കൊണ്ടു നിറഞ്ഞുതുളുമ്പുന്നതായി കൊണ്ടസിന് അനുഭവപ്പെട്ടു. തന്നിലെ പേടിയും ചെറുത്തു നിൽപ്പിനുള്ള ശക്തിയും ഉരുകിയൊലിച്ചു പോകുന്നതായി കൊണ്ടസിനു തോന്നി. പെട്ടെന്ന് അവൻ കുനിഞ്ഞു ആ ചെന്നായയുടെ വായിൽ ചുംബിച്ചു. ഉടനെ ആ ചെന്നായ നന്നായൊന്നു സ്വയംകുടഞ്ഞു. അവളിൽനിന്ന് ചെന്നായയുടെ തോൽ അടർന്നുവീണു. അതിന്റെ സ്ഥാനത്ത് കാട്ടിലെ ആ കുടിലിൽ കണ്ട സുന്ദരിയായ മന്ത്രവാദിനിയുടെ രൂപം പ്രത്യക്ഷമായി. അവൾ കൊണ്ടസിനെ മുറുകെ ആലിംഗനം ചെയ്തു ചുംബിച്ചു.

"എന്നെ രക്ഷിച്ചതിന് നന്ദി. ഞാൻ ഒരു ജിപ്സി റാണിയായിരുന്നു. ഒരു അതിശക്തനായ മന്ത്രവാദിയെ ഞാൻ എതിർക്കുകയുണ്ടായി. അതിന്നുള്ള പ്രതികാരമായി അയാൾ എന്നെ ഒരു പെൺചെന്നായയാക്കി മാറ്റിയതാണ്. തുടർന്ന് എനിക്കു കാട്ടിൽ ഏകാകിയായി സ്വയം ഭക്ഷണം തേടി ജീവിക്കേണ്ടിവന്നു. മറ്റേതു വന്യമൃഗത്തേയുംപോലെ. പക്ഷേ സന്ധ്യകളിൽ എന്റെ പഴയ രൂപം

പ്രാപിക്കാൻ അനുവദിക്കപ്പെട്ടു. അങ്ങനെയാണ് കുടിലയും ക്രൂരയുമായി ഞാൻ ശിക്ഷിക്കപ്പെട്ടത്. ഈ പെൺകുട്ടിയെപ്പോലെത്തന്നെ."

ഡ്രഗ്ഗയുടെ നേരെ വിരൽ ചൂണ്ടിക്കൊണ്ട് അവൾ പറഞ്ഞു.

"ഈ മാന്ത്രികശക്തിയിൽനിന്ന് എനിക്കു മോചനം കിട്ടാൻ ഒരു വഴിയേയുള്ളൂ. പണ്ട് എന്നെപ്പോലെ കുടിലയും ക്രൂരയുമായ ഒരുവളിൽ ഈ മാന്ത്രികശക്തി കൈമാറാനായാൽ മാത്രം."

ജിപ്സിറാണി തിരയുന്നപോലെ വീണ്ടും ഡ്രഗ്ഗയെ നോക്കി. കർഷകന്റെ മകൾ അവിടെ വെളുത്തു മരവിച്ചു വിറകൊള്ളുകയായിരുന്നു.

"എന്റെ സ്ഥാനത്ത് ഇനി നീ പെൺചെന്നായയായി മാറും. ഒരു ചെന്നായയുടെ രൂപത്തിൽ നീ ജീവിക്കും. ഈ മൃഗരൂപത്തിൽ നിന്നെ ചുംബിക്കാൻ ധൈര്യപ്പെടുന്ന ഒരാളെ കണ്ടെത്തുന്നതുവരെ നിനക്ക് ഈ ജീവിതം തുടരേണ്ടതായി വരും." കഠിനസ്വരത്തിൽ റാണി പറഞ്ഞു.

അവൾ കൈ ഉയർത്തി നിലത്തുകിടക്കുന്ന ചെന്നായയുടെ തോലിനുനേരെ വിരൽ ചൂണ്ടി. ആ നിമിഷത്തിൽ ഡ്രഗ്ഗ അപ്രത്യക്ഷയായി. ആ സ്ഥാനത്ത് ഒരു പെൺചെന്നായ പ്രത്യക്ഷപ്പെട്ടു. അവർ വിസ്മയസ്തബ്ധരായി. അവർ സ്വയം വീണ്ടെടുക്കപ്പെടുന്നതിനിടെ ആ മൃഗം അതിദയനീയമായി ഓരിയിട്ടു. ജാലകത്തിലൂടെ പുറത്തേക്കുചാടി. അത് കാഴ്ചയിൽ നിന്നപ്രത്യക്ഷമായി.

ആ പെൺകുട്ടി ആ രണ്ടുസഹോദരന്മാരുടെ നേരെ തിരിഞ്ഞു.

"കൊണ്ടസ്, ജുഹാസ് നിങ്ങൾ എന്നോടൊപ്പം വരിക." സ്നേഹം കലർന്ന സ്വരത്തിൽ പറഞ്ഞു.

"നിങ്ങളെ നിങ്ങളിരിക്കേണ്ട സ്ഥാനത്തേക്കു ഞാൻ നയിക്കും. ജിപ്സികളുടെ ഇടയിലേക്കുതന്നെ. നിങ്ങളുടെ അച്ഛനും അമ്മയും രണ്ടു ജിപ്സിഗോത്രനേതാക്കളുടെ മക്കളായിരുന്നു. നിങ്ങളവരുടെ യഥാർത്ഥ അനന്തരാവകാശികളാണ്. ഇനി നിങ്ങളാണ് ഞങ്ങളുടെ ഗോത്രത്തലവർ."

"മറികയോ?" ജുഹാസ് മൃദുലമായി ചോദിച്ചു.

"അവളെ നീ നിന്റെ ഭാര്യയായി സ്വീകരിക്കുക." ആ പെൺകുട്ടി പറഞ്ഞു.

ചിരിച്ചുകൊണ്ട് ജുഹാസ് മറികയുടെ നേരെ നോക്കി. അവൾ സമ്മതഭാവത്തിൽ തലകുലുക്കി. അവൻ അവളുടെ കൈ പിടിച്ചുകൊണ്ട് ആ മുറി വിട്ടുപോയി. പിന്നാലെ കൊണ്ടസ് തന്റെ സുന്ദരിയായ വധുവുമൊത്ത് നീങ്ങി.

■

യഗ്വാലി

ഒരിക്കൽ ഒരു രാജാവുണ്ടായിരുന്നു. തന്റെ ഏകമകനെ അദ്ദേഹം അത്യധികം സ്നേഹിച്ചു. അതിനാൽ വിവാഹപ്രായമായപ്പോൾ വധുവിനെ തിരഞ്ഞെടുക്കുന്നത് സ്വന്തം മനഃസാക്ഷിയുടെ വിധി അനുസരിച്ചു മാത്രമാകണമെന്ന് അദ്ദേഹം മകനെ ഉപദേശിച്ചു. ചുറ്റുവട്ടത്തുള്ള ഒരു പെൺകുട്ടിയേയും അവനു ബോധിച്ചില്ല. അവരെല്ലാവരുമായും അവൻ കളിതമാശകൾ പറയുകയും നൃത്തംചെയ്യുകയും ചെയ്തെങ്കിലും അവന്റെ ഏറ്റവും പ്രിയപ്പെട്ട വിനോദം വേട്ടയാടലായിരുന്നു.

രാജാവിനു വയസ്സായി. തനിക്കൊരു പേരക്കുട്ടിയുണ്ടാകുന്നതിനു മുമ്പായി താൻ മരിക്കാനിടയുണ്ടെന്ന് അദ്ദേഹം പേടിച്ചു. അതിനാൽ അദ്ദേഹമൊരു സദ്യയൊരുക്കാനും സ്ഥാനമാനങ്ങളൊന്നും നോക്കാതെ തന്റെ രാജ്യത്തിലെ ഏറ്റവും സുന്ദരികളായ എല്ലാ പെൺകുട്ടികളേയും നൃത്തത്തിനു ക്ഷണിക്കാനും തീരുമാനിച്ചു.

തന്റെ മകളെ രാജകുമാരനെക്കൊണ്ടു കല്യാണം കഴിപ്പിക്കണമെന്ന് ഒരു ജെസിബാബയ്ക്ക് ആഗ്രഹമുദിച്ചു. ഒന്നാന്തരം വേഷഭൂഷാദികളണിയിപ്പിച്ച് തന്റെ മാന്ത്രികവിദ്യയാൽ ജെസിബാബ അവളെ ആർക്കും കവച്ചുവെക്കാനാവാത്ത എതിരറ്റ ഒരു സുന്ദരിയാക്കി മാറ്റി.

നൃത്തോത്സവവും സദ്യയും നടക്കുന്ന അന്ന് അതിരാവിലെ രാജകുമാരൻ വേട്ടയാടാൻ പോയി. ഏകനായിട്ടാണ് പോയത്. എത്തിച്ചേർന്നത് ഒരു കിണറ്റിന്റെ വക്കത്ത്. രാജകുമാരൻ അൽപ്പം വെള്ളം കുടിക്കാനായി കുതിരപ്പുറത്തുനിന്നിറങ്ങി. പെട്ടെന്ന് മരങ്ങൾക്കിടയിൽ കണ്ട ഒരു വെളിമ്പ്രദേശത്ത് ക്യാൻവാസ് കൊണ്ടുമൂടിയ ഏതാനും വണ്ടികൾ കണ്ടു. ജിപ്സികളുടെ ക്യാമ്പായിരുന്നു അത്.

അപ്പോൾ ഒരു ജിപ്സിപ്പെൺകുട്ടി കയ്യിൽ ഒരു ജഗ്ഗുമായി വണ്ടിയിൽനിന്ന് ഇറങ്ങിവരാനിടയായി. അവൾ നേരെ നടന്നുവന്നത് കിണറിനടുത്തേക്കാണ്. രാജകുമാരൻ ഒരു മരത്തിനുപിന്നിൽ മറഞ്ഞുനിന്നു, തന്നെ കാണാതിരിക്കത്തക്കവിധത്തിൽ. അവൾ തൊട്ടടുത്തെത്തിയപ്പോൾ രാജകുമാരൻ ഒളിസ്ഥലത്തുനിന്നു പുറത്തുവന്നു അവളെ അഭിവാദ്യം ചെയ്തു. അവൾ അതിസുന്ദരിയായി രാജകുമാരനു തോന്നി.

"നിങ്ങളുടെ പേരെന്താണ്?" അവൻ ചോദിച്ചു

"യഗ്‌വാലി." അവൾ മന്ത്രിച്ചു.

"യഗ്‌വാലി?" രാജകുമാരൻ പേർ ആവർത്തിച്ചു പറഞ്ഞു. ഒരു വിചിത്ര പേരായി അവനു തോന്നി.

"അതിന്റെ അർത്ഥം?"

"നിങ്ങളുടെ ഭാഷയിൽ പറഞ്ഞാൽ, അത്യാകർഷക."

"നിന്റെ പേർ നിനക്കു ചേരുന്നതുതന്നെ." രാജകുമാരൻ ചിരിച്ചുകൊണ്ടു പറഞ്ഞു.

"യഗ്‌വാലി, നിനക്കു നൃത്തം ചെയ്യാനിഷ്ടമാണോ?"

"വളരെ ഇഷ്ടമാണ്. എങ്കിലിന്നു വൈകീട്ട് രാജകൊട്ടാരത്തിലേക്കു വരണം. ഇന്നവിടെ നൃത്തോത്സവമാണ്. നമുക്കൊന്നിച്ചു നൃത്തംവെയ്ക്കണം." രാജകുമാരൻ പറഞ്ഞു.

പക്ഷേ അവൾ തലയാട്ടുക മാത്രം ചെയ്തു.

"നൃത്തോത്സവത്തിന് ഈ പഴയ ഉടുപ്പണിഞ്ഞു ഞാനെങ്ങിനെവരും? എനിക്കു വേറെ വസ്ത്രങ്ങളില്ല."

"ഞാൻ നിനക്കു ക്ഷണപ്പത്രവും നൃത്തത്തിനുള്ള വസ്ത്രങ്ങളും കൊടുത്തയയ്ക്കാം." രാജകുമാരൻ ഏറ്റു.

"പക്ഷേ വേണ്ട. എനിക്കതിനു കഴിവില്ല." നെടുവീർപ്പോടെ ആ പെൺകുട്ടി പറഞ്ഞു.

"എന്തുകൊണ്ടില്ല?" അക്ഷമനായി രാജകുമാരൻ ചോദിച്ചു.

"എനിക്കു മൂത്ത രണ്ടു സഹോദരികളുണ്ട്. അവരെ വീട്ടിൽ തനിച്ചാക്കി എനിക്കു വരാൻ വയ്യ. നൃത്തം ചെയ്യാൻ വരാൻ പറ്റില്ല. അവരുടെ കാര്യമെനിക്ക് നോക്കേണ്ടതുണ്ട്."

"നിന്റെ ചേച്ചിമാരും സുന്ദരികളാണോ?" രാജകുമാരൻ ചോദിച്ചു. "അവർക്കു വയസ്സെത്രയായി? അവരുടെ പേരെന്താണ്?"

"ഏറ്റവും മൂത്തചേച്ചി മേദിനി. പതിനെട്ടായി. ദമയന്തിക്കു വയസ്സ് പതിനാറ്. അവരിരുവരും എന്നേക്കാൾ സുന്ദരികളാണ്." യഗ്വാലി പറഞ്ഞു.

"ഞാനതു വിശ്വസിക്കുന്നില്ല. നിന്നോളം സൗന്ദര്യം ഭൂമിയിൽ മറ്റാർക്കുമില്ല. നിനക്കു ഞാൻ മൂന്നുക്ഷണപ്പത്രങ്ങളും നൃത്തക്കാരികൾക്കുള്ള മൂന്നുവസ്ത്രങ്ങളും കൊടുത്തയയ്ക്കും. നിന്റെ സഹോദരിമാരൊത്തു നീ വരില്ലേ?" രാജകുമാരൻ ചോദിച്ചു.

താൻ തീർച്ചയായും വരുമെന്ന് യഗ്വാലി വാക്കുകൊടുത്തു.

കൊട്ടാരത്തിൽ തിരിച്ചെത്തിയ ഉടനെ അയാൾ തന്റെ ഭൃത്യരോടു മൂന്ന് അതിവിശിഷ്ടമായ നൃത്തവസ്ത്രങ്ങളും മൂന്നു ക്ഷണപ്പത്രങ്ങളുമായി ജിപ്സിക്യാമ്പിലേക്കു ചെല്ലാൻ കല്പിച്ചു. വൈകുന്നേരമാകാൻ രാജകുമാരൻ അക്ഷമനായി കാത്തിരുന്നു. നൃത്തോത്സവം തുടങ്ങി. പക്ഷേ ജിപ്സികൾ വരുന്ന ലക്ഷണമൊന്നും കണ്ടില്ല. രാജകുമാരൻ നൃത്തത്തിൽ പങ്കെടുത്തില്ല. പകരം പടിവാതിൽക്കലേക്കു കണ്ണുംനട്ടുകൊണ്ടു ഇരുപ്പായി.

രാജാവ് തന്റെ മകനോടു മന്ത്രിച്ചു: "അവിടെ നൃത്തം നടക്കുന്നിടത്തേക്ക് നോക്ക്. കൂട്ടത്തിൽ ഏറ്റവും വലിയ സുന്ദരി അവൾ തന്നെ."

രാജാവ് ജെസിബാബയുടെ മകളെ ചൂണ്ടിക്കാട്ടിയാണ് പറഞ്ഞത്. അത്യാകർഷകമായ വെള്ളിവസ്ത്രങ്ങൾ ധരിച്ച അവൾ നൃത്തം ചെയ്തു നടന്നുനീങ്ങുകയായിരുന്നു. അതേ നിമിഷത്തിൽത്തന്നെയാണ് അതിസുന്ദരികളായ മൂന്നു ജിപ്സിപെൺകുട്ടികൾ വാതിൽ തുറന്നു അകത്തുവരാനിടയായതും. മൂത്തവൾ ധരിച്ചത് പാടലവർണ്ണത്തിലുള്ള വസ്ത്രങ്ങളായിരുന്നു. നടുക്കുള്ളവൾ ധരിച്ചത് അതിമനോഹരമായ ഇളംനീലവസ്ത്രങ്ങൾ. രാജകുമാരന് ഏറ്റവും മനോഹരമായി തോന്നിയത് യഗ്വാലി ധരിച്ച തൂവെള്ളവസ്ത്രങ്ങൾ. അവൻ അവൾക്കുനേരെ പാഞ്ഞുചെന്നു. അന്നു വളരെ വൈകിയിട്ടും രാജകുമാരൻ അവളെ വിട്ടകന്നില്ല. രാത്രി മുഴുവൻ അവളോടൊപ്പം കഴിച്ചുകൂട്ടി. രാവിലെ അവളെയും കൂട്ടി രാജാവിന്റെ അടുത്തു ചെന്നു.

അവൻ പറഞ്ഞു. "ഇവളാണെന്റെ വധു."

മകന്റെ തിരഞ്ഞെടുപ്പിനെ രാജാവ് എതിർത്തില്ല. കഴിയുന്നത്ര വേഗം കല്യാണം നടക്കണമെന്ന കാര്യത്തിലേ രാജാവിനു നിർബന്ധമുള്ളൂ.

ജെസിബാബയുടെ മകൾ വീട്ടിലേക്കുതിരിച്ചുപോയത് അതിക്രുദ്ധയായിട്ടാണ്. താൻ കണ്ട മൂന്ന് അതിസുന്ദരികളായ പെൺകുട്ടികളെപ്പറ്റി അവൾ അമ്മയോടു പറഞ്ഞു. അവരേക്കാൾ, പ്രത്യേകിച്ചു

രാജകുമാരൻ വിവാഹം ചെയ്യാൻ തീരുമാനിച്ച യഗ്വാലിയേക്കാൾ വലിയൊരു സുന്ദരിയായി തന്നെ മാറ്റാത്തതിന് അവൾ അമ്മയോടു തട്ടിക്കയറി.

"അൽപ്പം കാക്കുക. ഞാനവളെ ശരിപ്പെടുത്താൻ പോകുന്നു." ജെസിബാബ മകളെ ആശ്വസിപ്പിച്ചു.

രാജകുമാരന്റെ വിവാഹദിനം. നാനാഭാഗത്തുനിന്നും ആൾക്കൂട്ടങ്ങൾ തങ്ങളുടെ റാണിയെ കാണാനും അഭിവാദ്യങ്ങളർപ്പിക്കാനും എത്തിക്കൊണ്ടിരുന്നു. വധുവിനു വിവാഹസമ്മാനങ്ങളുമായാണ് അവരെത്തിയത്. അവരിലൊരാൾ ജെസിബാബയായിരുന്നു. ദരിദ്രയായ ഒരു വൃദ്ധയുടെ വേഷത്തിൽ. അവൾ യഗ്വാലിക്കു കൊണ്ടുവന്നത് ഒരു റോസാപ്പൂവാണ്. ദിവ്യസുഗന്ധം ചൊരിയുന്ന അതിസുന്ദരമായ ആ പൂ കണ്ടപ്പോൾ രാജകുമാരി വിസ്മയപ്പെട്ടു. അവൾ ആഹ്ലാദം പ്രകടിപ്പിച്ചു. തന്റെ വിവാഹവസ്ത്രത്തിൽ മാറിടത്തിലായി അവൾ ആ പൂ കുത്തിവെച്ചു.

പള്ളിയിലെ ചടങ്ങുകൾ കഴിഞ്ഞു. രാജകുമാരൻ തന്റെ നവവധുവിനെ ആലിംഗനം ചെയ്തപ്പോൾ യഗ്വാലിയുടെ മാറിലണിഞ്ഞ റോസാപ്പൂവൊന്നിച്ചുണ്ടായിരുന്ന മുള്ള് താഴ്ന്ന് ഹൃദയത്തിൽ തറച്ചു. അതോടെ നവവധു ജീവനറ്റു നിലംപതിച്ചു. പുനർജീവിപ്പിക്കാൻ അവർ ആവതും ശ്രമിച്ചു. എല്ലാം നിഷ്ഫലം. രാജകുമാരൻ അവളെ പല ഓമനപ്പേരുകളും വിളിച്ച് ഉണർത്താൻ ശ്രമിച്ചു. ഒരുനിമിഷത്തിനുള്ളിൽ അത്യാഹ്ലാദം തുടിച്ചുനിന്ന അവിടം ശ്മശാനമൂകമായി.

യഗ്വാലിയെ ശവപ്പുരയിൽ കിടത്താൻ രാജകുമാരൻ സമ്മതിച്ചില്ല. രാജകൊട്ടാരത്തിൽ വധുവിന് ഒരുക്കിവെച്ച മുറിയിലേക്കുതന്നെ കൊണ്ടുപോകണമെന്നു നിർബന്ധംപിടിച്ചു. അവൻ വാതിലടച്ചു തനിച്ചിരുന്നു. ആരെയും അകത്തു കയറ്റിയില്ല. ഭാര്യയുടെ മൃതദേഹത്തോടൊപ്പം മൂന്നു രാത്രിയും മൂന്നുപകലും കഴിച്ചുകൂട്ടി. ഒടുവിൽ രാജകുമാരൻ പുറത്തുവന്നപ്പോൾ ഒരു പടുകിഴവനായപോലെ കാണപ്പെട്ടു. മുടി നരച്ചു വെളുത്തു. മുഖത്ത് ദുഃഖം തളംകെട്ടി. മാത്രമല്ല വല്ലാതെ ചുക്കിച്ചുളിയുകയും ചെയ്തു. മരിച്ചവളുടെ പേരിൽ മനോഹരമായ ഒരു പള്ളി പടുത്തുയർത്തണമെന്നു രാജകുമാരൻ ആജ്ഞാപിച്ചു. അവിടെ ഒരു വണ്ടിയുടെ ആകൃതിയിൽ ഒരു അറ നിർമ്മിക്കാനും നിർദ്ദേശം നൽകി. ജീവനോടെ വിവാഹവസ്ത്രങ്ങൾ അണിഞ്ഞിരിക്കുന്നപോലെ യഗ്വാലിയെ അതിൽ കിടത്തി. കണ്ടാൽ മരിച്ചതായി ഒട്ടും തോന്നിയില്ല. സുഖനിദ്രയിലാണ്ടിരിക്കുന്നതായേ ആർക്കും തോന്നൂ.

നിത്യേന രാജകുമാരൻ പള്ളിയിൽപോയി തന്റെ ഭാര്യയെ കാണും. ആ വാഹനത്തിനടുത്തു മണിക്കൂറുകളോളം ഇരുന്നു കരയും. കണ്ണുനീർ ചൊരിയും. യഗ്‌വാലിയുടെ സഹോദരിമാരും അത്യധികം ദുഃഖിച്ചു. ക്യാമ്പ് പിരിച്ചുവിടാനായപ്പോൾ യഗ്‌വാലിയുടെ സഹോദരിമാർ രാജകുമാരനെ സന്ദർശിച്ചു. തങ്ങളുടെ സഹോദരിയെ അവസാനമായി ഒന്നു കാണാൻ അനുവദിക്കണമെന്ന് അഭ്യർത്ഥിച്ചു. രാജകുമാരൻ അനുമതിനൽകി.

പള്ളിയിലേക്കു പോകുന്ന വഴിക്കു ജിപ്സിസഹോദരിമാർ ജെസിബാബയെ കണ്ടുമുട്ടാനിടയായി.

"സുന്ദരിമണികളെ, നിങ്ങളെങ്ങോട്ടേക്കാ?" ജെസിബാബ ചോദിച്ചു.

"ഞങ്ങൾ ഞങ്ങളുടെ സഹോദരിയോടു വിട പറയാൻ പോകുകയാണ്. അവൾ രാജാവിനെയാണ് കല്യാണം കഴിച്ചത്." മൂത്ത സഹോദരി മേദിനി മറുപടി പറഞ്ഞു.

ദുഃഖസ്വരത്തിൽ ദമയന്തി മറുപടി പറഞ്ഞു. "പക്ഷേ വിവാഹ ദിവസംതന്നെ അവൾ പെട്ടെന്നു മരിക്കാനിടയായി. ഞങ്ങൾ ഇവിടം വിട്ടു പോകുന്നു. ഇനിയൊരിക്കലും യഗ്‌വാലിയനുജത്തിയെ കാണാൻ ഞങ്ങൾക്കാകില്ലല്ലോ."

"നിങ്ങളെന്താ ഞങ്ങളുടെ ഭാഗത്തുനിന്നു ഭർത്താക്കന്മാരെ കണ്ടെത്താൻ ശ്രമിക്കാത്തത്? അപ്പോൾ നിങ്ങൾക്കു സഹോദരിയെ വിട്ടുപോകേണ്ടി വരില്ല. കൂടെക്കൂടെ അവളെ വന്നുകാണാനും പറ്റില്ലേ?" ജെസിബാബ ചോദിച്ചു.

"ഞങ്ങൾ ദരിദ്രരായ ജിപ്സികളാണ്. ഞങ്ങളെ ആരു കല്യാണം കഴിക്കാൻ?" നെടുവീർപ്പോടെയാണ് മേദിനി പറഞ്ഞത്.

"ഞാൻ നിങ്ങൾക്കു ഭർത്താക്കന്മാരെ കണ്ടെത്താം. അവർ പ്രതാപശാലികളായ പ്രഭുക്കളാണ്. മൂത്ത ആൾക്ക് ആറു രാജ്യങ്ങളുണ്ട്. ഇളയവനു മൂന്നും. അവർ വധുക്കളെ തേടി നടക്കുകയാണ്. അവർ ഇഷ്ടപ്പെടുന്നത് പാവങ്ങളിൽ നിന്നുള്ളവരെയാണ്. പക്ഷേ വധുക്കൾ പരമസുന്ദരികളായിരിക്കണമെന്ന് നിർബന്ധമുണ്ട്. നിങ്ങളാണെങ്കിൽ അതിസുന്ദരികളുമാണ്. അവരെ കെട്ടാൻ നിങ്ങൾക്കിഷ്ടമാണോ?" ജെസിബാബ പറഞ്ഞു.

"ഞാൻ തയ്യാറാണ്." മേദിനി പെട്ടെന്ന് മറുപടി നൽകി

"എനിക്കും സമ്മതമാണ്." ദമയന്തിയും അത്യുത്സാഹത്തോടെ പറഞ്ഞു.

“എങ്കിൽ എന്റെ കൂടെ വരൂ. ഞാൻ നിങ്ങളെ വരന്മാരുടെ അടുത്തെത്തിക്കാം.” ജെസിബാബ പറഞ്ഞു. ജിപ്സിപെൺകുട്ടികൾ സമ്മതിച്ചു. അവർ അവളൊത്തുപോയി.

ജെസിബാബ അവരെ കൂട്ടിക്കൊണ്ടുപോയത് തന്റെ സ്വന്തം മക്കളുടെ അടുത്തേക്കാണ്. ബീഭത്സരൂപികളായ രണ്ടു രാക്ഷസന്മാരായിരുന്നു അവർ. മൂത്തവന് ആറു തലകളുണ്ട്. ഇളയവനു മൂന്നു തലകളും. അവർ പാതാളത്തിലാണ് താമസിച്ചിരുന്നത്. മൂത്തവൻ ഭരിച്ച ആറു രാജ്യങ്ങൾ അവിടെയാണ്. മൂന്നുതലകളോടു കൂടിയവന്റെ രാജ്യങ്ങളും അവിടെത്തന്നെ. ആറുതലകളോടുകൂടിയവൻ മേദിനിയെ കല്യാണം കഴിച്ചു. മൂന്നു തലകളോടു കൂടിയവൻ ദമയന്തിയേയും. അതോടെ ആ രണ്ടു ജിപ്സിപ്പെൺകുട്ടികൾ ഭൂമുഖത്തുനിന്നു അപ്രത്യക്ഷമായി. തങ്ങളുടെ കേമ്പുകളിലേക്ക് അവർ തിരിച്ചുവരാതായതിനാൽ മറ്റുള്ളവർ കരുതിയത് അവർ തങ്ങളെ വിട്ടുപോയെന്നാണ്. അതിനാൽ അവരെ കൂടാതെ യാത്ര തുടർന്നു.

താനൊരിക്കലും ഇനി വിവാഹം ചെയ്യുകയില്ലെന്നു രാജകുമാരൻ വിളംബരം ചെയ്തു. തന്റെ ഭാര്യയെ കിടത്തിയിട്ടുള്ള പള്ളിയിലേക്കു നിത്യേന രാജകുമാരൻ പോകും. നിത്യനിദ്രയിലാണ്ട അവളുടെ സൗന്ദര്യത്തിന് ഒട്ടും വാട്ടം തട്ടിയില്ല.

ഒരു ദിവസം പള്ളിയിലേക്കു രാജകുമാരൻ പ്രവേശിക്കുകയായിരുന്നു. പെട്ടെന്ന് ഒരു കൊച്ചുകുട്ടിയുടെ കരച്ചിൽ അകത്തുനിന്നും കേട്ടു. അത്ഭുതത്തോടെ രാജകുമാരൻ ചുറ്റും കണ്ണോടിച്ചു. പക്ഷേ ആരെയും കണ്ടില്ല. പെട്ടെന്നാണ് അവിടെ നിലത്ത് എന്തോ ഒന്ന് വെട്ടിത്തിളങ്ങുന്നത് കണ്ടത്. അയാൾ കുനിഞ്ഞു നോക്കിയപ്പോൾ ഒരു സ്വർണ്ണ ആപ്പിൾ! അതെങ്ങനെ അവിടെ വന്നു. അപ്പോൾ വീണ്ടും ആ കുട്ടിയുടെ കരച്ചിലുയർന്നു. അയാൾ തന്റെ വധുവിനെ കിടത്തിയ തൽപ്പത്തിനു താഴെനോക്കി. അവിടെ നിലത്തു ഒരു നഗ്നനായ ശിശു കിടക്കുന്നതു കണ്ടു. സ്വർണ്ണച്ചുരുൾമുടികളോടു കൂടിയ ഒരു സുന്ദരശിശു. ആ ശിശു അപ്പോഴും കരഞ്ഞുകൊണ്ടിരിക്കുകയായിരുന്നു. പക്ഷേ രാജകുമാരൻ ആ കുഞ്ഞിനെ കയ്യിലെടുത്തപ്പോൾ അത് ആപ്പിളിനുനേരെ കൈനീട്ടി. അപ്പോൾ രാജകുമാരൻ ആപ്പിൾ അതിന്റെ കയ്യിൽ കൊടുത്തു. അതോടെ കരച്ചിലും നിന്നു. രാജകുമാരൻ ആ കുഞ്ഞിനെ കൊട്ടാരത്തിലേക്കു കൊണ്ടുപോയി. ആ ശിശുവിനെ പരിചരിക്കാൻ പന്ത്രണ്ടു പരിചാരികമാരെയാണ് നിശ്ചയിച്ചത്. തങ്ങളുടെ കണ്ണിലെ കൃഷ്ണമണിപോലെ കുഞ്ഞിനെ കാത്തുസൂക്ഷിക്കണമെന്നു പ്രത്യേകം ശട്ടംകെട്ടി. പക്ഷേ

ആരോടും ആ കുഞ്ഞിനെ എവിടെനിന്നു കിട്ടിയെന്നു പറഞ്ഞില്ല. ആ രഹസ്യം ആരോടെങ്കിലും പറയാനയാൾ പേടിച്ചു.

കുഞ്ഞ് വളർന്നു വലുതായി. വളരുന്തോറും ആ കുട്ടി രാജകുമാരന്റെ തനിസ്വരൂപമായി വന്നു. ഒരു കൊല്ലമായില്ല, അവൻ കുതിച്ചു പാഞ്ഞുതുടങ്ങി. വളരെ വേഗം സംസാരിക്കാനും തുടങ്ങി. അവൻ ഉല്ലാസവാനും അതിസമർത്ഥനുമായിരുന്നു. സർവ്വർക്കും അവൻ പ്രിയങ്കരനായി വളർന്നു. തനിക്കേറ്റവും ഇഷ്ടപ്പെട്ട ആ സ്വർണ്ണ ആപ്പിളുമായി അവൻ കളിച്ചുകൊണ്ടിരിക്കുമ്പോൾ രാജകുമാരൻ ആ കുഞ്ഞിനെ നെറ്റി ചുളിച്ചുകൊണ്ടു സൂക്ഷിച്ചുനോക്കി.

അവർ ആ കുഞ്ഞിനെ വിളിച്ചത് യോക്കോ എന്നാണ്. അവന് അഞ്ചു വയസ്സായപ്പോൾ അവന്റെ പിറന്നാളിന് ഒരു കുതിരക്കുട്ടിയെയാണ് സമ്മാനിച്ചത്. കുതിരസവാരി ചെയ്യാൻ യോക്കോ വളരെ വേഗം പഠിച്ചു. രാജകുമാരൻ പുറത്തുപോവുമ്പോഴെല്ലാം യോക്കോവിനെ കൂടെക്കൂട്ടുമായിരുന്നു. തന്റെ മരിച്ച ഭാര്യ യഗ്‌വാലിയെ സന്ദർശിക്കാൻ പോകുമ്പോഴും യോക്കോ രാജകുമാരനെ അനുഗമിച്ചു.

ഒരു ദിവസം രാജകുമാരനും യോക്കോവും ഒരു സവാരി കഴിഞ്ഞു മടങ്ങുമ്പോൾ വൃദ്ധനായ രാജാവിനെ കാണുകയുണ്ടായി. അദ്ദേഹം ക്ഷോഭാകുലനായി തന്റെ മകനോടു പറഞ്ഞു.

"ഈ വിദേശിക്കുട്ടിയുമായി ഏതു സമയവും കഴിച്ചുകൂട്ടുന്നത് എനിക്ക് ഇഷ്ടപ്പെടുന്നില്ല. എന്തുകൊണ്ടു നീ വീണ്ടും വിവാഹം ചെയ്തു സ്വന്തം കുഞ്ഞിനെ കാണാൻ ശ്രമിക്കുന്നില്ല?"

യോക്കോ തന്റെ സ്വന്തം മകനാണെന്ന ഉറച്ചവിശ്വാസത്തിലാണ് രാജകുമാരൻ. പക്ഷേ ഈ സത്യം രാജാവിനു വിവരിച്ചുകൊടുക്കാൻ രാജകുമാരനു പറ്റിയില്ല. അതിനാൽ അവൻ നിശ്ശബ്ദത പാലിച്ചു. എന്തായാലും യോക്കോവിന് ഒരു കുലുക്കവുമില്ല.

അവൻ രാജാവിനോടു പറഞ്ഞു. "ഞാൻ അദ്ദേഹത്തിന്റെ മകനാണ്. അങ്ങെന്റെ മുത്തച്ഛനാണ് പ്രഭോ."

രാജാവിന്റെ കോപം ആളിപ്പടർന്നു."എടാ നീ എന്റെ മുമ്പിൽ നിന്നു കടന്നുപോ. ഇനി നിന്നെ ഇവിടെ കണ്ടുപോകരുത്." രാജാവ് അട്ടഹസിച്ചു.

"അച്ഛാ, അല്ലെങ്കിൽ അവൻ എവിടെപ്പോകാനാണച്ഛാ? അവൻ വളരെ ചെറിയ കുട്ടി. ലോകത്തിൽ അവന് ആരുമില്ലതാനും." മനസ്സിടിഞ്ഞു രാജകുമാരൻ പറഞ്ഞു.

"ഞാൻ ആവശ്യത്തിനു വലുതാണ്. ലോകത്ത് എവിടെപ്പോകാനും എന്റെ അമ്മയെ പുനരുജ്ജീവിപ്പിക്കാനാവശ്യമായ മരുന്നു

കണ്ടുപിടിച്ചു കൊണ്ടുവരാനും എനിക്കു കഴിവുണ്ട്. അച്ഛാ, എനിക്കു വിടതരൂ." ശാന്തസ്വരത്തിൽ യോക്കോ പറഞ്ഞു.

അവൻ തന്റെ കുതിരപ്പുറത്തു ചാടിക്കയറി അതിവേഗത്തിൽ സവാരി ചെയ്തുപോയി. രാജകുമാരന് അവന്റെ പിന്നാലെ പോകണമെന്നുണ്ടായിരുന്നു. പക്ഷേ രാജാവ് പിടിച്ചുനിർത്തി.

"അവനെ വിട്ടേക്കൂ. അവൻ ഒരു പെരുംനുണയനാണ്. അല്ലെങ്കിൽ കളിമൺതലയൻ. നീയെങ്ങനെയാണ് അവന്റെ അച്ഛനാവുക? അവൻ എല്ലായ്പ്പോഴും പറഞ്ഞുകൊണ്ടിരിക്കുന്ന ആ അമ്മ ഏതാണ്?" രാജാവ് പറഞ്ഞു.

വീണ്ടും രാജാവിനെ പറഞ്ഞു ബോധിപ്പിക്കുവാനുള്ള ഒരുവഴി രാജകുമാരനു കണ്ടെത്താനായില്ല. അതിനാൽ രാജകുമാരൻ എന്തോ പിച്ചുംപേയും പറഞ്ഞു നിന്നു. പിതാവിനെ എതിർക്കാൻ ധൈര്യപ്പെട്ടില്ല. ചിലപ്പോൾ അയാൾ ചിന്തിച്ചിരിക്കും, വൈകാതെ യോക്കോ തിരിച്ചുവരുമെന്ന്. പക്ഷേ അവൻ തിരിച്ചുവന്നില്ല. അവൻ തന്റെ കുതിരപ്പുറത്ത് വിശാലമായ ലോകത്തിലേക്ക് ഉത്സാഹപൂർവ്വം സവാരി ചെയ്തുപോയി.

യോക്കോ ഒരു കരുവാന്റെ ആലയിലേക്കാണ് പോയത്. അവിടെ ഒരു ജിപ്സി ജോലിചെയ്തിരുന്നു. അവൻ കുതിരപ്പുറത്തുനിന്നിറങ്ങി. അടകല്ലിലെ ചുട്ടുപഴുത്ത ലോഹത്തിൽ ചുറ്റിക ആഞ്ഞടിക്കുമ്പോൾ ചിതറുന്ന തീപ്പൊരികൾ ശ്രദ്ധിച്ചുകൊണ്ടു യോക്കോ അൽപ്പനേരം നിന്നു. പിന്നീടവൻ കരുവാനോടു ചോദിച്ചു. "ആ ചുറ്റിക ഒന്നെനിക്കു തരാമോ?"

"എന്തിന്? മോനേ നിനക്കിത് ഒന്നു പൊന്തിക്കാൻപോലും പറ്റില്ലല്ലോ?"

"ഒന്നുതരൂ. ഞാൻ കാണിച്ചുതരാം." യോക്കോ വിട്ടില്ല.

ആ ജിപ്സി ചിരിച്ചുകൊണ്ട് ആ കൂറ്റൻ ചുറ്റിക അവനുനേരെ നീട്ടി. കരുവാനെ വിസ്മയസ്തബ്ധനാക്കിക്കൊണ്ട് യോക്കോ അനായാസേന ആ ചുറ്റിക കയ്യിലെടുക്കുക മാത്രമല്ല ആഞ്ഞുയർത്തുകയും ചെയ്തു. മാത്രമോ, രണ്ടുമൂന്നു തവണ ചുഴറ്റിക്കൊണ്ട് ആ ഭീമൻചുറ്റികയെ ആകാശത്തിലേക്കെറിയുകയും ചെയ്തു. അത്യധികം ഉയരത്തിലേക്കുനീങ്ങിയ ആ ചുറ്റിക വളരെ വൈകിയാണ് താഴെ നിലത്തു വീണത്. വീണപ്പോഴാകട്ടെ അത് മണ്ണിലേക്കു പൂണ്ടുപോയി. വലിയൊരു കുഴി സൃഷ്ടിക്കപ്പെട്ടു. അതിന്റെ അടിത്തട്ട് കാണാൻ സാധിച്ചില്ല.

"വഴി കണ്ടെത്താൻ എന്നെ സഹായിച്ചതിനു വളരെ നന്ദി." യോക്കോ ആ കരുവാനോടു നന്ദി പറഞ്ഞു.

ഇടിവെട്ടേറ്റവനെപ്പോലെയായ കരുവാൻ സ്വബോധം വീണ്ടെടുക്കുവാൻ അൽപ്പം സമയമെടുത്തു. അതിനിടയിൽ ആ കുട്ടി ആ കുഴിയിലേക്കു ഒരൊറ്റ ചാട്ടം. അവൻ അപ്രത്യക്ഷനായി. ആ കുഴി പെട്ടെന്നു സ്വയം നികത്തപ്പെടുകയും ചെയ്തു. ഒരു നിമിഷം കഴിഞ്ഞപ്പോൾ അവിടെ ഒരു ബാലൻ വന്നതിന്റേയോ ആ കൂറ്റൻ ചുറ്റികയുടേയോ അവിടെ സൃഷ്ടിക്കപ്പെട്ട കുഴിയുടേയോ ഒരടയാളം പോലും അവശേഷിച്ചില്ല. ജിപ്സി വിസ്മയത്തോടെ തലയാട്ടിക്കൊണ്ടിരുന്നു. ഒരുപിടിയും കിട്ടാത്ത ഒരു രഹസ്യം. സ്വബോധം തിരിച്ചുകിട്ടിയപ്പോൾ അയാൾക്കു കനത്തദുഃഖം തോന്നിയത് തന്റെ ചുറ്റിക നഷ്ടപ്പെട്ടതിനാലാണ്. ആ ബാലന്റെ കുതിരക്കുട്ടിയെ അയാൾ തിരിച്ചറിഞ്ഞു. യാതൊന്നും സംഭവിച്ചിട്ടില്ലാത്ത ഭാവത്തിൽ അത് പുല്ല് മേഞ്ഞുകൊണ്ടിരുന്നു. പെട്ടെന്ന് ജിപ്സിയുടെ കോപം തണുത്തു. അൽപ്പം ഉയരം കുറവാണെങ്കിലും അതൊരു നല്ല കുതിരയാണ്. അതിനെ വിറ്റാൽ ഒരുചുറ്റിക വാങ്ങാനുള്ള കാശെല്ലാം കിട്ടും.

അതിനിടയ്ക്കു യോക്കോ ഭൂമിക്കടിയിലേക്കു താണുതാണു പൊയ്ക്കൊണ്ടിരുന്നു. അതിവേഗത്തിലൊന്നുമല്ല താണിരുന്നത്. കാരണം തുരങ്കത്തിലൂടെ താണുതാണു പോകുമ്പോൾ ഇരുകൈകളാലും തുരങ്കത്തിന്റെ ചുമരിൽ പിടിച്ചിട്ടാണ് യോക്കോ പോകുന്നത്. അവിടെ കാണാനൊന്നും തന്നെയില്ല. വെറും തരിശുപാറകൾ മാത്രം എങ്ങും. ഒരു പുൽക്കൊടിയോ പൂക്കളോ ഒന്നും അവിടെ വളർന്നില്ല. തലയ്ക്കുമുകളിലോ ആകാശത്തിനു പകരം കറുത്ത ഉത്തരം മാത്രം. മണ്ണിനാൽ സൃഷ്ടിക്കപ്പെട്ടത്.

യോക്കോവിന്റെ കാൽക്കീഴിൽ ആ ചുറ്റിക വഴിവെട്ടിക്കൊണ്ട് താണുകൊണ്ടിരുന്നു. പാതാളത്തിലേക്കുള്ള വഴി സൃഷ്ടിച്ചുകൊണ്ട് അതു മുന്നേറി. ആ കുട്ടി ചുറ്റിക കയ്യിലെടുത്തു. മുമ്പിൽ കണ്ട കല്ലുകൾ നിറഞ്ഞ പാതയിലൂടെ അൽപ്പദൂരം നടന്നപ്പോൾ അവൻ എത്തിച്ചേർന്നത് ഒരു വലിയ ചാരനിറത്തിലുള്ള വീട്ടിലാണ്. അടുത്തു ചെന്നപ്പോഴാണ് ജനവാതിലുകളില്ലാത്ത ഒരു വീടാണതെന്ന് മനസ്സിലായത്. അതിന്റെ ചുമരുകൾ ഈയംകൊണ്ടുള്ളതാണ്. അവൻ വീടിന്റെ വാതിൽക്കൽചെന്നു ചുറ്റികകൊണ്ടു വാതിലിൽമുട്ടി. വാതിൽ തുറന്നത് മഞ്ഞനിറത്തിലുള്ള ത്വക്കോടുകൂടിയ ഒരു യുവതിയാണ്.

"നീ എവിടുന്നു വരുന്നു? ഇവിടെ നിനക്കെന്തു കാര്യം കുഞ്ഞേ?" അത്ഭുതത്തോടെയാണ് അവൾ ചോദിച്ചത്.

"ഞാൻ മുകളിലെ ഭൂമിയിൽനിന്നാണ്. എന്റെ പേർ യോക്കോ." എന്റെ അച്ഛൻ ഒരു രാജാവാണ്. അമ്മ ഒരു ജിപ്സിയുമാണ്." അവൻ പറഞ്ഞു.

"ഞാനും യഥാർത്ഥത്തിൽ ഒരു ജിപ്സിതന്നെയാണ്. പക്ഷേ ഒരു ജെസിബാബ എന്നെ തന്റെ മകനെക്കൊണ്ടു കല്യാണം കഴിപ്പിച്ചു. ദുഃഖം തളംകെട്ടിനിൽക്കുന്ന രാജ്യം ഭരിക്കുന്നത് അദ്ദേഹമാണ്. ഈ പാതാളത്തിൽ എന്നെപ്പോലെയുള്ള ഒരാൾ കൂടിയുണ്ട്. ഭർത്താവിനോടൊത്ത് ഈ പാതാളത്തിൽ താമസിക്കാൻ തുടങ്ങിയിട്ട് ആറുവർഷമായി. അയാൾ ഒരു ബീഭത്സനാണ്. മൂന്നു തലകളുണ്ട്. ഈയം കഴിച്ചുകൊണ്ടാണ് അയാൾ ജീവിക്കുന്നത്." ആ സ്ത്രീ നെടുവീർപ്പോടെ പറഞ്ഞു.

"നിങ്ങളുടെ പേരെന്താ?" യോക്കോ ചോദിച്ചു.

"ദമയന്തി. എനിക്കൊരു സഹോദരിയുണ്ട്. അവൾ ഇവിടെത്തന്നെ മറ്റൊരിടത്തുണ്ട്. അയാൾ കാഴ്ചയിൽ അതിഭീകരനാണ്. ആറു തലകളാണയാൾക്കുള്ളത്. ആറുരാജ്യങ്ങളുടെ അധികാരിയാണ്. ജെസിബാബയാണ് ഞങ്ങളെ ഇവിടേക്കു കൊണ്ടുവന്നത്. ഞങ്ങൾ അന്യോന്യം കണ്ടുമുട്ടിയിട്ടില്ല. ഒന്നുകാണാൻ കൊതിയാവുന്നു." ദുഃഖസ്വരത്തിൽ ആ സ്ത്രീ പറഞ്ഞു.

"ഉപരിലോകത്ത് നിങ്ങൾക്കു ബന്ധുക്കളാരെങ്കിലുമുണ്ടോ?" യോക്കോ ചോദിച്ചു.

"ഇല്ല. ഇപ്പോളാരുമില്ല. എന്റെ സഹോദരി മേദിനി മാത്രം. ഞങ്ങൾക്ക് ഒരു കൊച്ചനുജത്തിയുണ്ടായിരുന്നു. യഗ്വാലി. പക്ഷേ ഞങ്ങളെ ഇങ്ങോട്ടേക്കു കൊണ്ടുവന്ന ജെസിബാബ അവളുടെ കല്യാണദിവസം ഒരു റോസപ്പൂവിലെ മുള്ളുകൊണ്ട് അവളെ വിഷം തീണ്ടിക്കൊന്നു. " ദമയന്തി മറുപടി പറഞ്ഞു.

"അപ്പോൾ നിങ്ങളെന്റെ വല്യമ്മയാണ്. എന്റെ അമ്മയാണ് യഗ്വാലി." സന്തോഷാധിക്യത്താൽ യോക്കോ നിലവിളിച്ചു.

"മോനോ? അതാകാൻ വഴിയില്ല. ഞങ്ങളുടെ യഗ്വാലി കല്യാണദിവസംതന്നെ മരണപ്പെട്ടു. അവൾക്കു മക്കളില്ലതാനും." തല കുലുക്കിക്കൊണ്ട് ദമയന്തി പറഞ്ഞു.

"അതെയതെ. അവർ തന്നെയാണെന്റെ അമ്മ. അവർ മരിച്ചിട്ടില്ല. ഉറങ്ങുകയാണ്. ഞാനവരെ ഉണർത്താൻ പോകുന്നു. നിങ്ങളെന്നെ ഇക്കാര്യത്തിൽ സഹായിക്കില്ലേ?" യോഗോ തറപ്പിച്ചു ചോദിച്ചു.

"നിന്നെ ഞങ്ങളെങ്ങനെ സഹായിക്കണം?" ദമയന്തി ചോദിച്ചു.

"എന്നെ വീട്ടിൽ കടക്കാനനുവദിക്കണം. നിങ്ങളുടെ ഭർത്താവ് തിരിച്ചുവരുന്നതുവരെ എന്നെ അവിടെ ഒളിപ്പിക്കണം." യോക്കോ അഭ്യർത്ഥിച്ചു.

സ്ത്രീ അവന്റെ കൈപിടിച്ചു അകത്തേക്കു കൊണ്ടുപോയി.

"എന്റെ പൊന്നുമോനേ നിനക്കു തരാൻ ഒന്നും കയ്യിലില്ലല്ലോ. എന്റെ ഭർത്താവ് ഈയഗുളികകൾ മാത്രമാണ് കഴിക്കുന്നത്. എനിക്കതു തിന്നാൻ വയ്യ. അതിനാൽ ഞാൻ പച്ചമരുന്നുകളാണ് ഭക്ഷിക്കുന്നത്." ക്ഷമാപണസ്വരത്തിലാണ് പറഞ്ഞത്.

"ഭക്ഷണം കഴിക്കാതെ അധികനേരം കഴിയാൻ എനിക്കു സാധ്യമല്ല." യോക്കോ പറഞ്ഞു.

പെട്ടെന്നു പുറമെ ഒരു ഭീകരശബ്ദം അവർ കേട്ടു.

"അതെന്റെ ഭർത്താവാണ് വീട്ടിൽവരുമ്പോൾ അദ്ദേഹം തന്റെ ഈയച്ചുറ്റിക കൊണ്ട് വാതിൽ മുട്ടും." ആ സ്ത്രീ പറഞ്ഞു. അവൾ ചകിതയായിരുന്നു.

അപ്പോഴാണ് യോക്കോ ഓർത്തത്. താൻ തന്റെ ചുറ്റിക പുറത്തു വെച്ചിരിക്കുകയാണ്. ദമയന്തി വേഗം ആ ബാലനെ ഒളിപ്പിച്ചു. ആ മൂന്നു തലയൻ ജന്തു അകത്തുകടന്നതും അട്ടഹസിച്ചു.

"പെണ്ണേ, നീ ഇവിടേക്കാരെയാണ് കൊണ്ടുവന്നിട്ടുള്ളത്? പുറത്തൊരു ചുറ്റിക കാണുന്നുണ്ടല്ലോ? അതാരുടേതാണ്?"

"എന്റേതാണ്." യോക്കോ ഉറക്കെ വിളിച്ചു പറഞ്ഞു. ഒളിസ്ഥലത്തുനിന്ന് അവൻ പുറത്തു വന്നു.

"അതെങ്ങനെ ശരിയാവും. നിന്നെപ്പോലുള്ള ഒരു പയ്യന് അത്രയും വലിയ ചുറ്റിക പൊക്കാനൊക്കില്ല. നിന്റെകൂടെ വേറെ ആരാണുള്ളത്? പുറത്താരുണ്ട് അതിന്റെയടുത്ത്?"

വിസ്മയത്തോടെ മൂന്നു തലയൻ ചോദിച്ചു.

"മറ്റാരുമില്ല. ആ ചുറ്റിക എന്റേതാണെന്നു നിങ്ങൾ വിശ്വസിക്കുന്നില്ലെങ്കിൽ, വരൂ പുറത്തുപോകാം. അത് പൊക്കാൻ എനിക്കു പറ്റുമോ ഇല്ലയോ എന്നു ഞാൻ കാണിച്ചുതരാം." യോക്കോ പറഞ്ഞു.

"ശരി ശരി." രാക്ഷസൻ ഗർജ്ജിച്ചു. അയാൾ ആ കുട്ടിയുമൊത്തു പുറത്തുവന്നു. യോക്കോ ഒരു തൂവലിനെയെന്നോണം നിഷ്പ്രയാസം ആ കൂറ്റൻ ചുറ്റിക എടുത്തുചുഴറ്റി.

"ഹൊ ഹൊ... നീയൊരു ശക്തിമാൻതന്നെ. ചിലപ്പോൾ എന്നേക്കാളും വലിയ ഒരു ശക്തിമാൻ." മുത്തലയൻ ചിരിച്ചുകൊണ്ട് അട്ടഹസിച്ചു.

"കാണിച്ചു തരണോ?" യോക്കോ ചോദിച്ചു.

രാക്ഷസൻ അത്യാഹ്ലാദത്താൽ വിറച്ചു. അയാൾ ആ കുട്ടിയുടെ അരക്കെട്ടിനു കടന്നുപിടിച്ചു. മേലോട്ടുയർത്തി. അതിശക്തിയായി

താഴോട്ടേക്കെറിഞ്ഞു. ശക്തിയായുള്ള ഏറായിരുന്നതിനാൽ യോക്കോ അരക്കെട്ടോളം മണ്ണിൽ പൂണ്ടുപോയി.

"എന്നെ പുറത്തേക്കു വലിച്ചെടുക്കൂ. എന്റെ ശക്തി ഞാൻ കാണിച്ചുതരാം." ആ ബാലൻ യാചിച്ചു.

ഇതു കേട്ടപ്പോൾ രാക്ഷസൻ വീണ്ടും ചിരിയോടുചിരി. അയാൾ അവനെ ഒന്നുകുലുക്കിക്കൊണ്ടു പുറത്തേക്കു വലിച്ചെടുത്തു. കുഴിയിൽനിന്ന് പുറത്തുകടന്നതും അവൻ തന്റെ കൈ പോക്കറ്റിലിട്ടു തന്റെ സ്വർണ്ണാപ്പിൾ പുറത്തെടുത്തു. അതുകൊണ്ട് ഏതാനും നിമിഷം ഒരു കയ്യിൽനിന്ന് മറുകയ്യിലേക്ക് എറിഞ്ഞുകളിച്ചു. അവൻ രാക്ഷസന്റെ അടുത്തേക്കു നീങ്ങി.

ആ പിഞ്ചുകൈകളാൽ അവൻ രാക്ഷസന്റെ അരക്കെട്ടിനു ചുറ്റിപ്പിടിച്ചു. അന്തരീക്ഷത്തിലേക്കു ഉയർത്തി. മാത്രമല്ല അതിശക്തിയോടെ താഴോട്ടെറിയുകയും ചെയ്തു. മൂന്നുതലയൻ മണ്ണിൽ പൂണ്ടു. അരക്കെട്ടോളം രാക്ഷസൻ മണ്ണിലാണ്ടു. പുറത്തുകടക്കാൻ രാക്ഷസൻ പിടഞ്ഞുകൊണ്ടിരുന്നു. യോക്കോ രാക്ഷസന്റെ ഈയം കൊണ്ടുള്ള കനത്ത ചുറ്റിക കയ്യിലെടുത്തു. ഒരൊറ്റ അടി. രാക്ഷസന്റെ ഒരു തല തെറിച്ചുപോയി. വീണ്ടും ചുറ്റികയുയർത്തി ചുഴറ്റി ആഞ്ഞടിച്ചപ്പോൾ രണ്ടാമത്തെ തലയും തെറിച്ചുപോയി.

"എന്നെ കൊല്ലല്ലേ! നിനക്കു ഞാനെന്തു വേണമെങ്കിലും തരുന്നതാണ്. എന്നെവിട്ടാൽ മാത്രം മതി." അവശേഷിച്ച തല നിലവിളിച്ചു.

"ശരി, നമുക്കു നോക്കാം. ആദ്യം എന്നോടിതു പറയൂ. നിങ്ങളുടെ മൂത്ത ജ്യേഷ്ഠനെ എനിക്കെങ്ങനെ കാണാൻ പറ്റും?" യോക്കോ പറഞ്ഞു.

"എന്റെ ഭാര്യ എനിക്ക് അത്താഴത്തിനുവേണ്ടി തയ്യാറാക്കിയ ഒരു ഈയഗുളിക ആദ്യം കയ്യിലെടുക്കുക. അത് താഴോട്ടെറിയുക. ആ ഈയഗുളിക ഒരു കുതിരയായി മാറും. അത് നിങ്ങളെ എന്റെ ജ്യേഷ്ഠന്റെയടുത്തെത്തിക്കും." മുത്തലയൻ പറഞ്ഞു.

"അതുതന്നെയാണ് എനിക്കറിയേണ്ടത്."

യോക്കോ പറഞ്ഞുകൊണ്ടു മൂന്നാമതും ചുറ്റിക ചുഴറ്റി വീശി. അതോടെ രാക്ഷസന്റെ മൂന്നാമത്തെ തലയും തെറിച്ചുപോയി. തന്റെ വല്യമ്മയുടെ നേരെ യോക്കോ തിരിഞ്ഞു. എല്ലാം വിസ്മയത്തോടെ കണ്ടുനിൽക്കുകയായിരുന്നു, അവർ.

"ഇപ്പോൾ നിങ്ങൾ സ്വതന്ത്രയാണ്. പക്ഷേ എനിക്കു നിങ്ങളെ ഭൂമിയിലേക്കു കൊണ്ടുപോകാൻ പറ്റില്ല. എങ്കിലും നിങ്ങളുടെ

സഹോദരി മേദിനിയെ ഞാൻ ആദ്യം സ്വതന്ത്രയാക്കും. നിങ്ങളുടെ ഭർത്താവിന്റെ അത്താഴത്തിനു തയ്യാറാക്കിയ ഒരു ഈയഗുളിക എനിക്കു തരിക." അവൻ പറഞ്ഞു.

ദമയന്തി വീട്ടിന്നുള്ളിലേക്കു കടന്നു. പെട്ടെന്ന് തിരിച്ചുവരികയും ചെയ്തു. അവൾ ഒരു വലിയ കഷ്ണം ഈയം യോക്കോവിനെ ഏൽപ്പിച്ചു. യോക്കോ അത് താഴോട്ടു വലിച്ചെറിഞ്ഞ നിമിഷംതന്നെ അവർക്കു മുമ്പിൽ ഒരൊന്നാന്തരം കുതിര പ്രത്യക്ഷപ്പെട്ടു.

"എന്നോടൊത്തു വരിക. നിങ്ങൾക്കു നിങ്ങളുടെ സഹോദരിയെ കാണാം." യോക്കോ വല്യമ്മയോടു പറഞ്ഞു. ദമയന്തി കുതിരപ്പുറത്തു കയറി. യോക്കോ നിലത്തുനിന്ന് ഈയച്ചുറ്റികയും കയ്യിലെടുത്തുകൊണ്ടു കുതിരപ്പുറത്തു ചാടിക്കയറി, അവർക്കു പിന്നിൽ സ്ഥലംപിടിച്ചു. ആ രണ്ടുപേരും ചേർന്നാലും ഒരു തൂവലിനു സമമാണെന്ന ഭാവത്തിലാണ് കുതിര കുതിച്ചുകൊണ്ടിരുന്നത്. അത് ഒരു കാറ്റുപോലെ പറന്നു. ആ കുതിരയുടെ ഓട്ടം നിലച്ചത് വെള്ളികൊണ്ടു പണിത ഒരു വീടിന്റെ മുമ്പിലാണ്.

യോക്കോ അടുത്തുള്ള പാറക്കെട്ടിന്നടുത്തേക്കു കുതിരയെ നയിച്ചു. അതിനെ അവിടെ കെട്ടിയിട്ടു. പിന്നീട് വല്യമ്മയുടെ അടുത്തേക്കു ചെന്നു. അവർ അവനെ കാത്തിരിപ്പായിരുന്നു. അവൻ ഈയച്ചുറ്റികകൊണ്ടു വെള്ളിവാതിലിൽ ഒന്നാഞ്ഞടിച്ചു. അപ്പോൾ വിളറിയ മഞ്ഞനിറത്തിലുള്ള തോലോടുകൂടിയ ഒരു സ്ത്രീ വാതിൽ തുറന്നു.

"മേദിനീ..." അത്യാഹ്ലാദത്തോടെ ദമയന്തി വിളിച്ചു. അവൾ ചേച്ചിയെ ഓടിച്ചെന്നു കെട്ടിപ്പിടിച്ചു.

"എന്നെ വന്നു കാണാൻ നിന്റെ ഭർത്താവ് അനുവദിച്ചോ? അല്ലാ ഏതാണീ കുട്ടി?" അവൾ യോക്കോവിനെ ചൂണ്ടിക്കാണിച്ചുകൊണ്ടു ചോദിച്ചു. മേദിനി സന്തോഷത്തോടെ ചോദിച്ചു.

"നമ്മുടെ ഭാഗിനേയനല്ലേ? യഗ്വാലിയുടെ പുത്രൻ. ഇവന്റെ പേർ യോക്കോ. ആ മുത്തലയനെ കൊന്ന് ഇവൻ എന്നെ സ്വതന്ത്രയാക്കി. ഇന്നേവരെ അങ്ങോർ എന്നെ നിന്നെവന്നു കാണാൻ സമ്മതിച്ചില്ല." ദമയന്തി പറഞ്ഞു.

"അതെങ്ങനെ സാധിച്ചു? നീ വളരെ കൊച്ചല്ലേ?" അത്ഭുതത്തോടെ അവൾ ചോദിച്ചു.

"നിങ്ങളുടെ ഭർത്താവിനേയും ഞാൻ തോൽപ്പിക്കും. നിങ്ങളിരുവരേയും ഞാൻ ഭൂമിയിലേക്കു തിരിച്ചുകൊണ്ടുപോകും. ആ ആറുതലയൻ തിരിച്ചുവരുന്നതുവരെ നിങ്ങളെന്നെ ഇവിടെ ഒളിപ്പിക്കണം."

യോക്കോ പറഞ്ഞു. മേദിനി ഇരുവരേയും വീട്ടിന്നുള്ളിലേക്കു നയിച്ചു. പടിവാതിൽ പിന്നിൽ അടച്ചു കഴിഞ്ഞില്ല, അപ്പോൾ പുറത്ത് ഒരുഭീമാകാര ശബ്ദം ഉയർന്നു.

"അതങ്ങേരാണ്. ഇന്നദ്ദേഹം നേരത്തെ എത്തിയിരിക്കുന്നു. ഞാൻ നിന്നെ എവിടെ ഒളിപ്പിക്കും?" മേദിനി മന്ത്രിച്ചു. അവൾ സംഭീതയായിരുന്നു.

യോക്കോ ഓർത്തു. താൻ വീണ്ടും ഈയച്ചുറ്റിക പുറത്തുവെച്ചു. അതു സാരമില്ല. അവൻ കരുതി. തന്റെ സഹോദരൻ തന്നെ സന്ദർശിക്കാൻ വന്നിരിക്കയാണെന്നാണ് ആറുതലയൻ കരുതിയിരിക്കുക. തന്റെ സന്ദർശകരുടെ വസ്തുക്കൾ ഒളിപ്പിക്കാൻ മേദിനിക്കു കഴിയുന്നതിനുമുമ്പായി ആറുതലയൻ വാതിൽക്കൽ എത്തിക്കഴിഞ്ഞു. അയാൾ തന്റെ അനുജനേക്കാൾ ഭീകരനായി കാണപ്പെട്ടു. കനത്ത ശരീരത്തിൽ നിന്നുയർന്നുനിന്ന നീണ്ട കഴുത്തുകൾ. ഓരോന്നിലുമായി ഭീകരരൂപത്തിലുള്ള ആറുതലകൾ.

"എന്റെ സഹോദരനെവിടെ? നിന്റെ ഭർത്താവെവിടെ? ഈ കുട്ടി ഏതാണ്?" ആ ഭീകരജന്തു അലറി. പരുഷസ്വരങ്ങളുടെ ഒരുപട ഒന്നായി ശബ്ദിച്ചപോലെ. കാരണം ഒരേസമയത്താണ് ആറു തലകളും ശബ്ദിച്ചത്. അപ്പോൾ അയാൾ ദമയന്തിയേയും ആ ബാലനേയും കാണാനിടയായി. കനത്ത കയ്യിൽ ഒരുവെള്ളിച്ചുറ്റിക ഉയർത്തിക്കൊണ്ട് അയാൾ വിറച്ചുകൊണ്ടുനിൽക്കുന്ന ദമയന്തിയെ ഭീഷണിപ്പെടുത്തി.

"എന്റെ ഭർത്താവിവിടെ വന്നിട്ടില്ല. നിങ്ങളുടെ സഹോദരൻ തന്റെ ഭാര്യയെ തനിച്ചാണ് ഇങ്ങോട്ടയച്ചത്." മേദിനി പറഞ്ഞു.

"ഈ കുട്ടി അവരുടെ ബന്ധുവാണ്. അവരെ സന്ദർശിക്കാൻ ചെന്നതാണ്. മൂത്തലയൻ ഏതു നിമിഷവും ഇവിടെ വരും." ദമയന്തിയും വിക്കിവിക്കി പറഞ്ഞു.

"ഒരു ബന്ധു! എന്റെ സഹോദരന്റെ ബന്ധുക്കൾ എന്റേയും ബന്ധുക്കളാണ്. പക്ഷേ നീ നുണപറയുകയാണ് പെണ്ണേ. മുത്തലയന്റെ ഈയച്ചുറ്റിക പടിവാതിലിനു പുറത്തു കിടക്കുന്നതു ഞാൻ കണ്ടതല്ലേ. എന്റെ അനുജൻ ഇവിടെത്തന്നെ എവിടെയോ ഉണ്ട്." ആറുതലയൻ ഒച്ചവെച്ചു.

"നോക്കിക്കോളൂ. അദ്ദേഹം ഇവിടെയില്ല." മേദിനി പറഞ്ഞു.

"പിന്നെ എങ്ങനെ അവന്റെ ചുറ്റിക ഇവിടെയെത്തി?"

"മുത്തലയൻ അത് എനിക്കു തന്നതാണ്. ഞാൻ അദ്ദേഹത്തിന്റെ

ബന്ധു തന്നെയാണെന്നതിന്റെ തെളിവിന്." യോക്കോ ശാന്തസ്വരത്തിലാണ് പറഞ്ഞത്.

"എത്ര ശ്രമിച്ചാലും നിനക്ക് ആ ചുറ്റിക ഒന്നിളക്കാൻ കൂടി വയ്യാത്ത സ്ഥിതിയല്ലേ." രാക്ഷസൻ അതുകേട്ടു ചിരിച്ചു.

"പുറത്തുവരുക. എനിക്കെന്തു ചെയ്യാനാകുമെന്നു ഞാൻ കാണിച്ചു തരാം." യോക്കോ വീരസ്യം പറഞ്ഞു.

"എനിക്കതൊന്നു കാണണം." ആറുതലയൻ പിറുപിറുത്തു.

അയാൾ യോക്കോവൊത്തു പുറത്തു കടന്നു. ആ ബാലൻ അനായാസേനയാണ് ആ കനത്ത ചുറ്റിക പൊന്തിച്ചത്.

"നീ ഇത്ര വലിയ ശക്തനാണെങ്കിൽ..." രാക്ഷസൻ അലറി. "നീ ചുറ്റിക മോഷ്ടിച്ചെടുത്തതാകണം. എനിക്കുറപ്പുണ്ട്. അവൻ തന്റെ ചുറ്റിക നിനക്കു തരാനിടയില്ല."

ഇത്രയും പറഞ്ഞു രാക്ഷസൻ കുനിഞ്ഞു. അയാൾ ആ ബാലന്റെ അരക്കെട്ടിനു പിടിച്ച് ഒന്നിച്ച് ആ ചുറ്റികയും എടുത്തു. എന്നിട്ട് അവനെ നിലത്തോട്ട് ആഞ്ഞെറിഞ്ഞു. അതിശക്തിയായി എറിഞ്ഞതിനാൽ യോക്കോ അരക്കെട്ടോളം മണ്ണിൽ പൂണ്ടു. അതേസമയം ചുറ്റിക പറന്നു മണ്ണിൽ വളരെ ആഴത്തിൽ ഉഴുതുപോയി.

"ഇനി എന്നോടു പറയൂ. എന്റെ സഹോദരന് എന്തുപറ്റി?" രാക്ഷസൻ അത്യുച്ചത്തിൽ ചോദിച്ചു.

"എല്ലാം ഞാൻ പറയാം. എന്നെ ഒന്ന് പുറത്തേക്കു വലിച്ചെടുക്കണം. ഞാൻ പറയാം."

ആറുതലയൻ യോക്കോവിനെ പുറത്തേക്കു വലിച്ചെടുത്തു. തറയിൽ നിന്നപ്പോൾ, അവൻ കൈ പോക്കറ്റിലിട്ടു. അവൻ തന്റെ സ്വർണ്ണആപ്പിൾ തപ്പി.

"ആ ആപ്പിളുകൊണ്ടുള്ള കളിനിർത്തി എന്നോടു പറയൂ. എന്റെ സഹോദരനു എന്തുപറ്റി?" അത്യുച്ചത്തിലാണ് രാക്ഷസൻ സംസാരിച്ചത്.

യോക്കോ ആറുതലയന്റെമേൽ ചാടിവീണ് അരക്കെട്ടിനു ചുറ്റിപ്പിടിച്ചു മേൽപ്പോട്ടെറിഞ്ഞു. അപ്പോൾ ആ രാക്ഷസൻ അന്തരീക്ഷത്തിൽ പറക്കുകയായിരുന്നു. താഴെവീണപ്പോൾ ആ രാക്ഷസൻ ചുമൽവരെ പൂണ്ടുപോയി. പുറത്തുചാടാൻ ഒട്ടേറെ ശ്രമിച്ചിട്ടും കഴിഞ്ഞില്ല. വീണപ്പോൾ ആ രാക്ഷസന്റെ കൈയിൽനിന്നു വഴുതിപ്പോയ വെള്ളിച്ചുറ്റിക യോക്കോ കടന്നെടുത്തു. ഓരോന്നോരോന്നായി ആ

രാക്ഷസന്റെ അഞ്ചു തലകളും അടിച്ചുവീഴ്ത്തി. അതിഭീകരമായ സ്വരത്തിൽ ആ ആറുതലകൾ ഓരിയിടുകയും നിലവിളിക്കുകയും ചെയ്തു. ആറാമത്തെ തലയൊഴിച്ചു മറ്റെല്ലാം നിലംപതിച്ചു.

"ഈ അവസാനത്തെ തലവെട്ടല്ലേ. ദയവായി എന്റെ ജീവൻ രക്ഷിക്കണം. ഞാൻ നിനക്കു തക്ക പ്രതിഫലം തരാം. ഒരിക്കലും നീ പശ്ചാത്തപിക്കാനിടവരില്ല." ആറാമത്തെ തല അതിദയനീയ മായി യാചിച്ചു.

"ചിലപ്പോൾ ഞാൻ നിന്നെ വെറുതെ വിടും. പക്ഷേ അതിന് ആദ്യം എന്നോടിതു പറയണം. എന്റെ അമ്മയെ പുനരുജ്ജീവിപ്പി ക്കാൻ ഞാനെന്താണ് ചെയ്യേണ്ടതെന്നു പറഞ്ഞുതരണം. എന്റെ അമ്മ യഗ്വാലിയെ എനിക്കു ജീവിപ്പിക്കണം. നിങ്ങളുടെ അമ്മ യായ ജെസിബാബയാണ് വിവാഹദിവസംതന്നെ അവരെ ദീർഘ നിദ്രയിലാക്കിയത്." യോക്കോ പറഞ്ഞു.,

"ഞാൻ പറയാം, വളരെ ദൂരെയല്ലാതെ ഒരു സ്വർണ്ണമലയുണ്ട്. ആ മലയുടെ ചെരുവിൽ ഒരു കിണറുണ്ട്. അതിന്റെ അടിത്തട്ടിൽ ഒരു തവള ഇരിപ്പുണ്ട്. അതാണ് എന്റെ അമ്മയുടെ അമ്മ. അതായത് എന്റെ അമ്മൂമ്മ. അതിന്റെ നാവിന്റെ അടിയിൽ ഒരു വീതികുറഞ്ഞ പുല്ലുണ്ട്. ആ പുൽക്കൊടികൊണ്ടു നീ അമ്മയെ ഒന്നു തലോടി യാൽ നിന്റെ അമ്മയ്ക്കു വീണ്ടും ജീവൻ തിരിച്ചുകിട്ടും." മോങ്ങി ക്കരഞ്ഞുകൊണ്ടു രാക്ഷസൻ പറഞ്ഞു.

"അതുതന്നെയാണ് എനിക്കറിയേണ്ടത്." യോക്കോ സംതൃപ്തി യോടെ പറഞ്ഞു.

അവൻ ഒന്നുകൂടി കൈചുഴറ്റി. ആറാമത്തെ തലയും നിലത്തു വീണുരുണ്ടു. അവൻ തന്റെ വല്യമ്മമാരുടെ നേരെതിരിഞ്ഞു. ഇതി നകം അവർ പുറത്തുവന്നു എല്ലാം കണ്ടുനിൽക്കുകയായിരുന്നു.

"ഞാൻ വേഗം തിരിച്ചുവരും. നിങ്ങൾ ഇവിടെ കാത്തിരിക്കുക. ആ പുൽക്കൊടി ഞാൻ കൊണ്ടുവന്നേ തീരൂ." യോക്കോ പറഞ്ഞു.

സ്വർണ്ണമലയിലേക്കുള്ള വഴി മേദിനി കാണിച്ചുകൊടുത്തു. മല ഞ്ചെരിവിന്റെ താഴെയായി ആ കിണറും കണ്ടെത്തി. ആ കിണറിന് എത്ര ആഴമുണ്ടെന്നറിയാൻ അവൻ ഒരു കല്ലെടുത്തു വെള്ളത്തി ലിട്ടു. കല്ല് അടിത്തട്ടിലെത്താൻ വളരെ സമയമെടുത്തു. അവൻ തന്റെ കൈ പോക്കറ്റിലിട്ട് ആ സ്വർണ്ണആപ്പിൾ പുറത്തെടുത്തു. ഒരു കയ്യിൽ നിന്ന് മറ്റേകയ്യിലേക്ക് ആപ്പിൾ എറിഞ്ഞു കളിച്ചുകൊണ്ടിരുന്നു. പെട്ടെന്നു തന്റെ മുമ്പിൽ രണ്ടു വലിയ കാലുകൾ നിൽക്കുന്നതായി

കാണപ്പെട്ടു. തലയുയർത്തി നോക്കിയപ്പോൾ ഒരു പർവ്വതത്തിന്റെ ഉയരമുള്ള ഒരാൾ നിൽക്കുന്നതാണ് കണ്ടത്.

"യോക്കോ, നിനക്ക് ആ കിണറ്റിലേക്ക് ഇറങ്ങണമല്ലേ? എന്തിനാ നീ കഷ്ടപ്പെടുന്നത്? ഞാനിറങ്ങാം. നിനക്കാവശ്യമായ പുൽക്കൊടി ഞാനെടുത്തു തരുന്നതാണ്. എന്റെ കയ്യിൽ ഒരു എല്ലുണ്ട്. ഞാനതു കൊണ്ട് ആ തവളയെ അടിത്തട്ടിൽനിന്ന് തോണ്ടി എടുക്കും." ദയ കലർന്ന സ്വരത്തിലയാൾ ചോദിച്ചു.

"നീ ആരാണ്?" യോക്കോ ചോദിച്ചു.

"ഓറിയസ് ആണ് ഞാൻ. നിന്റെ കാര്യം ഞാൻ ഏറ്റെടുക്കുന്നു. കാരണം നിന്റെ അമ്മയെ മാന്ത്രികവിദ്യയാൽ നീണ്ട നിദ്രയിലാഴ്ത്തിയ ആ ജെസിബാബയാണ് എന്റെ ഏറ്റവും വലിയ ശത്രു. നീ ജനിച്ചപ്പോൾ ഞാനാണ് ആ സ്വർണ്ണആപ്പിൾ നിനക്കു തന്നത്. സഹായം ആവശ്യമാകുമ്പോൾ അതുപയോഗിച്ച് നിനക്കെന്നെ വിളിക്കാനാണ് ഞാനതുതന്നത്. എനിക്കറിയാമായിരുന്നു, ഒരിക്കൽ നീ എന്നെ ജെസിബാബയുടെ അമ്മ ഒളിച്ചിരിക്കുന്ന സ്ഥലം കണ്ടെത്താൻ സഹായിക്കുമെന്ന്. ആ തവളയുടെ ശരീരത്തിലാണ് അവളുടെയും മറ്റും എല്ലാവിധ ശക്തികളും ഒളിഞ്ഞിരിക്കുന്നത്. കിണറ്റിന്നടിയിലുള്ള ആ തവളയെ കൊന്ന് അതിന്റെ നാവിന്നടിയിലെ പുല്ല് പുറത്തെടുത്താൽ ജെസിബാബയുടേയും മക്കളുടേയും എല്ലാ മാന്ത്രികസിദ്ധികളും നഷ്ടപ്പെടും. ഇതിനകം നീ ആ ആറുതലയനേയും മുത്തലയനേയും കൊന്നത് ഞാൻ നിന്നിൽ പകർന്ന ശക്തിയിലൂടെയാണ്." ചിരിച്ചുകൊണ്ടു രാക്ഷസൻ പറഞ്ഞു.

ഇത്രയും പറഞ്ഞ് ഓറിയസ് കിണറ്റിന്നുള്ളിലേക്കു കടന്നു. യോക്കോവിന്റെ ദൃഷ്ടിയിൽനിന്ന് ആഴത്തിൽ അപ്രത്യക്ഷമായി. ഒരുനിമിഷത്തിനകം വീണ്ടും പ്രത്യക്ഷപ്പെട്ടു. അപ്പോൾ അയാളുടെ കയ്യിൽ ഒരു പുൽക്കൊടിയുണ്ടായിരുന്നു. അത് അവന് കൈമാറിക്കൊണ്ടു പറഞ്ഞു.

"ഇപ്പോൾ എല്ലാം ഭദ്രം. ആ തവള ചത്തു. നീ നിന്റെ വല്യമ്മമാരുടെ അടുത്തേക്കു തിരിച്ചുപോകുക. ഉപരിലോകത്തിലേക്ക് കഴിയുന്നത്ര വേഗം എത്തിപ്പെടാനാശിക്കുന്ന നീ സ്വർണ്ണ ആപ്പിളിന്റെ സഹായത്തോടെ എന്നെ വിളിക്കുക. നിന്നെ ഞാൻ സഹായിക്കാം."

ഇത്രയും പറഞ്ഞു ഓറിയസ് അപ്രത്യക്ഷനായി. ആ ബാലന് കാര്യം മനസ്സിലാക്കാൻ ഇടകിട്ടിയില്ല.

വളരെ ശ്രദ്ധയോടെ ആ പുൽക്കൊടി ഭദ്രമായി തന്റെ ഒരു കീശയിൽ വെച്ചുകൊണ്ട് ആ രണ്ടു സ്ത്രീകളുടെ അടുത്തേക്കു മടങ്ങി.

പാതാളത്തിലെ ആ ഭീകരസത്വങ്ങളിൽനിന്നു തങ്ങളെ മോചിപ്പിച്ച തിന് അവർ അവനോടു നന്ദി പറഞ്ഞു. സൂര്യവെളിച്ചം വീണ്ടും കാണാൻ അവർ അക്ഷമരായി. അതിനാൽ യോക്കോ പോക്കറ്റിൽ കയ്യിട്ടു സ്വർണ്ണആപ്പിൾ കയ്യിലെടുത്തു. ഒരു കയ്യിൽനിന്ന് സ്വർണ്ണ ആപ്പിൾ മറ്റേകയ്യിലേക്കെറിയുന്നതിനിടയിൽ ഓറിയസ് വീണ്ടും പ്രത്യക്ഷപ്പെട്ടു.

"ആദ്യം ഞാൻ നിന്നെ പൊക്കിയെടുക്കാം യോക്കോ, നീ താഴോട്ടുവന്ന വഴിയെല്ലാം മണ്ണിടിഞ്ഞു തൂർന്നിരിക്കുന്നു. ഒരുവഴി നാം വീണ്ടും തുറക്കേണ്ടിയിരിക്കുന്നു. മുത്തലയന്റെ കുതിരയേയും വെള്ളിച്ചുറ്റികയും നിനക്കിവിടെ ഉപേക്ഷിക്കേണ്ടി വരും." അയാൾ പറഞ്ഞു.

ഓറിയസ് യോക്കോവിനെയും ആ രണ്ടു സ്ത്രീകളെയും യോക്കോ താഴെ വീണ ദിക്കിലേക്കു കൊണ്ടുപോയി. അവരുടെ തലയ്ക്കുപരി കറുത്തിരുണ്ട മച്ചിൽ ഒരു വലിയ ദ്വാരം പ്രത്യക്ഷ പ്പെട്ടു. ആ ബാലനെ ചുമലിൽ വഹിച്ചുകൊണ്ട് ഓറിയസ് മേൽ പ്പോട്ടേക്കുയർന്നു. മുന്നിൽ സ്വയം സൃഷ്ടിക്കപ്പെടുന്ന ദ്വാരത്തിലൂടെ അതെത്തിച്ചേർന്നത് ആ കരുവാന്റെ ആലയുടെ തൊട്ടടുത്തായി ട്ടാണ്.

അപ്പോൾ ആ കരുവാൻ ആലയുടെ പുറത്തു വെറുതെ ഒന്ന് വന്നുനിന്നതാണ്. പെട്ടെന്ന് തനിക്കു മുമ്പിൽ ഭൂമി പിളരുന്നതു കണ്ടു. അയാൾ ഞെട്ടിവിറച്ചു. ആ ബാലൻ തന്റെ ചുറ്റികയുമായി മണ്ണിൽ പൂണ്ടുപോയ അതേസ്ഥലത്തുതന്നെ, ആ പിളർപ്പിലൂടെ ഒരു വലിയ തല ഉയർന്നു പൊന്തിയതും നിമിഷനേരത്തിനുള്ളിൽ അപ്രത്യക്ഷമായതും അയാൾ ശ്രദ്ധിച്ചു. അടുത്ത നിമിഷത്തിൽ പ്രത്യക്ഷപ്പെട്ട ആ ബാലനെ അയാൾ തിരിച്ചറിഞ്ഞു.

"എന്ത്? നീ തന്നെയാണോ? അല്ലാ എന്റെ ചുറ്റികയെവിടെ?" വിസ്മയസ്തബ്ധനായി അയാൾ ആർത്തുവിളിച്ചു.

യോക്കോവിനു മറുപടി പറയാൻ കഴിയുന്നതിനുമുമ്പായി വീണ്ടും ആ വലിയ തല പ്രത്യക്ഷപ്പെട്ടു. അതേവേഗത്തിൽ അത് അപ്രത്യക്ഷമാവുകയും ചെയ്തു. തന്റെ മുമ്പിൽ ഒരു സുന്ദരിയായ ഒരു ജിപ്സിപ്പെണ്ണിനെ കണ്ടപ്പോൾ കരുവാൻ അന്തംവിട്ടു. അത് മേദിനി. സഹോദരികളിൽ മൂത്തവൾ. സ്വബോധം വീണ്ടെടുത്തു കരുവാൻ അവളെ സമീപിച്ചു.

"നീ ആരെന്നോ എവിടെനിന്നു വരുന്നെന്നോ എനിക്കറിയില്ല. എനിക്ക് ഈ ചെക്കനെ മാത്രമേ അറിയൂ. ഒട്ടേറെ നിധികൾ പൂഴ്ത്ത പ്പെട്ടുകിടക്കുന്ന മണ്ണിലേക്ക് അവൻ ആണ്ടുപോകുന്നത് ഞാൻ

നേരിൽ കണ്ടു. ഇത്തവണ അവൻ വിലമതിക്കാനാവാത്ത ഒരു നിധി നേടിക്കൊണ്ടാണ് പുറത്തു വന്നിട്ടുള്ളതെന്നും ഞാൻ മനസ്സിലാക്കുന്നു. എന്റെ വീട്ടിലേക്കു വരിക. ഇരുവരും എന്റെ ആതിഥ്യം സ്വീകരിക്കണം."

വിനയത്തോടെയുള്ള കരുവാന്റെ വാക്കുകൾ മേദിനിക്കിഷ്ടപ്പെട്ടു. ചിരിച്ചുകൊണ്ടു തലകുലുക്കി അവൾ സമ്മതിച്ചു.

"ഞങ്ങൾ എല്ലാവരുമായിട്ടില്ല. ഒരു സ്ത്രീ കൂടിയുണ്ട്. അടുത്ത നിമിഷം അവർ പുറത്തുവരും. പിന്നെ ആ വലിയ മനുഷ്യനും കൂടെയുണ്ടാവും. എല്ലാവർക്കും വേണ്ട ഭക്ഷണം ഇവിടെ ഉണ്ടാവുമോ?" അപ്പോൾ യോക്കോ ചോദിച്ചു.

"ഇവിടെ ധാരാളം പാലുണ്ട്. കാരണം എനിക്കു ഒരു പശുവുണ്ട്. പക്ഷേ മതിയായ അപ്പമില്ല. പക്ഷേ ഒരു ചാക്ക് ധാന്യമാവുകാണും." കരുവാൻ പറഞ്ഞു.

"എല്ലാവർക്കും വേണ്ട അപ്പം ഞാനുണ്ടാക്കാം." മേദിനി ഏറ്റു.

കരുവാന്റെ മറുപടിക്കൊന്നും കാത്തുനിക്കാതെ അവൾ വീട്ടിന്നുള്ളിലേക്കുകടന്നു.

കരുവാൻ അവളെ പിന്തുടർന്നു. യോക്കോ കുഴിയിൽതന്നെ തന്റെ രണ്ടാമത്തെ വല്യമ്മയേയും കാത്ത് നിൽപ്പായി. ഓറിയസ് തന്റെ ഇളയമ്മ ദമയന്തിയുമൊത്തുള്ള യാത്രയ്ക്കു വളരെയധികം സമയം എടുക്കുന്നതായി യോക്കോവിനു തോന്നി. കാത്തുകാത്ത് അക്ഷമനായപ്പോൾ അവൻ കീശയിൽനിന്ന് ആപ്പിൾ പുറത്തെടുത്തു. ഒരുകയ്യിൽനിന്നു മറ്റേ കയ്യിലേക്കു പന്ത് ഏതാനും പ്രാവശ്യം എറിഞ്ഞു കളിച്ചു. പെട്ടെന്ന് ഓറിയസ് ദമയന്തിയുമായി മുമ്പിൽ പ്രത്യക്ഷപ്പെട്ടു. തന്റെ കൈകളിൽ താങ്ങിപ്പിടിച്ച ദമയന്തിയെ വളരെ ശ്രദ്ധയോടെ താഴെവച്ചു.

"ഇത്രസമയം നീ എവിടെയായിരുന്നു? നിനക്കെന്തോ സംഭവിച്ചോ എന്ന് ഞാൻ പേടിച്ചു." യോക്കോ ചോദിച്ചു.

"ഞാൻ വഴിയിലൽപ്പം വിശ്രമിക്കാനിരുന്നതാണ്. ഇനി ആ ആപ്പിൾ എനിക്കു തിരിച്ചുതരാം. ഇനി നിനക്കിതിന്റെ ആവശ്യം വരില്ല. ഞാൻ തന്ന പുൽക്കൊടിയുടെ സഹായത്തോടെ നിനക്ക് നിന്റെ അമ്മയെ ജീവിപ്പിക്കാനാകും. പിന്നെ നിന്റെ അച്ഛനുമുണ്ട്." ഓറിയസ് മന്ത്രിച്ചു.

പെട്ടെന്ന് യോക്കോവിന്റെ കയ്യിൽനിന്ന് ആ സ്വർണ്ണആപ്പിൾ തട്ടിപ്പറിച്ചെടുത്ത് ഓറിയസ് അപ്രത്യക്ഷനായി.

"അതാരാണ്?" അത്ഭുതത്തോടെ ദമയന്തി ചോദിച്ചു.

"അതാണ് പരിശുദ്ധാത്മാവ് ഓറിയസ്. അദ്ദേഹം നിങ്ങളെ സ്വതന്ത്രരാക്കി ഇവിടെകൊണ്ടുവരാൻ എന്നെ സഹായിച്ചു. മാത്രമല്ല, എന്റെ അമ്മയും നിങ്ങളുടെ സഹോദരിയുമായ യഗ്‌വാലിയെ വീണ്ടും ജീവിപ്പിക്കാനുള്ള വസ്തുവും അയാൾ തന്നു." യോക്കോ മറുപടി പറഞ്ഞു.

യോക്കോവിനെ അത്ഭുതപ്പെടുത്തിക്കൊണ്ടു പെട്ടെന്നു ദമയന്തി പൊട്ടിക്കരച്ചിലായി.

"നിങ്ങളെന്തിനാ കരയുന്നത്? ആ മുത്തലയനിൽ നിന്നു രക്ഷപ്പെട്ടതിലും മരിച്ചുപോയ സഹോദരി വീണ്ടും ജീവിക്കാൻ പോകുന്നതിലും നിങ്ങൾക്കു സന്തോഷമില്ലേ?" യോക്കോ ചോദിച്ചു.

"തീർച്ചയായും ഞാൻ സന്തോഷിക്കുന്നുണ്ട്." തന്റെ വസ്ത്രാഞ്ചലത്താൽ കണ്ണീരൊപ്പിക്കൊണ്ടു ദമയന്തി പറഞ്ഞു.

"പിന്നെ നിങ്ങളെന്തിനു കരയുന്നു?" യോക്കോ കുത്തിക്കുത്തി ചോദിച്ചു. ഇത്തവണ ദമയന്തി മറുപടിയൊന്നും പറഞ്ഞില്ല. തല കുലുക്കുക മാത്രം ചെയ്തു.

"ഓറിയസ് വരുംവഴിയിൽ താഴെ വെച്ച് നിങ്ങളെ ഒരുവിധത്തിലും ഉപദ്രവിച്ചിട്ടില്ലെന്നു കരുതട്ടെ?" ആ ബാലൻ ചോദിച്ചു.

പക്ഷേ ദമയന്തിക്ക് ഉത്തരം പറയാനിടകിട്ടുന്നതിനുമുമ്പ് കരുവാന്റെ ആലയ്ക്കുള്ളിൽനിന്ന് പുറത്തേക്കോടിവന്ന മേദിനി അത്യുച്ചത്തിൽ ആഹ്ലാദത്തോടെയാണ് ആ ബാലനോട് പറഞ്ഞത്.

"ഞാനൊരു വധുവാകാൻ പോകുന്നു. കരുവാനും ഞാനും കല്യാണം കഴിക്കാൻ തീരുമാനിച്ചിരിക്കുന്നു."

അപ്പോൾ ദുഃഖിതയെങ്കിലും ചിരിച്ചുകൊണ്ടു ദമയന്തി പറഞ്ഞു.

"സഹോദരീ, നിനക്കഭിനന്ദങ്ങൾ. ഹൃദയത്തിന്റെ അടിത്തട്ടിൽ നിന്നുള്ള അഭിനന്ദനങ്ങൾ."

"നീ ദുഃഖിക്കരുത്. നീയും അനുയോജ്യനായ ഒരുവരനെ കണ്ടെത്തും, വൈകാതെത്തന്നെ." മേദിനി ആശ്വസിപ്പിച്ചു.

എന്നാൽ ഇളയസഹോദരി അപ്പോഴും വിസമ്മതഭാവത്തിൽ തല കുലുക്കിയതേയുള്ളൂ.

"ഞാനൊരിക്കലും വിവാഹം കഴിക്കില്ല." അവൾ കൂട്ടിച്ചേർത്തു.

"നീ ധനികയായ ഒരു വധുവാകും. ഇതൊന്നു നോക്കൂ." മേദിനി അത്യുച്ചത്തിൽ വിളിച്ചുപറഞ്ഞു.

അവൾ പറയുന്നതിനൊപ്പം കൈനിറയെയുള്ള വെള്ളിനാണ്യങ്ങൾ പുറത്തു കാണിച്ചു.

“ഇതൊക്കെ നിനക്കെവിടുന്നു കിട്ടി?” യോക്കോ ചോദിച്ചു.

“ആറുതലയനുള്ള അത്താഴം തയ്യാറാക്കാനുള്ള വെള്ളിഗുളികകളാണ്. വെള്ളിമാളിക വിട്ടുവരുമ്പോൾ ഞാൻ എന്റെ കീശകളിൽ നിറച്ചതാണ്. ഇപ്പോൾ നാമിരുവരും സമ്പന്നരാണ്. നമ്മുടെ സഹോദരി യഗ്വാലി ഒരു രാജകുമാരനെയാണ് കല്യാണം കഴിച്ചതെന്നതിൽ നാം അസൂയപ്പെടേണ്ടതില്ല. വെള്ളി നീ സൂക്ഷിക്കുക.” മേദിനി പറഞ്ഞു.

“അത് നിന്റെ ഭർത്താവുമായി പങ്കുവെക്കുക. ഞാൻ കാട്ടിലേക്കു പോകും. എന്റേതായ ഒരുവീട് പണിയും. പച്ചമരുന്നുകൾകൊണ്ട് ആളുകളെ ചികിത്സിച്ചു കഴിഞ്ഞുകൂടും.” ദുഃഖസ്വരത്തിൽ ദമയന്തി പറഞ്ഞു.

മേദിനി അപ്പം ഉണ്ടാക്കിക്കഴിയുന്നതുവരെ ക്ഷമിച്ചിരിക്കാൻ യോക്കോവിനു കഴിഞ്ഞില്ല. അവൻ അല്പം പാലുകുടിച്ചു. കരുവാനോടും വല്യമ്മമാരോടും വിടപറഞ്ഞു യാത്രയായി. വീട്ടിലേക്കാണ് തിരക്കിട്ടു മടങ്ങിയത്. ഭാഗ്യത്തിന് ഇതിനിടയിൽ കരുവാനു കുതിരക്കുട്ടിയെ വിചാരിച്ചപോലെ വിൽക്കാൻ കഴിഞ്ഞിരുന്നില്ല. അതിനാൽ കരുവാൻ അതിനെ തിരിച്ചുകൊടുക്കുകയും ശുഭയാത്ര ആശംസിക്കുകയും ചെയ്തു.

യോക്കോ സവാരി ചെയ്തു പള്ളിയിലെത്തി. തന്റെ അമ്മ നിദ്രയിലാണ്ടു കിടക്കുന്ന പള്ളി. അതിന്റെ വാതിൽ കുറ്റിയിട്ടിരിക്കുന്നു. അതിനാൽ അവൻ കുതിരക്കുട്ടിയെ പള്ളിക്കിണറിനടുത്തു കെട്ടിയിട്ടു. അച്ഛൻ വരുന്നതും കാത്തു ഒരിടത്ത് ഒളിച്ചിരുന്നു. അച്ഛൻ തന്റെ അമ്മയെ സന്ദർശിക്കാൻ വരുന്ന സമയം ഏതാണ്ടടുത്തിരുന്നു.

അധികം താമസിയാതെ കുതിരപ്പുറത്തു സവാരി ചെയ്തുകൊണ്ട് രാജകുമാരൻ വരുന്നത് അവൻ കണ്ടു. യോക്കോവിന്റെ അച്ഛൻ കുതിരപ്പുറത്തു നിന്നിറങ്ങി പള്ളിക്കുള്ളിലേക്കു കടന്നു. വളരെ പതുങ്ങിയ സ്വരത്തിൽ തന്റെ ഭാര്യയോടു മന്ത്രിച്ചു.

“എന്റെ പൊന്നു യഗ്വാലി, എനിക്കു നീ മാത്രമല്ല നഷ്ടപ്പെട്ടത്. നമ്മുടെ പൊന്നോമന മകനെ എന്റെ അച്ഛൻ നാട്ടിൽനിന്ന് ആട്ടിയകറ്റുന്നതിനും ഞാൻ കാരണക്കാരനായി. അതിനു സ്വർഗ്ഗം എന്നെ ശിക്ഷിച്ചിരിക്കുന്നു. ഇപ്പോൾ ഈ ലോകത്ത് എനിക്കാരുമില്ല. എന്റെ

അച്ഛൻ മരിച്ചു. നീയും മരിച്ചു. എനിക്കെന്റെ കൊച്ചു യോക്കോവി നെയും നഷ്ടപ്പെട്ടു. ഇതിന്റെയൊക്കെ അന്ത്യം എന്താണ്?"

"അച്ഛാ! ഞാനിവിടെയുണ്ട്." യോക്കോ അത്യുച്ചത്തിൽ വിളിച്ചു പറഞ്ഞു.

അച്ഛന്റെ തൊട്ടുപിന്നിൽ ഒളിച്ചിരിക്കുകയായിരുന്നു യോക്കോ. രാജകുമാരൻ ഒന്നു വട്ടം കറങ്ങി. ഇരുവരും ഗാഢാലിംഗനത്തിൽ മുഴുകി. അച്ഛന്റെ ആലിംഗനത്തിൽനിന്നു യോക്കോ വിമുക്തി നേടി. അവൻ ഉറങ്ങിക്കിടക്കുന്ന യഗ്വാലിയുടെ അടുത്തുചെന്നു. അവ ളുടെ മാറിടത്തിൽനിന്ന് റോസാപ്പൂ പറിച്ചെടുത്തു. ജെസിബാബ യഗ്വാലിയെ മാന്ത്രികവിദ്യയാൽ നിദ്രയിലാഴ്ത്താൻ ഉപയോഗപ്പെ ടുത്തിയ മുള്ളും വലിച്ചെടുത്തു. പിന്നീട് വളരെ പതുക്കെ താൻ കൊണ്ടുവന്ന പുൽക്കൊടി അവളുടെ അധരങ്ങളിൽ ചേർത്തു. ഓറി യസ് അവനു നേടിക്കൊടുത്ത ആ പുല്ല്. ലോ! യഗ്വാലി അവളുടെ കണ്ണുകൾ മെല്ലെമെല്ലെ തുറന്നു. അത്ഭുതത്തോടെ അവൾ ചുറ്റും കണ്ണോടിച്ചു.

"ഞാനെവിടെയാണ്? നീ ആരാണ്?" അവൾ ചോദിച്ചു.

"എന്റെ പൊന്നോമന യഗ്വാലി, നീ എന്നെ തിരിച്ചറിഞ്ഞില്ല?" രാജകുമാരൻ വിളിച്ചു.

എല്ലാം വിശദമായി വിവരിച്ചു കേൾപ്പിച്ചപ്പോൾ അവൾ സന്തു ഷ്ടയായി. അവരൊന്നിച്ചു വീട്ടിലേക്കു മടങ്ങി. ദീർഘകാലം എല്ലാവിധ ഐശ്വര്യങ്ങളോടെ സന്തോഷപൂർവ്വം അവർ ജീവിച്ചു. മൂന്നു സഹോദരിമാർ, യഗ്വാലി, മേദിനി, ദമയന്തി എന്നിവർ അന്യോന്യം ഇടയ്ക്കിടെ സന്ദർശിക്കുമായിരുന്നു.

മേദിനിക്കും കരുവാനും ഒട്ടേറെ മക്കളുണ്ടായി. പക്ഷേ ദമയന്തി വിവാഹം ചെയ്തില്ല. അവൾ കാട്ടിൽതന്നെ താമസമാക്കി. ചികിത്സ യ്ക്കുള്ള പച്ചമരുന്നുകൾ ശേഖരിച്ചും ആളുകളുടെ ഭാവിപ്രവചിച്ചും നാളുകൾ കഴിച്ചു. ഒരുപക്ഷേ പാതാളത്തിൽ ഒട്ടേറെനേരം തനി ച്ചിരിക്കേണ്ടി വന്നപ്പോൾ ഓറിയസ് ആയിരിക്കാം അവളെ ഇതെല്ലാം പഠിപ്പിച്ചത്.

■

പിശാചിന്റെ സ്ഥലം

ഒരിക്കലൊരു ജിപ്സിയുണ്ടായിരുന്നു. അദ്ധ്വാനിച്ചു അല്പം പണം സമ്പാദിച്ചപ്പോൾ അയാൾക്കൊരു മോഹം. സ്വന്തമായി ഒരുവീട് പണിയണം. പറ്റിയ ഒരു സ്ഥലമന്വേഷിച്ച് അയാൾ ഒട്ടേറെ അലഞ്ഞു. പക്ഷേ തൃപ്തിപ്പെട്ട ഒരു സ്ഥലം കണ്ടെത്താനായില്ല. ഒരു സ്ഥലവും ഇഷ്ടപ്പെട്ടില്ല. ഒന്നുകിൽ സ്ഥലം ഗ്രാമത്തിനു പുറത്തു കാട്ടിന്നടുത്താകും. അല്ലെങ്കിൽ വെള്ളമില്ലാത്തിടത്തും.

ഒടുവിൽ ഗ്രാമത്തിനു വെളിയിൽ കാടിന്നടുത്ത് ഒരു സ്ഥലം കണ്ടെത്തി. താൻ സങ്കൽപ്പത്തിൽ കണ്ടതും ആശിച്ചതും പോലുള്ളത് തന്നെ. പക്ഷേ അത് ഒരു പൊതുസ്ഥലമായിരുന്നു. അതിനാൽ ജിപ്സി മേയറുടെ അടുത്തുചെന്നു ആ സ്ഥലത്തിനു താൻ എന്തു വില തരണമെന്നു ചോദിച്ചു.

“എന്ത്? ഒരു പാട്ടുപാടിത്തന്നാൽമാത്രം മതി. അവിടെ ഇന്നുവരെ ഒരു പുൽക്കൊടിപോലും മുളച്ചിട്ടില്ല. ആരും ഇന്നുവരെ അതാവശ്യപ്പെട്ടിട്ടുമില്ല.” മേയർ പറഞ്ഞു,

അങ്ങനെ ഇടപാട് പൂർത്തിയായി. ഇത്ര നിഷ്പ്രയാസം ആ സ്ഥലം ലഭിച്ചതിൽ ജിപ്സി സന്തോഷിച്ചു. പക്ഷേ ഒരു കാര്യം എത്രതന്നെ ചിന്തിച്ചിട്ടും പിടികിട്ടിയില്ല. ഈ പ്രത്യേകസ്ഥലത്തിന് ഇന്നുവരെ ആവശ്യക്കാരുണ്ടാകാതിരുന്നതെന്തുകൊണ്ട്? ശരിയാണ്; സ്ഥലം വരണ്ടതും കല്ലുകൾ നിറഞ്ഞതുമാണ്. അതിന്റെ അടുത്തായി ഒരു ക്വാറിയുണ്ടായിരുന്നു. പക്ഷേ അത് ആ സ്ഥലത്തിനു മാറ്റുകൂട്ടി. അടുത്തുള്ള കാട്ടിൽനിന്ന് വീടുപണിക്കുള്ള മരംകിട്ടും. വീടുപണിക്കുള്ള കല്ലിനും ചെലവില്ല.

ജിപ്സി തറപ്പണിക്ക് നിലം കിളയ്ക്കാൻ തുടങ്ങി. നാലഞ്ചു കൊട്ട മണ്ണ് കിളച്ചതേയുള്ളൂ. പെട്ടെന്ന് ആകാശത്തുനിന്നു പൊട്ടിവീണപോലെ ചുവന്ന കോട്ടണിഞ്ഞ ഒരു മനുഷ്യൻ തന്റെ മുമ്പിൽ നിൽക്കുന്നതായി ജിപ്സി കണ്ടു.

"നീയെന്തു കരുതി. ഇത് നിന്റേതോ?" അത്ഭുതത്തോടെ അയാൾ ജിപ്സിയോടാരാഞ്ഞു.

"ഈ സ്ഥലം ഞാൻ മേയർക്കു പറഞ്ഞവില കൊടുത്തു വാങ്ങി യതാണ്." ജിപ്സി വിട്ടുകൊടുത്തില്ല.

"കൊടുക്കുകയോ കൊടുക്കാതിരിക്കുകയോ ചെയ്യട്ടെ." ഇടയിൽ ക്കടന്നു ചുവപ്പുകോട്ടു ധരിച്ച ആൾ പറഞ്ഞു. "ഞാനാണ് പറയു ന്നത്. ഈ സ്ഥലം ഞങ്ങളുടേതാണ്. നിങ്ങളുടെ മേയറുടെ കാര്യ മൊന്നും എനിക്കു കേൾക്കണ്ട. ഞാൻ ഒരു പിശാചാണ്."

ജിപ്സി അയാളെ അടുത്തുചെന്നു സൂക്ഷിച്ചുനോക്കി. ശരി യാണ്. അയാളുടെ ഒരു കാൽ മറ്റേ കാലിനേക്കാളും വളരെ ചെറു താണ്. മറ്റേകാൽ ബൂട്ടിന്നുള്ളിൽ കുത്തിനിറച്ചിരിക്കുകയാണ്. ചില പ്പോൾ കുളമ്പുള്ള കാലാകും അതിൽ.

"അപ്പോൾ നീ ഒരു പിശാചാണല്ലേ? നല്ലത്. പാതാളലോകത്തെ രാജകുമാരനായ ബീൽസെബസ് തന്നെയായാലും എനിക്കൊന്നു മില്ല. അദ്ധ്വാനിച്ചുണ്ടാക്കിയ പണം നൽകിയാണ് ഞാനീ സ്ഥലം വാങ്ങിയത്. ഞാനിവിടെ വീട് പണിയും." ജിപ്സി പറഞ്ഞു.

"ജിപ്സി ഇങ്ങോട്ടൊന്നു നോക്കൂ. എല്ലാ ശനിയാഴ്ചകളിലും ഞങ്ങൾ പിശാചുക്കൾ ഈ ക്വാറിയിൽ ഒത്തുകൂടാറുണ്ട്. അൽപ്പ നേരം ഇവിടെ നൃത്തം ചവിട്ടും. പിന്നെ ഇവിടെവെച്ചു ജാലവിദ്യകൾ കാട്ടി രസിക്കും. ഇവിടം നിങ്ങൾക്കു വീടുവെച്ചു താമസിക്കാൻ പറ്റിയ സ്ഥലമല്ല. നിങ്ങൾക്കതു ഉപദ്രവകരമാകുകയും ചെയ്യും. ഞാൻ പറയുന്നതു കേൾക്കുക. ഈ സ്ഥലത്തു നിങ്ങൾ ചെലവാക്കിയ പണം ഞാൻ തരാം. മറ്റൊരിടത്ത് ഇതിനേക്കാൾ അനുയോജ്യ മായ സ്ഥലം നിങ്ങൾക്കു വാങ്ങാം." പിശാച് അനുനയസ്വരത്തിൽ പറഞ്ഞു.

"ഈ പണത്തിന് ഇത്രയും നല്ല ഒരു സ്ഥലം എനിക്ക് എവി ടെയും കിട്ടില്ല. എനിക്കു ചെലവായതിലും കൂടുതൽ തരണം." ജിപ്സി എതിർപ്പു പ്രകടിപ്പിച്ചു.

"ശരി എന്നാൽ അങ്ങനെ. ഈ സ്ഥലം ഞങ്ങൾക്കു വിട്ടുതന്നു പോകാൻ നിനക്കെന്തു തരണം?" പിശാച് ആരാഞ്ഞു.

"ഒരു സഞ്ചി നിറയെ സ്വർണ്ണനാണ്യങ്ങൾ." ജിപ്സി മറുപടി പറഞ്ഞു.

"നിറച്ചുംതന്നെ വേണോ? അതൽപ്പം കൂടുതലല്ലേ?" പിശാച് ചോദിച്ചു.

"നിങ്ങൾ പിശാചുക്കളുടെ കൈയിൽ ധാരാളം പണമുണ്ട്. ഞാൻ ഒരു മഹാദരിദ്രനാണ്. ഈ സ്ഥലം എനിക്ക് അത്യധികം ഇഷ്ടപ്പെട്ടു. കാരണം ഞാനിത് പണംകൊടുത്തു വാങ്ങിയതാണ്. എനിക്കിഷ്ടപ്പെട്ട വിലയ്ക്ക് എനിക്കിത് വിൽക്കാനാകുകയും ചെയ്യും. ഞാൻ പറയുന്ന വിലയ്ക്കു വാങ്ങാൻ തയ്യാറായില്ലെങ്കിൽ സ്ഥലം വാങ്ങേണ്ടതില്ല." ഇത്രയും പറഞ്ഞ് അയാൾ വീണ്ടും കൈക്കോട്ടുയർത്തി നിലം കിളയ്ക്കാൻ തുടങ്ങി.

"ഒരു നിമിഷം കാക്കൂ. ഇപ്പോൾ എന്റെ കയ്യിലില്ല. നിങ്ങൾ പറഞ്ഞ പ്രതിഫലം ഞാനിപ്പോൾ കൊണ്ടുവരാം. അതുവരെ കാത്തിരിക്കുക." തിരക്കിട്ടു പിശാച് പറഞ്ഞു.

പിശാചിനെ ആ ക്വാറിയിൽ കാണാതായി. ജിപ്സി അയാളുടെ കൈക്കോട്ടും മറ്റും മാറ്റിവെച്ചു. കാത്തിരുപ്പായി. പെട്ടെന്നയാൾക്ക് ഒരു വീണ്ടു വിചാരം വന്നു.

ഒരുചാക്ക് സ്വർണ്ണ നാണ്യങ്ങൾക്കായിട്ടാണെങ്കിലും ഇത്ര നല്ല സ്ഥലം ഞാൻ കൈവെടിയുന്നത് വിഡ്ഢിത്തമല്ലേ? അയാൾ തന്റെ കീശയിൽനിന്ന് ഒരു കത്തി പുറത്തെടുത്തു. തന്റെ തൊപ്പിയുടെ നടുവിൽ ഒന്നുകീറി. പിന്നീടയാൾ വീണ്ടും കൈക്കോട്ടെടുത്തു കിള ആരംഭിച്ചു. വളരെവേഗം ഒരു ചാലുകീറി. വീതി വളരെയില്ല. പക്ഷേ നല്ല ആഴത്തിൽ ഒരു കുഴി കുഴിച്ചു. കുഴിയുടെ മേൽഭാഗം ഏതാനും കല്ലുകൾ കൊണ്ടുമൂടി. ഒരു ദ്വാരം മാത്രം അവശേഷിച്ചു. അതിന്റെ മീതെ കീറിയ തൊപ്പിവെച്ചു.

അൽപ്പം കഴിഞ്ഞപ്പോൾ പിശാച് തിരിച്ചുവന്നു കയ്യിൽ വലിയൊരു പഴയ ചാക്കുണ്ട്.

"നിന്റെ തൊപ്പിയെവിടെ?" പിശാച് ജിപ്സിയോടു ചോദിച്ചു.

"ഇതാ ഇവിടെയുണ്ട്." ജിപ്സി ചൂണ്ടിക്കാണിച്ചു.

പിശാച് ചാക്കിലെ സ്വർണ്ണനാണ്യങ്ങൾ തൊപ്പിയിലെ വിടവിലൂടെ ചൊരിയാൻ തുടങ്ങി. കിലുകിലുശബ്ദത്തിൽ അവ താഴെ വീണു. പക്ഷേ ജിപ്സി നോക്കുമ്പോൾ തൊപ്പി ശൂന്യം. തൊപ്പിയിൽ ഒന്നും കാണുന്നില്ല.

"നീയെന്നെ ചതിക്കുകയാണോ പിശാചേ! എന്നെ പറ്റിക്കാമെന്നു നീ വിചാരിച്ചോ. സ്വർണ്ണനാണ്യങ്ങളുടെ കിലുകിലുക്കം കേൾപ്പിച്ചു ചതിച്ചു ഭൂമി എന്നിൽനിന്നു മാന്ത്രികവിദ്യയാൽ തട്ടിയെടുക്കുകയാണല്ലേ? ഞാനൊരു വിഡ്ഢിയല്ലെന്നു മനസ്സിലാക്കുന്നത് നന്ന്." അയാൾ അത്യുച്ചത്തിൽ പറഞ്ഞു.

“സത്യമായും ഞാൻ തൊപ്പിയിലേക്കു നാണ്യങ്ങൾ ചൊരിയുകയായിരുന്നല്ലോ. ഇതെങ്ങനെ സംഭവിച്ചു?”

പിശാച് തൊപ്പിയിലേക്കു നോക്കി. അത് ശൂന്യമാണെന്നു കണ്ടു. പിന്നീട് പതുക്കെ തലകുലുക്കിക്കൊണ്ടു പറഞ്ഞു. ചിന്തിക്കാൻ തന്നെ പറ്റുന്നില്ല.

“ഒന്നുകിൽ നിങ്ങൾ ആവശ്യമായ സ്വർണ്ണനാണ്യങ്ങൾ തരണം. അല്ലെങ്കിൽ ഇനിമേൽ സ്ഥലത്തെപ്പറ്റി സംസാരിക്കരുത്.” ജിപ്സി പറഞ്ഞു.

“ഞാൻ ഇനിയും കൊണ്ടുവരാം.” പിശാച് പറഞ്ഞു.

എന്നിട്ട് വീണ്ടും ക്വാറിക്കുള്ളിൽ അപ്രത്യക്ഷമായി. ജിപ്സി ഒരു ഇളിച്ച ചിരിചിരിച്ചുകൊണ്ട് താഴെ ഇരുന്നു പൈപ്പ് കത്തിച്ചു വലിച്ചുകൊണ്ടിരുന്നു.

ഇത്തവണ പിശാച് കൊണ്ടുവന്നത് പൂർവ്വാധികം വലിയതും കൂടുതൽ നിറച്ചതുമായ ഒരു ചാക്കാണ്. ചാക്ക് ചൊരിഞ്ഞു കഴിഞ്ഞപ്പോൾ തൊപ്പിയുടെ താഴെവരെ സ്വർണ്ണനാണ്യങ്ങൾ കിടക്കുന്നതേ കണ്ടുള്ളൂ.

“ഇതാണോ നിങ്ങൾ പറയുന്ന ഒരു തൊപ്പി നിറയെ സ്വർണ്ണനാണ്യങ്ങൾ.” പരിഹാസസ്വരത്തിൽ ജിപ്സി ചോദിച്ചു. “ഇല്ല. എന്റെ കുട്ടീ. ഇത്തരം ഇടപാടിനു ഞങ്ങളില്ല. ഇനിയും കുറേ സ്വർണ്ണനാണ്യങ്ങൾ കൊണ്ടുവന്നു തൊപ്പി നിറച്ചില്ലെങ്കിൽ ഞാനീ സ്ഥലം തരില്ല.”

“എന്തുതരം തൊപ്പിയാണ് നീ അവിടെ വെച്ചിട്ടുള്ളത്? നിന്റെ തൊപ്പി അത്ര വലിപ്പമൊന്നുമില്ലല്ലോ. രണ്ടു ചാക്ക് സ്വർണ്ണനാണ്യങ്ങൾ നിറയ്ക്കാവുന്ന ഒരു തൊപ്പി നിനക്കു വേണ്ടെന്നോ?” ദേഷ്യത്തോടെ പിശാച് പരാതിപ്പെട്ടു.

“കാഴ്ചയിൽ അതു വലിപ്പമില്ല. പക്ഷേ എന്റെ തല വളരെ വളരെ വലിയതാണ്.” ഇളിഞ്ഞ ഒരു ചിരിയോടെ ജിപ്സി പറഞ്ഞു. ചിരിച്ചുകൊണ്ട് അയാൾ നിലത്തിരുന്നു പുകവലിക്കാൻ തുടങ്ങി.

മൂന്നാംതവണ ക്വാറിയിൽനിന്ന് പിശാച് തിരിച്ചു വന്നത് കൂടുതൽ വലിയ ചാക്ക് നിറച്ചു സ്വർണ്ണനാണ്യങ്ങളുമായാണ്. പിശാച് ചാക്കിലെ സ്വർണ്ണനാണ്യങ്ങൾ തൊപ്പിയിലേക്കു ചൊരിഞ്ഞു. ഒടുവിൽ തൊപ്പി നിറഞ്ഞു.

“ഇപ്പോൾ ശരിയായി. നിനക്കു പോകാം. എല്ലാം ശേഖരിച്ചു ഞാനും ഉടൻ സ്ഥലം വിടുന്നതാണ്. ഇനി എന്നെ ഇവിടെ നീ വീണ്ടും കാണില്ല.” ജിപ്സി സമ്മതം മൂളി.

“നല്ല ഒരു കാര്യം തന്നെ. ഞാൻ പറയട്ടെ. നിന്റെ തൊപ്പി എന്നെ വിസ്മയിപ്പിക്കുന്നു. ഇത്രമാത്രം എങ്ങനെയാണ് നീ ആ തൊപ്പിയിൽ കൊള്ളിക്കുന്നത്?” പിശാച് അവ്യക്തമായ ഭാഷയിൽ പറഞ്ഞു.

“ശരി, ഇതാ ഇങ്ങനെ. കൂർമ്മബുദ്ധി നിറഞ്ഞ ഒരു തല മൂടാനുള്ള തൊപ്പിക്കു രണ്ടുമൂന്നുചാക്ക് സ്വർണ്ണനാണ്യങ്ങൾ വഹിക്കാനുള്ള കരുത്ത് അത്യാവശ്യമാണ്. കൂർമ്മബുദ്ധിയെപ്പറ്റിയാണെങ്കിൽ നിങ്ങൾക്കൊരിക്കലും അത് വിലയ്ക്കു വാങ്ങാൻ പറ്റില്ല.” തന്റെ കീശ തപ്പിക്കൊണ്ടു ജിപ്സി തുടർന്നു. “അതില്ലാത്തവന്...” തന്റെ നെറ്റിയിൽ തട്ടിക്കൊണ്ടു പറഞ്ഞു. “ചുരുക്കത്തിൽ ഇതെങ്കിലും വേണം.”

പിശാച് എന്തെല്ലാമോ പുലമ്പിക്കൊണ്ടു ദേഷ്യത്തോടെ അപ്രത്യക്ഷനായി. ജിപ്സി കുഴി തുറന്നു. അതിലുള്ള സ്വർണ്ണനാണ്യങ്ങൾ ശേഖരിച്ചു ചാക്കിലാക്കി വണ്ടിയിൽ കയറ്റി. ഒരു ഷർട്ടുകൊണ്ടു മൂടിപ്പുതപ്പിച്ചു യാത്രയായി.

വാസ്തവത്തിൽ അയാൾക്ക് ഒട്ടേറെ സ്വർണ്ണം കിട്ടി. നാണ്യങ്ങൾ വട്ടത്തിലുള്ളതും എളുപ്പം ഉരുണ്ടുപോകുന്നതുമായിരുന്നു. ജിപ്സി വളരെ നല്ല വീട് വാങ്ങി. ഒരു ഒന്നാന്തരം കുതിരയേയും വാങ്ങി. ഒരു ദരിദ്രകുടുംബത്തിൽനിന്ന് അതിസുന്ദരിയായ ഒരു പെൺകുട്ടിയെ കല്യാണവും കഴിച്ചു. സുന്ദരിയായ സ്ത്രീക്കു ചെലവുകൾ കൂടും. കുട്ടികൾക്കും ആവശ്യങ്ങളേറെ. ചുരുക്കത്തിൽ ഏതാനും കൊല്ലങ്ങൾക്കകം സ്വർണ്ണനാണ്യങ്ങൾ ശോഷിച്ചു. പണപ്പെട്ടിയുടെ അടിയിൽ ഒരടരു സ്വർണ്ണനാണ്യങ്ങൾ മാത്രം ബാക്കിയായി. ഇനി എന്തു ചെയ്യും? സമൃദ്ധിയുടെ കാലത്ത് ജിപ്സിയും ഭാര്യയും മഹാമടിയരായിരുന്നു. ഇരുവർക്കും ഒരു ജോലിയും ചെയ്യാൻ വയ്യ. വൈകാതെ പണപ്പെട്ടിയിൽ ഒരു സ്വർണ്ണനാണ്യം പോലുമില്ലാതായി. വാങ്ങിക്കൂട്ടിയ സാധനങ്ങളൊന്നൊന്നായി വിറ്റു. അവർ അതിവേഗം നശിക്കാൻ തുടങ്ങി. സ്ത്രീക്കു കൂടുതൽ നിരാശയും കോപവും വന്നു. അവൾ ജിപ്സിയെ കുറ്റപ്പെടുത്തി സംസാരിച്ചുകൊണ്ടിരുന്നു. അയാൾ അയാൾക്കുവേണ്ടി ധൂർത്തടിച്ചു പണം തുലച്ചു എന്നാണവളാരോപിച്ചത്. അവർ പിച്ച തെണ്ടേണ്ട ഘട്ടം വരെയായി.

ഒരു ദിവസം പതിവുപോലെ അവൾ അയാളെ ഭത്സിച്ചുകൊണ്ടിരിക്കുമ്പോൾ പൊറുതിമുട്ടി ജിപ്സി വീട്ടിൽനിന്ന് ഇറങ്ങിപ്പോയി. വഴക്കും വക്കാണവുംകൊണ്ടു ജീവിതം മടുത്ത അയാൾ ഭാര്യയേയും വീടിനേയും ഉപേക്ഷിച്ച് യാത്രയായി. വഴക്കിനും വക്കാണത്തിനും കുറ്റപ്പെടുത്തലിനും മാത്രമേ അവൾക്കു നേരമുള്ളൂ. എങ്കിൽ

ഇനി അവൾ സ്വയം സമ്പാദിച്ചു ജീവിക്കട്ടെ എന്നയാൾ കരുതി. എങ്ങോട്ടെന്നില്ലാതെയാണ് അയാൾ യാത്ര ചെയ്തത്. അലഞ്ഞലഞ്ഞു നടന്നു. ഒടുവിൽ എത്തിച്ചേർന്നത് ഒരു കാട്ടിൽ. അവിടം തനിക്കു സുപരിചിതമാണെന്ന് അയാൾക്കു തോന്നി. അയാൾ ചുറ്റും വീണ്ടും വീണ്ടും കണ്ണോടിച്ചു. വീണ്ടും വീണ്ടും കണ്ണുകൾ തിരുമ്മി സൂക്ഷിച്ചുനോക്കി. ഏതാനും വർഷങ്ങൾക്കുമുമ്പ് വീട്പണിയാൻ വളരെ ആശിച്ചു താൻ വിലയ്ക്കു വാങ്ങിയ അതേസ്ഥലം തന്നെയായിരുന്നു അത്. ആ ക്വാറി കണ്ടപ്പോഴാണ് പിശാചിന്റെ സ്ഥലം തിരിച്ചറിഞ്ഞത്. അയാൾ നടത്തം നിർത്തി. അത്ഭുതത്തോടെ ചിന്തിച്ചു. എന്നിൽനിന്ന് ചാക്കുകണക്കിനു സ്വർണ്ണനാണ്യങ്ങൾ തന്ന് ഈ സ്ഥലം വാങ്ങിയ ആ പിശാച് ഒരു പടുവിഡ്ഢിതന്നെ. താനവനെ വിഡ്ഢിയാക്കിയതൊന്നും മൂപ്പർക്കു മനസ്സിലായിട്ടില്ല. എന്റെ ആ തൊപ്പികൊണ്ട് വീണ്ടും അവനിൽനിന്ന് ചിലപ്പോൾ എനിക്കു സ്വർണ്ണനാണ്യങ്ങൾ തട്ടിയെടുക്കാനായേക്കും. അയാൾ ആശിച്ചു.

അയാൾ പതുക്കെ ക്വാറിയുടെ അടുത്തുചെന്നു. അതിന്റെ ഉള്ളിലേക്ക് എത്തിനോക്കി. ക്വാറിയുടെ വലിയൊരു ഭാഗം പന്തലിട്ടിരിക്കുന്നു. അപ്പോൾ ഇവിടെയാണ് പിശാചുക്കൾ ഒത്തുകൂടുന്ന സ്ഥലം. അയാൾക്കറിയാവുന്ന അവരിലൊരാൾ പറഞ്ഞതനുസരിച്ച് എല്ലാ ശനിയാഴ്ചകളിലുമാണ് അവരിവിടെ ഒത്തുചേരുന്നത്. അന്ന് ഞായറാഴ്ചയാണ്. ഇവിടെ ഒരാഴ്ച അവരെ കാത്തു ഞാൻ താമസിക്കണോ?

ജിപ്സി ആൾ ധീരനായിരുന്നു. അയാൾ ധൈര്യത്തോടെ ക്വാറിയിൽ കയറിച്ചെന്നു. ഏതാനും ചുവടുകൾ വെച്ചതേയുള്ളൂ. അപ്പോൾ അയാൾക്കു മുമ്പിൽ ചുവപ്പു കോട്ടിട്ടയാൾ നിൽക്കുന്നതു കണ്ടു.

"ജിപ്സി നിനക്കെന്തുവേണം? ഓ! അപ്പോൾ നീ വീണ്ടും വന്നു അല്ലേ? അന്ന് ആ തൊപ്പികൊണ്ട് നീയെന്നെ ചതിച്ചു. അതിന്റെ പേരിൽ ഞങ്ങളുടെ ഭരണാധികാരി ബീൽസെബിജിൽനിന്ന് എനിക്കു കണക്കിനു ശിക്ഷ കിട്ടി. താൻ കുഴിച്ചകുഴി ഞങ്ങൾ കണ്ടുപിടിച്ചു. തൊപ്പിക്കുമീതെ ഒരു വിടവുണ്ടാക്കിയാണല്ലോ നീ ആ കുഴിക്കുമീതെ വെച്ചത്. ഇപ്പോൾ നിന്നെ എനിക്കെന്റെ കൈകളിൽ കിട്ടി. അന്ന് എന്നെ തട്ടിച്ചതിന് തിരിച്ചു പലിശസഹിതം ഞാൻ തരുന്നുണ്ട്."

ജിപ്സി ആകെ വിരണ്ടു. പക്ഷേ പുറത്തതൊന്നും കാണിച്ചില്ല. വളരെ ശാന്തനായി മറുപടി പറഞ്ഞു: "നിങ്ങളെന്താണ് ചെയ്യാൻ പോകുന്നതെന്ന് എനിക്കറിയില്ല. പക്ഷേ ഞാൻ താക്കീതു തരുകയാണ്. എന്നോടു യുദ്ധത്തിനാണ് ഭാവമെങ്കിൽ ഒരു കാര്യം നീ മനസ്സിലാക്കുക. ഞാൻ അതിശക്തനാണ്. എന്നെ നിഷ്പ്രയാസം

കീഴ്പ്പെടുത്തിക്കളയാമെന്നൊന്നും കരുതണ്ട. സമാധാനത്തോടെ എന്റെ പാട്ടിനു വിടാനല്ല ഭാവമെങ്കിൽ ഞാൻ ഈ ക്വാറി തകർത്തു കളയും." ഈർഷ്യയോടെയാണ് പിശാച് ചോദിച്ചത്:

"നീ അതിശക്തനോ? നിനക്കതിനുള്ള കരുത്തുണ്ടോ?" പുച്ഛത്തോടെയാണ് ചെകുത്താൻ പറഞ്ഞത്. ഇത്രയും പറഞ്ഞ്, അത് കൈനീട്ടി. അടുത്തുള്ള ഒരുകൂറ്റൻ പാറയെ പൊട്ടിച്ച് ഒരു കഷ്ണം കയ്യിലെടുത്തു. കയ്യിലിട്ടു. അത് ഞെരിച്ചു. കൈതുറന്നപ്പോൾ അതിൽ ഒരു പിടി പൊടിമാത്രം കണ്ടു.

ജിപ്സിയുടെ പേടി വർദ്ധിച്ചു. പക്ഷേ അവൻ അത് പുറത്തു കാട്ടിയില്ല. പെട്ടെന്നാണ് അവന് ഓർമ്മ വന്നത്. വീടുവിട്ടു വരുമ്പോൾ അയാൾ അല്പം പാൽക്കട്ടി കയ്യിലെടുത്തിരുന്നു. പെട്ടെന്ന് അയാൾ തന്റെ കൈ പോക്കറ്റിലിട്ടു. ഒരു പാൽക്കട്ടി കൈത്തലത്തിൽ ഒളിപ്പിച്ചുപിടിച്ചു പുറത്തെടുത്ത് പാറപൊട്ടിക്കാനെന്നപോലെ അയാൾ കൈനീട്ടി.

"അത് ഒന്നുമല്ല. ഇങ്ങോട്ടുനോക്കൂ. ഒരുകഷ്ണം പാറ പൊട്ടിച്ചെടുത്തു ഞെരിച്ചു ഞാനെന്തു ചെയ്യുന്നു എന്നൊന്നു കണ്ടു മനസ്സിലാക്കൂ." ജിപ്സി ഉറക്കെ വിളിച്ചുപറഞ്ഞു.

അയാൾ കൈപ്പടത്തിലെ പാൽക്കട്ടി അമർത്തി. അപ്പോൾ വിരലുകൾക്കിടയിലൂടെ അത് ഇറ്റിറ്റ് ഒറ്റൊറ്റി വീഴുന്നതു കണ്ടു. ഇതു കണ്ടു പിശാച് അമ്പരന്നു. ജിപ്സിയുടെ ശക്തിയെപ്പറ്റി ഊഹിച്ചു. ജിപ്സി സ്വയം ചോദിച്ചു. ഒരു കഷ്ണം പാറ ഞെരിച്ച് ആർക്കാണ് വെള്ളം വരുത്താനാകുക? സാദ്ധ്യമാകണം, പിശാച് ചിന്തിച്ചു. ജിപ്സി, അവൻ അവകാശപ്പെടുന്നപോലെ അതിശക്തിമാനാകണം. ഒരുപാറ ഞെരിച്ചാണ് അവൻ വെള്ളം വരുത്തിച്ചത്. എനിക്ക് അതൊട്ടും സാദ്ധ്യമല്ല. അവൻ ഭീഷണിപ്പെടുത്തുന്നപോലെ നമ്മുടെ ക്വാറി നിഷ്പ്രയാസം നശിപ്പിച്ചേക്കാനും ഇടയുണ്ട്. ഏതായാലും ബീൽസെബസിനെ ചെന്നു കാണുകതന്നെ. ഒടുവിലവൻ ജിപ്സിയുമായി ഒത്തുതീർപ്പിലെത്താൻ തീരുമാനിച്ചു.

"നോക്കൂ, ഞങ്ങളുടെ ഒളിസങ്കേതം തകർക്കുംവിധം ഇത്തരം ബാലിശമായ കാര്യങ്ങൾ ദയവു ചെയ്തു ചെയ്യരുതേ! ഒട്ടേറെക്കാലം അന്വേഷിച്ചിട്ടാണ് ഈ സ്ഥലം ഞങ്ങൾ കണ്ടെത്തിയത്. ദയവു ചെയ്ത് ഞങ്ങളുടെ ഈ സ്ഥലം നശിപ്പിക്കരുതേ." പിശാച് പറഞ്ഞു.

"പകരം നീ എനിക്കു എന്തുതരും?" ജിപ്സി ചോദിച്ചു.

"ഞാൻ നിനക്ക് ഒരു ചാക്ക് സ്വർണ്ണനാണ്യം തരാം."

"ശരി, ശരി, ഇങ്ങോട്ടു കൊണ്ടുവരണം. ഒരുകാര്യം ആദ്യമേ

പറയട്ടെ. നീ കൊണ്ടുവരുന്നത് നിന്നോളം വരുന്ന ചാക്കായിരിക്കണം. ഇല്ലെങ്കിൽ ഞാൻ ക്വാറി തകർത്തുകളയും."

"ഒരു നിമിഷം കാക്കുക." ഞാൻ പറഞ്ഞപോലെത്തന്നെ കൊണ്ടുവരാം." പിശാച് ജിപ്സിക്ക് ഉറപ്പുകൊടുത്തുകൊണ്ട് അപ്രത്യക്ഷനായി.

ജിപ്സി ശാന്തനായി നിലത്ത് കാത്തിരിപ്പായി. പെട്ടെന്നുതന്നെ പിശാച് തിരിച്ചുവന്നു പിശാചിന്റെ പുറത്ത് ഒരുവലിയ തടിച്ച പഴയ ചാക്ക്, തന്നോളംതന്നെ വലിപ്പമുള്ള ചാക്ക്, വഹിച്ചിട്ടുണ്ട്. അത് നിലത്തിട്ടുകൊണ്ടു അത് പറഞ്ഞു.

"ദാ, നീപറഞ്ഞപോലെത്തന്നെ. ഇനി നീ തിരിച്ചു വീട്ടിലേക്കു പോകൂ."

പക്ഷേ ജിപ്സി ഇരുന്നിടത്തുനിന്ന് ഒട്ടുംഇളകാതെ തലയാട്ടുക മാത്രം ചെയ്തു. കാരണം അത്രയും വലിയ ഒരു ചാക്ക് പൊന്തിക്കാനുള്ള ശക്തിയൊന്നും തനിക്കില്ലെന്ന് അവനറിയം. ഒറ്റയ്ക്ക് അത് വഹിച്ചു വീട്ടിലേക്കു കൊണ്ടുപോകാനും അവനാവില്ല. പക്ഷേ അതൊന്നും പിശാചിനോടു പറയാൻ പറ്റില്ല. കാരണം താൻ അവനെ വീണ്ടും വിഡ്ഢിയാക്കിയെന്ന കാര്യം ഉടൻ പിശാച് മനസ്സിലാക്കും. തന്നെ പിശാച് പിച്ചിച്ചീന്തി കഷ്ണംകഷ്ണമാക്കുമെന്നുറപ്പാണ്. ആ ചാക്ക് സ്വർണ്ണം വീട്ടിലെത്തിക്കാനുള്ള ഒരു ഉപായം കണ്ടെത്താൻ ജിപ്സി തല പുകഞ്ഞാലോചിച്ചു. തന്റെ കള്ളത്തരം പിശാച് അറിയാനിടവരികയും ചെയ്യരുത്. ഒടുവിലയാൾ പറഞ്ഞു.

"ഇപ്പോൾ ഈ ചാക്ക് കൊണ്ടുപോകാൻ എനിക്കൊട്ടും തിരക്കില്ല. വീട്ടിലെത്തിക്കാൻ എന്നെ ഒന്നു സഹായിക്കാമോ?"

"എന്താ പറഞ്ഞത്? വിലപേശലിൽ ഞാൻ നിന്റെ വേലക്കാരനുമാകണോ?" കോപത്തോടെ പിശാച് അലറി.

"അതൊന്നുംവേണ്ട. അതിന്റെ ആവശ്യവുമില്ല. പക്ഷേ എനിക്കുവേണ്ടി ഈ ചാക്ക് സ്വർണ്ണനാണ്യം എന്റെ വീട്ടിലെ പിന്നിലെ മുറ്റത്തെത്തിച്ചില്ലെങ്കിൽ തീർച്ച ഞാൻ നിന്റെ ക്വാറി തകർത്തുകളയും." മടിയോടെയാണ് ജിപ്സി പറഞ്ഞത്.

"അയ്യോ അരുതേ..." പിശാച് ഭീതസ്വരത്തിൽ വിലപിച്ചു.

പിശാച് മുന്നോട്ടു കുമ്പിട്ടു ചാക്കെടുത്തു പുറത്തേറ്റി. വേച്ചുവേച്ചു ക്വാറിക്കു പുറത്തേക്കു നീങ്ങി. ജിപ്സി പിന്നാലെ ശാന്തനായി നടന്നു. വഴിയിലുടനീളം അയാൾ സന്തുഷ്ടനായി ചൂളം വിളിച്ചുകൊണ്ടു നടന്നു. മുമ്പിൽ പിശാച് ചുമലുകളിൽ താങ്ങിയ ഭാരിച്ച ചാക്കുമായി മുന്നോട്ടുനടന്നു നീങ്ങുന്നതിനിടയിൽ മുറുമുറുത്തു

കൊണ്ടിരുന്നു. ഒടുവിൽ ജിപ്സിയുടെ വീട്ടിലെത്തി. അവൻ പടി വാതിൽ തുറന്നു. ചാക്ക് താഴെ ഇറക്കിവെക്കാൻ ആജ്ഞാപിച്ചു. പിശാച് ചാക്ക് താഴത്തേക്ക് ഇട്ടു. ആശ്വാസത്തോടെ നടുനിവർത്തി.

“നന്ദി. ഇനി നിങ്ങൾക്കു പോകാം. നിന്റെ സുഹൃത്തുക്കളെ ഞങ്ങളുടെ അന്വേഷണം അറിയിക്കുക. ഇത്തവണ നിങ്ങൾ ഭാഗ്യം കൊണ്ടുമാത്രം രക്ഷപ്പെട്ടതാണ്.” ജിപ്സി സന്തോഷപൂർവ്വം പറഞ്ഞു.

പിശാച് വിറച്ചുകൊണ്ട് എന്തോ പിറുപിറുത്തുകൊണ്ടു അപ്രത്യക്ഷനായി.

ജിപ്സി വീട്ടിന്നുള്ളിലേക്കു കടന്നു. അയാളുടെ ഭാര്യ കരഞ്ഞു കൊണ്ടിരിക്കുകയായിരുന്നു. ഭർത്താവിനെ കണ്ടപ്പോൾ അവൾ സന്തോഷംകൊണ്ടു ചാടി എഴുന്നേറ്റ് അയാളുടെ നേരെ ഓടിച്ചെന്നു. കെട്ടിപ്പിടിച്ച് അവൾ പൊട്ടിക്കരഞ്ഞു.

“എന്റെ പൊന്നേ, ഇതാവർത്തിക്കരുതേ...”

“ഇല്ലെന്നുതന്നെ വിശ്വസിക്കാം.” കാരണം നമ്മുടെ കഷ്ടപ്പാടുകളെല്ലാം തീർന്നു. നല്ല ജീവിതം നയിക്കാനുള്ള വക നമുക്കു കിട്ടിയിരിക്കുന്നു.” ജിപ്സി പറഞ്ഞു.

“അപ്പോൾ നിങ്ങൾക്കു ഒട്ടേറെ പണം കിട്ടിയോ?” ഭാര്യ ചോദിച്ചു.

ജിപ്സി വാതിൽ തുറന്നു. അയാൾ മുറ്റത്തേക്കു വിരൽചൂണ്ടി.

“അതാ കണ്ടോളൂ. ഒരു ചാക്ക് നിറയെ സ്വർണ്ണനാണ്യങ്ങൾ. ഇനി ഭാവിയിൽ നാം കൂടുതൽ കരുതലോടെ കഴിയണം. ആ പിശാചിനെ വീണ്ടും കണ്ടുമുട്ടാൻ ഞാൻ ആശിക്കുന്നില്ല.”

“പിശാചോ?” ആർത്തലച്ചുകൊണ്ട് ഭാര്യ ചോദിച്ചു.

ഉത്തരം പറയാതായപ്പോൾ അവൾ വീണ്ടും വീണ്ടും ചോദിച്ചു. ഒടുവിൽ ആ പണം എവിടെനിന്നു കിട്ടിയെന്നു പറയാൻ ജിപ്സി നിർബന്ധിതനായി. ഒടുവിൽ അത് നാഡിഞരമ്പുകളെ ബാധിച്ചു എന്നുതോന്നി.

“അതെല്ലാം എവിടുന്നോ കൊണ്ടുവന്നു എന്നാണ് തോന്നുന്നത്. നരകത്തിൽ നിന്നുള്ള പണമാണത്. മറ്റെവിടുന്നുമല്ല. അത് പിശാചിന്റേതുമാണ്. പിശാചിനെ പേടിയില്ലാത്തതുകൊണ്ടാണ് എനിക്ക് അവരിൽനിന്ന് അത് തട്ടിയെടുക്കാനായത്. നീ ഒരുകാര്യം മനസ്സിലാക്കണം. ഒട്ടുംസന്തോഷത്തോടെയല്ല എല്ലാം ചെയ്തത്. ഇനി വീണ്ടും എനിക്കു പണം ആവശ്യമായി വരുന്നപക്ഷം ഞാനത് കഠിനാദ്ധ്വാനം ചെയ്തു മാന്യമായി മാത്രമേ നേടുകയുള്ളൂ.” അവ്യക്തസ്വരത്തിൽ അയാൾ പറഞ്ഞു. ■

രാജാവിന്റെ മക്കൾ

പണ്ട് ഒരു രാജാവുണ്ടായിരുന്നു. ഒരു യുവാവായിരുന്ന നാളിൽ അദ്ദേഹം ഒട്ടേറെ യുദ്ധങ്ങൾ നടത്തി. ഒട്ടേറെ നാടുകളിൽ സഞ്ചരിച്ചു. ലോകം ചുറ്റിക്കറങ്ങി എന്നുതന്നെ പറയാം. അപ്പോഴെല്ലാം അദ്ദേഹത്തിനു തുണയായി ഒരു ആത്മാർത്ഥ സുഹൃത്തുമുണ്ടായിരുന്നു. വാർദ്ധക്യമടുത്തപ്പോൾ ഇരുവരും ഒരുകാര്യം തീരുമാനിച്ചു. ഇനി സാഹസങ്ങൾ അവസാനിപ്പിക്കാം. കല്യാണം കഴിച്ചു സമാധാനത്തോടെ ജീവിക്കാം. ഇരുവരും രണ്ടു യുവതികളെ വിവാഹം ചെയ്തു. ഇരുവരും താന്താങ്ങളുടെ നാട്ടിലേക്കു മടങ്ങി. ഇരുരാജ്യങ്ങളും തമ്മിൽ വളരെ ദൂരത്താണ് സ്ഥിതിചെയ്തിരുന്നത്.

പ്രായം കൂടിയ രാജാവ് തന്റെ വധു വൈകാതെ ഒരു മകനെ തരുമെന്നു പ്രതീക്ഷിച്ചു. പക്ഷേ ഒരു കൊല്ലം കഴിഞ്ഞു, രണ്ടു കൊല്ലം കഴിഞ്ഞു, മൂന്നാമത്തെ കൊല്ലവും കഴിഞ്ഞു. ഒന്നും നടന്നില്ല. രാജാവ് പരിഭ്രാന്തനായി. അദ്ദേഹം ഒട്ടേറെ ഭിഷഗ്വരന്മാരെ കണ്ടു. തീർത്ഥാടനങ്ങൾ നടത്തി കരൾനൊന്തു പ്രാർത്ഥിച്ചു. ഒട്ടേറെ ധനം ചെലവാക്കി. എല്ലാം നിഷ്ഫലം.

ഒരു ദിവസം രാജാവും റാണിയും അവരുടെ രാജകീയ വാഹനത്തിൽ സഞ്ചരിക്കുമ്പോൾ ഒരു വൃദ്ധയായ ജിപ്സി അവരുടെ വഴിയിൽ നിന്നു തടഞ്ഞു. എന്തെങ്കിലും ഭിക്ഷ തരണമെന്നു യാചിച്ചു. രാജാവ് അവൾക്കൊരു സ്വർണ്ണനാണ്യം എറിഞ്ഞുകൊടുത്തു. അത് കടന്നു കൈയിൽ പിടിച്ചെടുത്തുകൊണ്ടു തള്ളറാണിയോടു പറഞ്ഞു.

"ഭവതീ, അങ്ങയുടെ കൈയൊന്നു കാണിച്ചുതരൂ. ഞാൻ നിങ്ങളുടെ ഭാവി പ്രവചിക്കാം."

റാണി തന്റെ കൈ ജിപ്സിത്തള്ളക്കു നേരെ നീട്ടി.

"നിങ്ങൾക്കൊരു കൊടുംദുഃഖമുണ്ടെന്നു ഞാൻ കാണുന്നു. ഭവതിയുടെ നാഥനായ രാജാവ് എനിക്കു നേരത്തേ തന്നപോലെ

ഒരുനാണ്യംകൂടി തരുന്നപക്ഷം എനിക്കു നിങ്ങളെ സഹായിക്കാനാകുമെന്നു തോന്നുന്നു." ജിപ്സി പറഞ്ഞു.

രാജാവ് അവൾക്ക് ഒരു സ്വർണ്ണനാണ്യംകൂടി കൊടുത്തു. അപ്പോൾ അവർ രാജാവിനെ ഉപദേശിച്ചു.

"നാളെ സൂര്യനുദിക്കുന്നതിനു മുമ്പായി നദിയിൽ മീൻപിടിക്കാൻ പോകണം. ആദ്യം പിടിക്കുന്ന രണ്ടു മത്സ്യങ്ങളേയും വെള്ളത്തിലേക്കുതന്നെ ഇടണം. പക്ഷേ മൂന്നാമതു പിടിക്കുന്ന മത്സ്യത്തെ വീട്ടിലേക്കെടുക്കണം. അതു പാചകം ചെയ്ത് ഒന്നാകെ ഭക്ഷിക്കണം. ഞാൻ പറയുന്നതെന്തെന്നാൽ, അവർ ഒറ്റയ്ക്കുതന്നെ ഭക്ഷിക്കണം. ഒരു ശകലംപോലും അവർ കളയാനിടയാകരുത്. ഒരു കഷ്ണം പോലും മറ്റൊരാൾ കഴിക്കാനുമിടയാകരുത്. പറയുന്നപോലെയെല്ലാം അവർ അനുഷ്ഠിക്കുന്നപക്ഷം നിങ്ങളിരുവരും ആശിക്കുന്നതു സംഭവിക്കും."

പിറ്റേന്നു സൂര്യനുദിക്കുന്നതിനുമുമ്പായിത്തന്നെ രാജാവ് ചൂണ്ടയും വലയും മറ്റുമായി നദിക്കരയിലേക്കു പോയി. ചൂണ്ടയെറിഞ്ഞതേയുള്ളൂ. കുമിളകൾ വരാൻ തുടങ്ങി. നദിയുടെ അടിത്തട്ടിലേക്കു ചൂണ്ട താണു. ചൂണ്ടവലിച്ചെടുത്തപ്പോൾ അതിൽ ഒരു വലിയ മത്സ്യം. അധികം വൈകാതെ ഒരു ദിവസം റാണി രാജാവിനെ ആ ശുഭവാർത്തയറിയിച്ചു. രാജാവിന് ഒരു അനന്തരാവകാശി പിറക്കാൻ പോകുന്നു. രാജാവിന് അത്യധികം സന്തോഷമായി. അതേ നിമിഷത്തിലാണ് കുശിനിക്കാരി പൊട്ടിക്കരഞ്ഞുകൊണ്ടു റാണിയുടെ അടുത്തേക്കോടിയെത്തിയത്.

"ഞാനും വൈകാതെ പ്രസവിക്കും." അവൾ പറഞ്ഞു.

"കരയാതെ, ഒരുകുട്ടി ഉണ്ടാകുന്നതിൽ ലജ്ജിക്കാനൊന്നുമില്ല. അത് അശുഭലക്ഷണവുമല്ല. നാം അവരെ സംരക്ഷിക്കും." റാണി തലയാട്ടിക്കൊണ്ടു പറഞ്ഞു.

കുശിനിക്കാരി കണ്ണുതുടച്ചു. രാജകുമാരിയുടെ കൈപിടിച്ചു ചുംബിച്ചു. തന്റെ ജോലി തുടരാൻ തുടങ്ങി.

റാണി അതിസുന്ദരനായ ഒരു ആൺകുട്ടിയെ പ്രസവിച്ചു. അതേ നാളിൽ അതേസമയംതന്നെ ഒരു മിനുട്ടു വ്യത്യാസമില്ലാതെ കുശിനിക്കാരിയും ആരോഗ്യമുള്ള ഒരു കുഞ്ഞിനെ പ്രസവിച്ചു. രാജാവിന്റെ മകന്റെ അതേ ഛായയിൽത്തന്നെ. മുഴുവനായില്ല, പെട്ടെന്നു രാജാവിന്റെ സേവകനായ ബാലൻ ബഹളംവെച്ചു ഓടിവന്ന് ഒരത്ഭുത കാര്യം അറിയിച്ചു.

"രാജാവിന്റെ സ്പാനിയെൽ പട്ടി ഒരു പട്ടിക്കുഞ്ഞിനു പകരം ഒരു മനുഷ്യക്കുഞ്ഞിനെ പ്രസവിച്ചിരിക്കുന്നു. ഒരാൺകുഞ്ഞിനെ."

മൂന്ന് ആൺകുട്ടികൾ. ഒരേ സ്ഥലത്ത് ഒരേ സമയം പിറന്നവർ. കാഴ്ചയിൽ ഒരുപോലെയുള്ളവർ. ഒരാൾക്കും അവരെ തിരിച്ചറിയാൻ പാടില്ലാത്തത്ര സാദൃശ്യം. മൂന്നു ആൺകുട്ടികളേയും സ്വന്തം മക്കളായി വളർത്തുവാൻ രാജാവ് തീരുമാനിച്ചു അവർക്ക് ഒരുപോലുള്ള മൂന്നുതൊട്ടിലുകൾ പണിതു. അവയിൽ കിടത്തിയാൽ പെട്ടെന്ന് ആർക്കുംതന്നെ അവരെ തിരിച്ചറിയാനാകുമായിരുന്നില്ല. ഏതാണ് റാണിയുടെ മകൻ, ഏതാണ് കുശിനിക്കാരിയുടെ മകൻ... ഏതാണ് സ്പാനിയെൽപട്ടിയുടെ മകൻ എന്ന്. രാജാവ് ചിന്താക്കുഴപ്പത്തിലായി. കാര്യങ്ങൾ നേരെയാക്കാൻ, ശരിപ്പെടുത്താൻ ആർക്കും ആയില്ല.

അതിവേഗത്തിലാണ് കുട്ടികൾ വളർന്നത്. കാഴ്ചയിൽ തിരിച്ചറിയാൻ പറ്റിയില്ലെങ്കിലും ക്രമേണ അവരുടെ രീതികൾ വ്യത്യസ്തമാകാൻ തുടങ്ങി.

ഒരുവൻ മഹാമടിയനും എന്തിനെയും എതിർക്കുന്നവനുമായിരുന്നു. രണ്ടാമത്തവൻ മഹാസ്വാർത്ഥിയും അൽപ്പം വിഡ്ഢിത്തമുള്ളവനുമായിരുന്നു. മൂന്നാമത്തവൻ മഹാസമർത്ഥനുമായിരുന്നു. അനുസരണശീലമുള്ളവനും. രാജാവിനോടു വളരെ ആരാധനയുള്ളവനുമായിരുന്നു. അതിനാൽ രാജാവിന് അവനോടായിരുന്നു കൂടുതൽ ഇഷ്ടം. അതാണ് തന്റെ യഥാർത്ഥപുത്രനെന്നു രാജാവ് ആത്മാർത്ഥമായി വിശ്വസിക്കുകയും ചെയ്തു. മാത്രമല്ല, അവനെ തന്റെ പിൻഗാമിയാക്കാമെന്നും തീരുമാനിച്ചു.

കാലം നീങ്ങി. രാജാവിനു ചില ശങ്കകൾ ഉദിക്കാൻ തുടങ്ങി. തനിക്കേറ്റവും ഇഷ്ടപ്പെട്ടവനായവൻതന്നെയാണോ തന്റെ യഥാർത്ഥപുത്രൻ? അതല്ലാ, അവൻ ആ കുശിനിക്കാരിയുടെ മോനാണെങ്കിലോ? ഓ... ദൈവം രക്ഷിക്കട്ടെ. അല്ലെങ്കിൽ ആ സ്പാനിയൽപട്ടിയുടെ മകനുമാകാമല്ലോ? താൻ തന്റെ പിൻഗാമിയാക്കി പ്രഖ്യാപിക്കുന്നവൻ റാണി പ്രസവിച്ച തന്റെ മകൻ തന്നെയാണെന്ന് ഉറപ്പുവരുത്താനുള്ള മാർഗ്ഗമെന്ത്?

ഒരു ദിവസം രാജാവ് പതിവുപോലെ കാട്ടിലേക്കു വേട്ടയാടാൻ പോയി. പെട്ടെന്ന് പണ്ടു കണ്ടുമുട്ടിയ ആ ജിപ്സിത്തള്ള തനിക്കു നേരെ നടന്നുവരുന്നതു കണ്ടു. രാജാവ് കുതിരപ്പുറത്തുനിന്നും ചാടിയിറങ്ങി.

“മുമ്പ് ഒരു മത്സ്യത്തിന്റെ കാര്യം എന്നോടു സംസാരിച്ചത് നീ തന്നെയല്ലേ? ഇപ്പോൾ എനിക്കു മൂന്നു ആൺമക്കളുണ്ട്. പക്ഷേ കുഴപ്പമെന്താണെന്നു വച്ചാൽ, അവരിൽ ആരാണ് എന്റെ യഥാർത്ഥ

മകൻ എന്ന് എനിക്കു തിരിച്ചറിയാൻ കഴിയുന്നില്ല. റാണി പ്രസവിച്ച താണ് എന്റെ യഥാർത്ഥ മകൻ. ഒരുവനെ പ്രസവിച്ചത് എന്റെ കുശിനിക്കാരിയാണ്. ഇതരനെ പ്രസവിച്ചത് എന്റെ പട്ടിയും. ഇവ രിൽ ഏതാണ് എന്റെ യഥാർത്ഥ മകനെന്ന് കണ്ടുപിടിക്കാൻ നീ ഒരുവഴി കണ്ടുപിടിച്ചുതരണം. തക്ക പ്രതിഫലം ഞാൻ തരും."

"അത് എളുപ്പമുള്ള കാര്യമാണ്." ജിപ്സിത്തള്ള പറഞ്ഞു. "കൊട്ടാരത്തിലേക്കു തിരിച്ചുചെല്ലുമ്പോൾ അങ്ങ് മൂന്നു മക്കളേയും അടുത്തുവിളിക്കണം. ഒരുചാട്ടവാറെടുത്തു മൂന്നുപേരെയും പൊതിരെ തല്ലാൻ തുടങ്ങണം. ഒരു എതിർപ്പും കാട്ടാതെ എല്ലാ അടിയും സ്വീകരിക്കുകയും ഒടുവിൽ അങ്ങയുടെ കൈ ചുംബിക്കാൻ മുന്നോട്ടു വരികയും ചെയ്യുന്നവൻ അങ്ങയുടെ പട്ടിയുടെ മകൻ. കരയാനും പരാതിപറയാനും ബഹളം വെക്കാനും തുടങ്ങുന്നവൻ കുശിനിക്കാരിയുടെ മകൻ. അടികളെ പ്രതിരോധിച്ചുകൊണ്ട് അങ്ങ യുടെ കൈ കടന്നുപിടിക്കുന്നവൻ അങ്ങയുടെ യഥാർത്ഥ മകനും ആയിരിക്കും."

ജിപ്സിത്തള്ളയോട് രാജാവ് നന്ദിപറഞ്ഞു. കനത്ത ഒരു പ്രതി ഫലവും നൽകി. രാജാവ് തിരക്കിട്ടു കൊട്ടാരത്തിലേക്കു തിരിച്ചു.

മക്കളെ അടുത്തുവിളിച്ചു. ഒരു ചാട്ടവാറെടുത്ത് അവരെ പൊതിരെ തല്ലാൻ തുടങ്ങി. അവരിൽ ഒരാൾ മാത്രമേ എതിർപ്പുകാട്ടാതെ അടികൾ സ്വീകരിച്ചുള്ളൂ. ഒന്നു പിടിമുറുക്കുകപോലും ചെയ്തില്ല. രണ്ടാമത്തവൻ വാവിട്ടു കരയാനും ബഹളം വെക്കാനും തുടങ്ങി. മൂന്നാമത്തവൻ ഒടുവിൽ രാജാവിന്റെ കൈയിൽ പിടിച്ച് ചാട്ടവാർ പിടിച്ചെടുക്കാൻ ശ്രമിച്ചു.

ആദ്യത്തെ മകൻ കുറ്റപ്പെടുത്തുന്നതുപോലെ തന്റെ സഹോദ രനെ ഒന്നു നോക്കി. പിന്നീട് അച്ഛനെ സമീപിച്ചു കൈ പിടിച്ചു ഒന്നു ചുംബിച്ചു.

രാജാവ് ആകെ തകർന്നുപോയി. കാരണം തന്റെ കൈപിടിച്ചു ചുംബിച്ച മകനെയാണ് തന്റെ മകനാണെന്ന വിശ്വാസത്തിൽ കൂടു തൽ സ്നേഹിച്ചുവന്നത്. യഥാർത്ഥത്തിൽ അവൻ ആ പട്ടിയുടെ മകൻ!

സ്വയം പ്രതിരോധിക്കുക മാത്രമല്ല, തന്റെ കയ്യിൽനിന്ന് ചാട്ട വാർ വലിച്ചെടുക്കാൻ ശ്രമിക്കുകയും ചെയ്തവനാണ് സത്യത്തിൽ റാണി പ്രസവിച്ച തന്റെ യഥാർത്ഥ മകൻ. സർവ്വതിനേയും എതിർ ക്കുകയും ബഹളം വെക്കുകയും മടിയനായി കഴിയുകയും ചെയ്തി രുന്നവൻ കുശിനിക്കാരിയുടെ മകനാണ്.

രാജാവ് നെടുവീർപ്പിട്ടു. മക്കളെ തിരിച്ചറിയാനായി അവരുടെ കൈത്തണ്ടയിൽ വിവിധനിറത്തിലുള്ള നാടകൾ കെട്ടി. സ്വന്തം മകനെ നീല റിബ്ബൺ കൊണ്ടാണ് കെട്ടിയത്. കുശിനിക്കാരിയുടെ മകന്റെ കയ്യിൽ വെള്ള റിബ്ബൺ. സ്പാനിയെൽ പട്ടിയുടെ മകന്റെ കയ്യിൽ കെട്ടിയത് ചുവന്ന റിബ്ബണായിരുന്നു.

മൂന്നുപേർക്കും വ്യത്യസ്ത പേരുകളും നൽകി. അതുവരെ പേരിട്ടിരുന്നില്ല. കാരണം എപ്പോഴും കൂടിക്കലർന്നാണ് അവർ നടന്നിരുന്നത്.

രാജാവ് നീല റിബ്ബൺ കെട്ടിയവനെ അർപാഡ് എന്നു വിളിച്ചു. വെള്ള റിബ്ബണണിഞ്ഞ കുശിനിക്കാരിയുടെ മകനെ വിളിച്ചത് ജനോസ്. സ്പാനിയലിന്റെ പച്ചറിബ്ബണണിഞ്ഞ കുട്ടിയെ ഗോജവെർ എന്നും വിളിച്ചു.

കുട്ടികൾ മുതിർന്നപ്പോൾ ഒരു ദിവസം രാജാവ് അവരെ അടുത്തു വിളിച്ചുകൊണ്ടു പറഞ്ഞു.

"നിങ്ങൾ വളർന്നു വലുതായി. ലോകത്തിലേക്കു കടന്നു ചെല്ലേണ്ട കാലമായി. നിങ്ങൾക്ക് ഒട്ടേറെ അനുഭവങ്ങളും പരിശീലനങ്ങളും ആവശ്യമാണ്. നിങ്ങളിൽ ലോകത്തിന്റെ അറ്റത്തേക്കു സഞ്ചരിച്ചവനും ജീവിതത്തിനിടയ്ക്ക് ഇന്നുവരെ ഞാൻ കണ്ടിട്ടില്ലാത്ത ഒരു വസ്തു കൊണ്ടുവരുന്നവനെയുമാണ് ഞാൻ എന്റെ പിൻഗാമിയായി പ്രഖ്യാപിക്കാനുദ്ദേശിക്കുന്നത്. ലായത്തിലേക്കു പോയി ഇഷ്ടപ്പെട്ട കുതിരകളെ തിരഞ്ഞെടുത്തശേഷം യാത്ര പുറപ്പെടുക."

രാജാവിന്റെ നിർദ്ദേശങ്ങൾ അർപാഡിനും ജനോസിനും ഒട്ടും ഇഷ്ടപ്പെട്ടില്ല. അവർ പരാതിപ്പെടാനും എതിർക്കാനും തുടങ്ങി. പക്ഷേ ഗോജവെർ പറഞ്ഞു.

"സഹോദരന്മാരെ, അച്ഛൻ പറഞ്ഞതു അക്ഷരംപ്രതി ശരിയാണ്. അച്ഛൻ പറഞ്ഞപോലെ നമുക്കു ലോകത്തിലേക്കു കടന്നുചെല്ലാം. അൽപ്പം അനുഭവങ്ങൾ ഉണ്ടാകുന്നത് നമ്മെ വേദനിപ്പിക്കില്ല."

അച്ഛന്റെ കുതിരാലയത്തിൽനിന്ന് തങ്ങൾക്കിഷ്ടപ്പെട്ട വിധത്തിലുള്ള കുതിരകളെ തെരഞ്ഞെടുത്തു യാത്രയായി. അവർ ഒട്ടേറെ ദൂരം ഒന്നിച്ചു സഞ്ചരിച്ചു. ഒടുവിൽ ഒരു വിചിത്രപൂന്തോട്ടത്തിൽ എത്തിച്ചേർന്നു. അതിലെ മരങ്ങളിൽ പ്ലംപഴങ്ങളാണ് ഉണ്ടായിരുന്നത്. സാധാരണഗതിയിൽ നീലനിറമാണ് വേണ്ടത്. പക്ഷേ ആ തോട്ടത്തിലെ പഴങ്ങൾക്കു വെള്ളിനിറമായിരുന്നു.

അർപാഡ് ഒരു പഴം പൊട്ടിച്ചെടുത്തുകൊണ്ടു പ്രഖ്യാപിച്ചു. "എനിക്കുറപ്പാണ് ജീവിതത്തിന്നിടയിൽ അച്ഛൻ വെള്ളിനിറത്തിലുള്ള പ്ലം

കണ്ടിട്ടുണ്ടാവല്ല. അദ്ദേഹത്തിനു കൊടുക്കാൻ ഞാനിതിൽനിന്നൊന്നെടുക്കും. അക്കാരണംകൊണ്ട് അദ്ദേഹം എന്നെത്തന്നെയാണ് കിരീടാവകാശിയാക്കുക."

ഇത്രയും പറഞ്ഞു മറ്റു സഹോദരന്മാരെ കാക്കാതെ അയാൾ അതിവേഗത്തിൽ കൊട്ടാരത്തിലേക്കു തിരിച്ചു.

"ഞാനെന്തു വിഡ്ഢിയാണ്. അർപാഡ് പൊട്ടിച്ചെടുക്കുന്നതിനു മുമ്പ് ആ പ്ലംപഴങ്ങളിലൊന്നു പൊട്ടിച്ചെടുക്കാൻ എനിക്കു തോന്നിയില്ലല്ലോ എങ്കിൽ ഞാനിപ്പോൾ കൊട്ടാരത്തിലെത്തുകയും അച്ഛന്റെ അനന്തരാവകാശിയുമായേനേ." ജനോസ് ചിന്തിച്ചു.

"ആർക്കറിയാം. ചിലപ്പോൾ നീല പ്ലംപഴങ്ങളേക്കാൾ അത്ഭുതകരമായ കാര്യങ്ങൾ ഈ ഭൂമിയിലുണ്ടാകില്ലേ? നമുക്കു യാത്ര തുടർന്നു കണ്ടെത്താം." ഗോജവെർ ചിരിച്ചുകൊണ്ടു നിർദ്ദേശിച്ചു.

അങ്ങനെ ആ രണ്ടു സഹോദരന്മാർ യാത്രതുടർന്നു. ഒടുവിലവർ എത്തിച്ചേർന്നതും മറ്റൊരു വിചിത്ര തോട്ടത്തിലാണ്. ആദ്യം കണ്ടതിനേക്കാൾ മികച്ച തോട്ടം. അതിൽ നിറയെ ആപ്പിൾമരങ്ങളാണ്. അവിടെ കണ്ട കാഴ്ച ആപ്പിൾപഴങ്ങൾക്ക് ചുവപ്പുനിറമോ പച്ചനിറമോ ആയിരുന്നില്ല. സ്വർണ്ണനിറം.

"വെള്ളി പ്ലംപഴങ്ങളേക്കാൾ തീർച്ചയായും സ്വർണ്ണആപ്പിൾ തന്നെയാണ് മികച്ചത്. ഒരു സ്വർണ്ണആപ്പിൾ! ഇതുപോലൊരു അത്ഭുതം അച്ഛൻ ജീവിതത്തിൽ കണ്ടുകാണാനിടയില്ല." ജാനോസ് തിരക്കിട്ട് ഒരു ആപ്പിൾ പൊട്ടിച്ചെടുത്ത് ഉറക്കെ പറഞ്ഞു.

അയാൾ കുതിരപ്പുറത്തുകയറി കൊട്ടാരത്തിലേക്കു തിരിച്ചുപോയി.

ഗോജവെർ ചുമലുകൾ ഒന്നു കുലുക്കുകമാത്രം ചെയ്തു. ഏകാകിയായി തന്റെ യാത്ര തുടർന്നു. ഒരുപാടു ദൂരം ഒറ്റയ്ക്കോടിച്ചുപോയി. എത്തിച്ചേർന്നത് ഒരു കാട്ടിലാണ്. വൃക്ഷങ്ങൾ, കുറ്റിക്കാടുകൾ, പുൽമൈതാനങ്ങൾ, പൂക്കൾ ഇവിടെ എല്ലാം വജ്രംകൊണ്ടുള്ളതായിരുന്നു. സൂര്യവെളിച്ചത്തിൽ വജ്രങ്ങൾ വെട്ടിത്തിളങ്ങി. മഴവില്ലിലെ നിറങ്ങൾ ചുറ്റും വിതറി. ആ കാട്ടിന്റെ നടുവിൽ അതിമനോഹരവും ഗാംഭീര്യമുള്ളതുമായ ഒരു കോട്ടയുണ്ടായിരുന്നു. വിലപിടിച്ച രത്നക്കല്ലുകളാണ് ചുമരുകളിൽ പതിച്ചിട്ടുള്ളത്. ജാലകങ്ങൾ തിളങ്ങുന്ന പരലുകളാലുള്ളതും. കൊട്ടാരത്തിന്റെ മുമ്പിൽ ഗോജവെർ ഇതിനേക്കാളെല്ലാം അത്ഭുതകരമായ ഒരു കാഴ്ച കാണാനിടയായി. അതിവേഗത്തിൽ ചുറ്റിക്കറങ്ങിക്കൊണ്ടിരുന്ന ആ ഉയർന്ന കസേരയിൽ ഇരുന്നിരുന്നത് ഭീകരരൂപിണിയായ

ഒരു പടുവൃദ്ധ. ചുമലുകളിലൂടെ വെളുത്തു നീണ്ട ജടകൾ ഒഴുകിക്കിടക്കുന്നു. ഒരു കയ്യിൽ ആ വൃദ്ധ ഒരു ഖഡ്ഗം ധരിച്ചിട്ടുണ്ട്. മറ്റേ കയ്യിൽ ഒരു സ്വർണ്ണകാഹളമാണ്. തലയിലൊരു സ്വർണ്ണക്കിരീടം കണ്ടു. അതിൽ നിറയെ വജ്രക്കല്ലുകളാണ്.

തന്നെ വൃദ്ധ കാണാതിരിക്കാൻ ഗോജവെർ തിരക്കിട്ട് ഒരു മരത്തിന്റെ പിന്നിൽ ഒളിച്ചുനിന്നു. അവൻ ചിന്തിച്ചു. ഇതുപോലൊരു കാഴ്ച അച്ഛൻ ജീവിതത്തിൽ കണ്ടിട്ടുണ്ടാവില്ല. അവൻ കുനിഞ്ഞു ഒരു വജ്രപ്പൂവ് പൊട്ടിച്ചെടുക്കാൻ ഒന്നു കുനിഞ്ഞു.

അവൻ തൊട്ടതും ആ ചെടി നിലവിളിച്ചു. "എന്നെ പറിച്ചെടുക്കരുതേ. എനിക്കു വേദനിക്കുന്നു"

ഗോജവെർ പെട്ടെന്നു കൈ പിൻവലിച്ചു. പിന്നീട് അവൻ ആ വജ്രവൃക്ഷങ്ങളിൽനിന്ന് ഒരു ചുള്ളിക്കൊമ്പ് പൊട്ടിച്ചെടുക്കാനാണ് തുനിഞ്ഞത്.

"അത് പൊട്ടിച്ചെടുക്കരുത്. അതെന്നെ വേദനിപ്പിക്കുന്നു." അയാൾ തൊട്ടനിമിഷത്തിൽ ആ വൃക്ഷം ഞെരങ്ങി.

ഗോജവെറിന് ആ വൃക്ഷത്തെ വേദനിപ്പിക്കാൻ തോന്നിയില്ല. പക്ഷേ എങ്ങനെ തനിക്ക് ഈ വജ്രക്കാടിന്റെ തെളിവായി എന്തെങ്കിലും അച്ഛനും കൊണ്ടുകൊടുക്കാൻ പറ്റും? അവൻ വീണ്ടും കുനിഞ്ഞു. ഒരു പുൽക്കൊടിയെങ്കിലും പറിച്ചെടുക്കാൻ.

"എന്നെ പറിച്ചെടുക്കരുതേ! ഗോജവെർ, കൊട്ടാരത്തിലേക്കു മടങ്ങിച്ചെല്ലുമ്പോൾ ഇവിടെ കണ്ട കാര്യങ്ങൾ ആരോടും പറയാനിടവരരുത്. അച്ഛനോട് അദ്ദേഹം ഉപയോഗിച്ച പഴയ വസ്ത്രങ്ങൾ തരാനാവശ്യപ്പെടണം. തന്റെ കൂട്ടുകാരനോടൊത്തു പണ്ടുകാലത്തു യുദ്ധത്തിൽ പങ്കെടുത്തപ്പോൾ ധരിച്ചിരുന്ന വസ്ത്രങ്ങൾ. അദ്ദേഹം യുദ്ധത്തിനുപയോഗിച്ച വാളും സവാരി ചെയ്ത കുതിരയേയും തരാൻ പറയണം. അവ ലഭിച്ചാൽ നീ വീണ്ടും ഇങ്ങോട്ടു വരണം. നീ മഹാധനികനും മഹാഭാഗ്യവാനുമായിത്തീരും."

പുൽക്കൊടി അവന്റെ കയ്യിലിരുന്നു വിറച്ച്, പതുങ്ങിയ മണിനാദംപോലുള്ള സ്വരത്തിലാണ് അവനോടഭ്യർത്ഥിച്ചത്.

നിർദ്ദേശങ്ങൾ ഗോജവെർ അനുസരിച്ചു. ഒന്നും പൊട്ടിച്ചെടുക്കാനോ പറിച്ചെടുക്കാനോ നിൽക്കാതെ തന്റെ കുതിരപ്പുറത്തു ചാടിക്കയറി കൊട്ടാരത്തിലേക്കു കുതിച്ചു.

തന്റെ യാത്രയ്ക്കൊടുവിൽ വെള്ളി പ്ലം പഴവുമായി അർപാഡ് തന്റെ പിതാവിനെ കാണാൻ വന്നപ്പോൾ രാജാവ് പൊട്ടിച്ചിരിച്ചു.

"ശരി മോനേ. നീ വളരെ ദൂരമൊന്നും പോയിട്ടില്ല. ഉണ്ടോ? നമ്മുടെ സാമ്രാജ്യത്തിന്റെ അതിരുകളിൽനിന്ന് ഒരു കല്ലെറിഞ്ഞാൽ എത്തുന്ന ദൂരത്താണ് ആ തോട്ടം സ്ഥിതിചെയ്യുന്നത്. നിന്റെ പ്രായ മായിരുന്നപ്പോൾ എന്നും രാവിലെ എന്റെ സുഹൃത്തുമൊത്തു പ്രഭാത ഭക്ഷണത്തിനു മുമ്പ് ഞാൻ അവിടെ പോയി വരുമായിരുന്നു." അദ്ദേഹം പറഞ്ഞു,

പിറ്റേന്നു സ്വർണ്ണആപ്പിളുമായി ജാനോസ് കുതിച്ചെത്തി.

"എന്റെ കുട്ടീ, വിശാലമായ ലോകത്തിലേക്കുള്ള ഒരു യാത്രയാ യിരുന്നു അതെന്നു നീ പറയുന്നു. എന്നാൽ നമ്മുടെ സാമ്രാജ്യ ത്തിന്റെ അതിർത്തിയിൽനിന്ന് വളരെ ദൂരത്തൊന്നുമല്ല ആ ആപ്പിൾ ത്തോട്ടം നിലകൊള്ളുന്നത്. നിന്റെ പ്രായത്തിൽ ഞാൻ എന്റെ കൂട്ടു കാരനൊത്ത് അവിടേക്കു എന്നും ഉച്ചതിരിഞ്ഞു സവാരി ചെയ്തി രുന്നു." രാജാവ് അവനോടു പറഞ്ഞു.

രണ്ടു രാജകുമാരന്മാരും അത്യധികം നിരാശപ്പെട്ടു, അച്ഛന്റെ പ്രതികരണത്തിൽ. തങ്ങൾ കൊട്ടാരത്തിൽനിന്നും വളരെ ദൂര മൊന്നും പോയിട്ടില്ലെന്ന സത്യം അവരെ അലോസരപ്പെടുത്തി. എന്തായിരിക്കും ഗോജവെർ കൊണ്ടുവരുക എന്ന് അവർ ജിജ്ഞാ സയോടെ കാത്തിരിപ്പായി. അധികം വൈകാതെ മൂന്നാമത്തെ മകൻ വന്നു. ശൂന്യമായ കൈകളോടെയാണ് അവൻ തിരിച്ചുവന്നതെന്ന് കണ്ടപ്പോൾ ആ ഇരുസഹോദരന്മാർക്കും ഉണ്ടായ സന്തോഷം അത്യ ധികമാണ്. പിതാവിനു സമർപ്പിക്കാൻ അവൻ ഒന്നും കൊണ്ടുവന്നി ട്ടില്ല. അവൻ രാജാവിനോടു പറഞ്ഞു.

"അച്ഛാ, അങ്ങ് ജീവിതത്തിലിന്നുവരെ കണ്ടിട്ടില്ലാത്ത ഒന്നും എനിക്കു കണ്ടെത്താനായില്ല. കാരണം അങ്ങ് എല്ലായിടത്തും സഞ്ച രിച്ചിട്ടുണ്ട്. മാത്രമല്ല അങ്ങ് സർവ്വജ്ഞനാണ്. മാത്രമല്ല, എനിക്കു അതിനുമപ്പുറമുള്ള ലോകം സഞ്ചരിച്ചു കാണണമെന്നുണ്ട്. എനിക്കു ചെറിയൊരു ആഗ്രഹമുണ്ട്. യുദ്ധത്തിനു പോകുമ്പോൾ അങ്ങ് ധരി ച്ചിരുന്ന ആ പഴയ വസ്ത്രങ്ങൾ, അങ്ങ് യുദ്ധത്തിനുപയോഗിച്ച വാൾ, മാത്രമല്ല അന്നങ്ങ് സവാരിക്കുപയോഗിച്ച കുതിര എന്നിവ എനിക്കു തരണം."

രാജാവ് ഇതുകേട്ടു ഞെട്ടി പിൻവലിഞ്ഞു. പിന്നീട് പല ഒഴിവു കഴിവുകളും പറഞ്ഞുനോക്കി. ഒരു യുവാവായിരുന്നപ്പോൾ താൻ ധരിച്ചിരുന്ന വസ്ത്രങ്ങൾ പഴകി ദ്രവിച്ചിരിക്കുന്നു. താൻ പടവെട്ടിയ വാൾ തുരുമ്പെടുത്തിരിക്കുന്നു. സവാരിക്കുപയോഗിച്ചിരുന്ന കുതിര യ്ക്ക് ഇന്നു മുടന്തി നടക്കാൻ വയ്യ. കൂടാതെ അതിനു കണ്ണും കണ്ടു കൂടാ.

പക്ഷേ ഗോജവെർന് അതൊന്നും തടസ്സമായി തോന്നിയില്ല. അവൻ നിർബന്ധിച്ചതിനാൽ ഒടുവിൽ രാജാവിനു സമ്മതിക്കേണ്ടി വന്നു.

രാജാവ് ഗോജവെറിനോടു പറഞ്ഞു. "തന്റെ പഴയവസ്ത്രങ്ങളും വാളും മച്ചിലെ മുറിയിൽനിന്ന് കണ്ടുകിട്ടും. ലായത്തിൽനിന്നും മാറ്റി പുറന്തള്ളിയ ആ കുതിര അവിടെയെവിടെയോ കിടപ്പുണ്ട്. അത് ഉപയോഗശൂന്യമായിത്തീർന്നിരിക്കുന്നു."

ഗോജവെർ അദ്ദേഹത്തോടു നന്ദി പറഞ്ഞു.

മച്ചിലെ മുറിയിൽനിന്ന് രാജാവിന്റെ ജീർണ്ണാവസ്ഥയിലുള്ള വസ്ത്രങ്ങളും തുരുമ്പുപിടിച്ച വാളും ഗോജവെർ കണ്ടുപിടിച്ചു. ദ്രവിച്ചുതുടങ്ങിയതെങ്കിലും ഗൊജവെർ അത് ധരിച്ചപ്പോൾ അവ നതു വളരെ പാകമായെന്നു മാത്രമല്ല പുതുവസ്ത്രംപോലെ തിള ങ്ങാൻ തുടങ്ങി. അവൻ തുരുമ്പുപിടിച്ച വാൾ വൃത്തിയാക്കി. അത് അരയിൽ തൂക്കിയിട്ടു. അയാൾ പിന്നീട് കുതിരയെത്തേടിയാണ് പോയത്. ഉപേക്ഷിക്കപ്പെട്ട നിലയിൽ അതൊരിടത്ത് കിടന്നിരുന്നു. മുടന്തി നടക്കുന്ന, കണ്ണു കാണാനാകാത്ത, വൃദ്ധനായ കുതിര. അതിനെ കാലിൽ പിടിച്ചുനിർത്താൻ അവനാവതു ശ്രമിച്ചു. എല്ലാ വിധ ശ്രമങ്ങളും പരാജയപ്പെട്ടപ്പോൾ ഗോജവെർ അതിനെ വാരി യെടുത്തു തന്റെ പുറത്തുകയറ്റി കോട്ടയിലേക്കു നടന്നു.

മുറ്റം കടന്നതേയുള്ളൂ. പെട്ടെന്നു പുറത്തു കിടക്കുന്ന കുതിര കരഞ്ഞുകൊണ്ടു മനുഷ്യസ്വരത്തിൽ പറഞ്ഞു. "ഗോജവെർ, ഒരു തീക്കുണ്ഡമുണ്ടാക്കൂ. അതിന്റെ തീജ്ജ്വാലകൾ കൊണ്ടെന്നെ തീറ്റുക."

ഗൊജവെർ അത്ഭുതപരതന്ത്രനായെന്നു പറയേണ്ടതില്ലല്ലോ. എങ്കിലും കുതിര തന്നോടാവശ്യപ്പെട്ടതുപോലെതന്നെ പ്രവർത്തിച്ചു. അവൻ പുറത്തുനിന്ന് കുതിരയെ നിലത്തിറക്കി. ഒരു അഗ്നികുണ്ഡ മുണ്ടാക്കി.

"ഞാനെങ്ങനെയാണ് നിന്നെ തീറ്റുക?" അവൻ കുതിരയോടു ചോദിച്ചു.

"ഒരു ചുള്ളിക്കമ്പെടുക്കുക. അത് തീയിലിടുക. അതിന്റെ അറ്റം തീപ്പിടിപ്പിച്ച് ജ്വലിക്കുമ്പോൾ അതെന്റെ വായിലിട്ടാൽ മതി." കുതിര പറഞ്ഞു.

ഗൊജവെർ കുതിര പറഞ്ഞപോലെത്തന്നെ എല്ലാം ചെയ്തു. കത്തുന്ന തീക്കൊള്ളി ആ മൃഗം വിഴുങ്ങിയ നിമിഷത്തിൽത്തന്നെ കുതിര ചാടിയെഴുന്നേറ്റു നാലുകാലിൽ നിൽപ്പായി.

അന്തംവിട്ടുനിന്ന ഗൊജവെറിന്റെ മുമ്പിൽ തികച്ചും വ്യത്യസ്തമായ ഒരു കുതിരയാണ് പ്രത്യക്ഷപ്പെട്ടത്. അത് ആ പഴയ, മുടന്തുന്ന, പ്രായമേറിയതും കണ്ണുകാണാത്തതുമായ കുതിരയല്ല. കരുത്തനായ കറുത്ത ഒരു കുതിര. അതിന്റെ തോൽ പട്ടുപോലെ തിളങ്ങി. നനവാർന്ന കണ്ണുകൾ തിളക്കമുള്ളവയായിരുന്നു. അത് അതിന്റെ കുഞ്ചിരോമങ്ങൾ താളാത്മകമായി ആട്ടിക്കൊണ്ടിരുന്നു. അക്ഷമനായി കാലുകൾ നിലത്തടിച്ചുകൊണ്ടിരുന്നു.

"ഗോജവെർ, എന്റെ പുറത്തുകയറിയാലും. എന്നെ മുറുകെപ്പിടിച്ചോളണം. കാറ്റുപോലെയാണ് നാം പറക്കുക." കുതിര ചിനങ്ങി.

ഗോജവെർ കുതിരപ്പുറത്തു ചാടിക്കയറി. അവർ പറപറന്നു. വളരെവേഗം വെള്ളി പ്ലംപഴത്തോട്ടത്തിലെത്തി. താനെവിടെയാണ് നിൽക്കുന്നതെന്ന് ഗോജവെർ മനസ്സിലാക്കുന്നതിനു മുമ്പായി അവർ സ്വർണ്ണആപ്പിൾത്തോട്ടത്തിനേയും വളരെ പിന്നിലാക്കി പറന്നു മുന്നേറി. ചിന്തിക്കാനവസരം കിട്ടുന്നതിനുമുമ്പ് വജ്രവനത്തിനടുത്തെത്തി. ഗോജവെർ തന്റെ മുന്നിലുള്ള വജ്രവനത്തെ തിരിച്ചറിഞ്ഞു. അവിടെ എത്തിയപ്പോഴേ കുതിരയുടെ ഓട്ടം നിലച്ചുള്ളൂ.

"ഗൊജവെർ, ഇനി വളരെ ശ്രദ്ധിക്കണം. കൊട്ടാരത്തിന്റെ മുമ്പിൽ ആ കറങ്ങുന്ന കസേരയിലിരിക്കുന്ന പടുകിഴവി ഒരു കുടിലയായ മന്ത്രവാദിനിയാണ്. അവൾ വജ്രക്കോട്ടയിലെ പ്രഭുവിനെ മാന്ത്രികവിദ്യയാൽ ബന്ധിതനാക്കിയതാണ്. അദ്ദേഹത്തിന്റെ മകളേയും പരിചാരകരേയും രൂപാന്തരപ്പെടുത്തി ചുറ്റുമുള്ള മരങ്ങളും പൂക്കളും പുൽമൈതാനങ്ങളുമാക്കി. ഈ കോട്ടയുടെ പ്രഭുവാണ് നിന്റെ അച്ഛന്റെ സന്തതസഹചാരിയായിരുന്ന സുഹൃത്ത്. യുവാവായിരുന്നപ്പോൾ നിന്റെ അച്ഛൻ പട വെട്ടാൻപോയതും നാടുകാണാൻ പോയതും അവരൊന്നിച്ചാണ്. തന്റെ സുഹൃത്തിനു സംഭവിച്ച ഈ ദുരന്തത്തെപ്പറ്റി നിന്റെ അച്ഛനറിയില്ല. അച്ഛന്റെ സുഹൃത്തിനെ നീ സ്വതന്ത്രനാക്കണം. അതിന് ആദ്യം നീ ആ മന്ത്രവാദിനിയെ കൊല്ലണം. അതിനുള്ള വഴി ഞാൻ പറഞ്ഞുതരാം.

കസേര തിരിയുന്നതിനിടയിൽ മന്ത്രവാദിനി നിന്റെ നേരെ പുറം തിരിയുമ്പോൾ നീ അവളുടെമേൽ ചാടിവീണ് അവളിൽനിന്ന് ആ വാളും കാഹളവും അതിവേഗം തട്ടിപ്പറിച്ചെടുക്കണം. രണ്ടും നിമിഷത്തിനകംതന്നെ. അപ്പോൾ അവൾക്കു വാളെടുത്തു വീശാനോ കാഹളം വിളിക്കാനോ സമയം കിട്ടില്ല. അങ്ങനെ സംഭവിക്കാത്ത പക്ഷം നിന്റെ കഥ കഴിഞ്ഞതുതന്നെ. നീ വിജയിക്കുന്നപക്ഷം വാളും കാഹളവും കയ്യിലായാൽ ഉടനെ നീ മന്ത്രവാദിനിയുടെ തല വെട്ടിയകറ്റണം. നിനക്കിതെല്ലാം ചെയ്യാൻ പറ്റില്ലേ?"

“എന്തുകൊണ്ടില്ല? അതിനൊന്നും ഒട്ടും വിഷമമില്ല.” ഗോജവെർ ചിരിച്ചുകൊണ്ടു പറഞ്ഞു.

കറങ്ങുന്ന കസേരയിൽ മന്ത്രവാദിനി തന്റെ നേരെ പുറം തിരിഞ്ഞു വരുന്നതും കാത്തു ഗോജവെർ കാത്തിരുന്നു.

“ഇപ്പോൾത്തന്നെ.” അവൻ ആജ്ഞാപിച്ചു.

കുതിര കുതിച്ചുചാടി, ഗൊജവെർ മിന്നൽവേഗത്തിൽ മന്ത്രവാദിനിയുടെ ഒരു കൈയിൽനിന്ന് വാളും മറ്റേകൈയിൽനിന്ന് കാഹളവും തട്ടിയെടുത്തു. എന്താണ് സംഭവിക്കുന്നതെന്നറിയുന്നതിനു മുമ്പ് സവാരിക്കാരൻ ആ ദുർമ്മന്ത്രവാദിനിയുടെ തലവെട്ടിയിട്ടു. അത് ഉരുണ്ടുരുണ്ടുപോയി. വജ്രകിരീടവും തെറിച്ചുരുണ്ടുപോയി. സ്വർണ്ണക്കോട്ടയുടെ ജാലകത്തിന്നടുത്തേക്കാണ് ഉരുണ്ടുപോയത്. ആ നിമിഷത്തിൽ ആ വജ്രക്കാടും മരങ്ങളും കുറ്റിക്കാടുകളും പുൽമൈതാനവും പെട്ടെന്നപ്രത്യക്ഷമായി. അതിന്റെ സ്ഥാനത്ത് ഒട്ടേറെ ആൾക്കൂട്ടം പ്രത്യക്ഷമായി. അവരിൽ ഒരു കുശിനിക്കാരനുമുണ്ടായിരുന്നു. കാര്യസ്ഥനും സർവ്വാധികാര്യക്കാരും കുതിരസവാരിക്കാരും കുതിരയെ മേയ്ക്കുന്നവനുമുണ്ടായിരുന്നു.സർവ്വരും ആർത്തുല്ലസിക്കുന്നു. പെട്ടെന്നു കോട്ടയുടെ രണ്ടുജാലകങ്ങൾ തുറക്കപ്പെട്ടു. രാജാവും സുന്ദരിയായ ഒരു രാജകുമാരിയും പ്രത്യക്ഷപ്പെട്ടു.

“എന്റെ വജ്രകിരീടം.... ആരെങ്കിലും എന്റെ കിരീടം കണ്ടുപിടിച്ചു തരൂ.” രാജാവ് നിലവിളിച്ചു.

പക്ഷേ ജെസിബാബയുടെ തല തൊടാൻ ആരും ധൈര്യപ്പെട്ടില്ല. തന്റെ ശരീരത്തിൽനിന്ന് വളരെ അകലെയായിരുന്നു അത് കിടന്നിരുന്നത്. എന്നിട്ടും പേടിച്ചു. അപ്പോൾ ഗോജവെർ കുതിരപ്പുറത്തുനിന്ന് ഇറങ്ങിവന്നു. ജെസിബാബയുടെ തലയിൽനിന്ന് ആ കിരീടം വലിച്ചെടുത്ത് അത് രാജാവിന് ആദരപൂർവ്വം കൈമാറി. രാജകുമാരിയോടൊത്തു രാജാവ് അവന്റെ അടുത്തേക്കു വരികയായിരുന്നു.

ഗോജവെർ രാജാവിനു കിരീടം കൈമാറിക്കൊണ്ടു താണു വണങ്ങി.

“വീരയോദ്ധാവേ, നിങ്ങളാരാണ്? ഒട്ടേറെ കൊല്ലങ്ങളായിട്ടുള്ള മാന്ത്രികവലയത്തിലെ തടവിൽനിന്ന് നീ ഞങ്ങളെ സ്വതന്ത്രരാക്കി. അതിൽ നീ വിജയിച്ചു.” രാജാവ് ചോദിച്ചു.

“ഈ വസ്ത്രങ്ങളേയും വാളിനേയും അങ്ങ് തിരിച്ചറിയുന്നില്ലേ?” ഗോജവെർ ചോദിച്ചു.

“എന്തുകൊണ്ടില്ല? എന്റെ പഴയസുഹൃത്തിന്റെ വസ്ത്രങ്ങളും വാളുമാണവ. നീ അവന്റെ മകനാണോ?” ആഹ്ലാദത്തോടെ പറഞ്ഞു.

“അതെ മകനാണ്. എന്റെ പേര് ഗോജവെർ.”

“ഇതവന്റെ ആ പഴയ കുതിരതന്നെ. ഞാനൊന്നും തിരിച്ചറിയാതെപോയി.” സന്തോഷംകൊണ്ടു രാജാവ് കരഞ്ഞു. “ഗോജവെർ, ഇതെന്റെ ഏകമകളാണ്. നിനക്കിഷ്ടമാണെങ്കിൽ നിനക്കവളെ കല്യാണം കഴിക്കാം.”

ഗോജവെറിനു രാജകുമാരിയെ അത്യധികം ഇഷ്ടപ്പെട്ടു. പക്ഷേ അവനു അച്ഛനോട് ആരാധനാമനോഭാവമാണ്. അതിനാൽ അവൻ രാജാവിനോടു പറഞ്ഞു: “ഞാൻ ആദ്യം നാട്ടിൽ പോയി അച്ഛന്റെ അനുവാദം വാങ്ങിയശേഷം കല്യാണം നടത്താം.”

രാജാവിനതു സമ്മതമായി. തന്റെ വിരലിൽനിന്ന് വെട്ടിത്തിളങ്ങുന്ന രത്നംപതിച്ച ഒരു സ്വർണ്ണമോതിരം രാജാവ് ഊരിയെടുത്തു ഗോജവെറിനു നൽകിക്കൊണ്ടു പറഞ്ഞു: “ഈ മോതിരം നീ നിന്റെ അച്ഛനെ കാണിച്ചുകൊണ്ടു പറയണം. ഈ മോതിരം തന്ന വ്യക്തി തന്റെ ഏകമകളെ നിങ്ങൾക്കു കല്യാണം കഴിച്ചുതരാനാശിക്കുന്നു എന്ന്. തീർച്ചയായും അവൻ സമ്മതിക്കും. എനിക്കുറപ്പുണ്ട്.”

ഗോജവെർ മോതിരം വിരലിലണിഞ്ഞു രാജാവിനോടും രാജകുമാരിയോടും വിടവാങ്ങി കുതിരപ്പുറത്തു കയറി തന്റെ കൊട്ടാരത്തിലേക്കു മടങ്ങി. തന്റെ അച്ഛന്റെ കോട്ട ദൂരെ കാണുന്നതിനു മുമ്പാണ്, പെട്ടെന്നു കുതിര ഓട്ടം നിർത്തി. അതുപറഞ്ഞത്.

“അങ്ങെന്നെ തീജ്ജ്വാലകൾകൊണ്ടു തീറ്റുന്നതിനു മുമ്പായുള്ള എന്റെ അവസ്ഥയിലേക്കുതന്നെ ഞാൻ മാറുന്നതാണ് നല്ലത്. ആദ്യം എന്റെ വാലിൽനിന്നുള്ള ഒരുരോമം വലിച്ചെടുക്കണം. എന്നെ നിങ്ങൾക്കാവശ്യമായി വരുമ്പോൾ ഈ രോമം വിരലുകൾക്കിടയിലിട്ട് ഒന്നു തിരുമ്മിയാൽ മാത്രം മതി. അങ്ങയുടെ സേവനത്തിനായി ഉടൻ ഞാൻ മുമ്പിലെത്തുന്നതായിരിക്കും.”

അങ്ങനെ ഗോജവെർ കുതിരയുടെ വാലിൽനിന്നു ഒരു കറുത്ത രോമം വലിച്ചെടുത്തു. അതോടെ ആ കുതിരയുടെ രൂപംതന്നെ മാറി അത് വീണ്ടും ആ പഴയ ചാവാളിക്കുതിരയായി മാറി. കണ്ണുകാണാത്ത, മുടന്തുള്ള, ആരോഗ്യമില്ലാത്ത, വൃദ്ധനായ കുതിര. പുറംവളപ്പിൽ ഉപേക്ഷിക്കപ്പെട്ട നിലയിൽ. ഗോജവെർ കണ്ടെടുക്കുമ്പോഴത്തെ അവസ്ഥയിൽ. ആ വൃദ്ധനും അവശനുമായ കുതിരയെ പുറത്തേറ്റിക്കൊണ്ടുവരുന്ന ഗോജവെറിനെ അർപാഡ്, ജനോസ് രാജകുമാരന്മാർ സൂക്ഷിച്ചു നിരീക്ഷിച്ചു. കളിയാക്കി പൊട്ടിച്ചിരിച്ചുകൊണ്ട് അവർ രാജാവിനെ വിവരം അറിയിച്ചു. പക്ഷേ വൃദ്ധനായ രാജാവ് ചിരിച്ചില്ല. അദ്ദേഹം ഗോജവെറിന്റെ വരവും കാത്തു നിർവ്വികാരനായി ഇരുന്നു.

ഗോജവെർ അച്ഛനെ ആദരപൂർവ്വം താണുവണങ്ങി. കൈപിടിച്ചു ചുംബിച്ചുകൊണ്ടു പറഞ്ഞു. "വീണ്ടും ഞാൻ അങ്ങേക്കുവേണ്ടി ഒന്നും കൊണ്ടുവന്നിട്ടില്ല. അങ്ങ് ഇതുവരെ കാണാനിടയായിട്ടില്ലാത്ത ഒരു വസ്തു, പക്ഷേ അങ്ങേയ്ക്കു വളരെ പരിചയമുള്ള ഒരു വസ്തു എനിക്കു ലഭിച്ചിട്ടുണ്ട്."

തന്റെ വിരലിൽനിന്നു മോതിരം ഊരി രാജാവിനു നൽകി.

"എന്ത്. ഇതെന്റെ ആ പഴയ സുഹൃത്തിന്റെ മോതിരം." രാജാവ് അത്യുച്ചത്തിൽ പറഞ്ഞു. "യൗവ്വനകാലത്തിലെ എന്റെ സുഹൃത്തിനെ നീ കണ്ടെത്തിയോ?" രാജാവ് അത്യുച്ചത്തിൽ ചോദിച്ചു.

"അവനിപ്പോളെങ്ങനെ?"

നടന്ന സംഭവങ്ങളെല്ലാം ഗോജവെർ വിവരിച്ചു. ശ്രദ്ധയോടെയാണ് രാജാവത് കേട്ടത്. പക്ഷേ അദ്ദേഹത്തിനു സന്തോഷമായില്ല. ശരിയായിരിക്കും. അദ്ദേഹം സ്വയം ചിന്തിച്ചു, എന്റെ ആത്മസുഹൃത്തിന്റെ ഏകമകളെ ഈ സ്പാനിയൽപട്ടിയുടെ മകൻ കല്യാണം കഴിക്കണമെന്നത്. എന്നേക്കാൾ ധനികനും ശക്തിമാനുമാണ് എന്റെ സുഹൃത്ത്. തീർച്ചയായും എന്റെ സ്വന്തം മകൻതന്നെ അവളെ കല്യാണം കഴിക്കുന്നതാണ് കൂടുതൽ നല്ലത്.

ആ മോതിരം രാജാവ് കീശയിൽ ഇടാൻ തുനിയുകയായിരുന്നു. അപ്പോൾ ഗോജവെർ പറഞ്ഞു. "പറ്റില്ല. മോതിരം എനിക്കു തിരിച്ചു തരണം. അച്ഛാ, അങ്ങയുടെ സുഹൃത്ത് അതെനിക്കു കടം തന്നതാണ്. അത് എന്റേതുമല്ല."

അപ്പോൾ രാജാവ് ആ മോതിരം തിരിച്ചു കൊടുത്തു. അപ്പോഴും രാജാവ് നീരസത്തിലായിരുന്നു. രാജകുമാരിയുമായുള്ള കല്യാണത്തിനു താൻ സമ്മതിച്ചിരിക്കുന്നു എന്നു രാജാവ് പറഞ്ഞില്ല. ഇക്കാര്യം പിന്നീട് സംസാരിക്കാം, തനിക്കു കഠിനമായ തലവേദനയാണെന്നു ഒഴിവുകഴിവു പറഞ്ഞ് രാജാവ് അവനെ പറഞ്ഞയയ്ക്കുകയാണ് ചെയ്തത്.

ഗോജവെർ പോയ്ക്കഴിഞ്ഞപ്പോൾ രാജാവ് വീണ്ടും ചിന്താധീനനായി. സ്പാനിയൽ പട്ടിയുടെ മകൻ പറഞ്ഞ കാര്യങ്ങളാണ് മനസ്സിൽ നിറയെ. താൻ പഴയ കുതിരയെ തീജ്ജ്വാലകൾ കൊണ്ടു തീറ്റിയ കാര്യമൊഴികെ മറ്റെല്ലാം അവൻ പറഞ്ഞിരുന്നു. പക്ഷേ രാജാവിന് ആ കുതിരയെപ്പറ്റി നല്ല വിവരമുണ്ട്. ഒട്ടേറെ യുദ്ധങ്ങളിൽ പങ്കെടുത്തിട്ടുള്ളത് അതിന്റെ പുറത്തു സവാരി ചെയ്തിട്ടാണ്. അതിനു വല്ലാതെ വാർദ്ധക്യം ബാധിച്ചു അവശനായപ്പോൾ അതിനെ കൊട്ടാരത്തിന്റെ പുറംവളപ്പിൽ ഉപേക്ഷിച്ചു. അങ്ങനെ

ഉപേക്ഷിച്ചത് ബുദ്ധിശൂന്യമായ പ്രവൃത്തിയായില്ലേ എന്ന് രാജാവ് ശങ്കിച്ചു.

തന്റെ സ്വന്തം മകനായ അർപാഡിനെ അടുത്തു വിളിച്ചു പറഞ്ഞു. “നീ പുറംവളപ്പിൽ പോകണം. അവിടെ നീ നിന്റെ സഹോദരൻ ഗോജവെറിനെ ലോകം ചുറ്റാൻ കൊണ്ടുപോയ വൃദ്ധനായ കുതിരയെ കാണും. അതിനു നല്ല തീറ്റ കൊടുത്തു നന്നായി ഉഴിഞ്ഞു കൊടുക്കണം. അതിന്റെ ക്ഷീണം മാറിയാൽ നീ കുതിരപ്പുറത്തു കയറിയിരിക്കണം. അതിനിഷ്ടമുള്ള ഇടത്തേക്ക് അത് നിന്നെ കൊണ്ടുപോകട്ടെ.”

“അച്ഛനെന്താണീ പറയുന്നത്? തന്റെ പുറത്തേറ്റിക്കൊണ്ടു സഹോദരൻ കൊണ്ടുവന്ന ആ ചാവാളിക്കുതിരയെപ്പറ്റിയാണോ ഇപ്പറയുന്നത്?” നിരാശയോടെയാണ് അർപാഡ് പറഞ്ഞത്.

“അതെ, ഏറ്റവും നല്ല കുതിരപ്പുറത്തേറി നിങ്ങളിരുവരും പോയതിനേക്കാൾ അധികം ദൂരത്തിലുള്ള നാടുകളിലേക്ക് ആ കുതിര ഗൊജവെറിനെ കൊണ്ടുപോയിരിക്കുന്നു. ഞാൻ കൽപ്പിക്കുന്നതു അനുസരിക്കൂ.” രാജാവ് പറഞ്ഞു.

മറ്റൊന്നും ചെയ്യാനില്ല. അർപാഡ് അച്ഛനെ അനുസരിച്ചു. അവൻ പുറംവളപ്പിൽ ചെന്നു. അവിടെ അത് കിടന്നിരുന്നു. അവനതിനെ പിടിച്ചെഴുന്നേൽപ്പിക്കാൻ ശ്രമിച്ചു. നിഷ്ഫലം. ദേഷ്യം പിടിച്ച് അവൻ ചാട്ടവാറെടുത്തു അതിനെ തല്ലി. അപ്പോൾ ഗോജവെർ അതിലെ പോകാനിടയായിരുന്നു.

“ആ പാവം ജീവിയെ എന്തിനാ ഇങ്ങനെ അടിക്കുന്നത്? അവൻ തന്റെ സഹോദരനോടു ചോദിച്ചു.

“അത് നിൽക്കാൻ കൂട്ടാക്കുന്നില്ല.” ദേഷ്യത്തോടെ അടിച്ചടിച്ചു കൊണ്ടു അർപാഡ് പറഞ്ഞു.

“അച്ഛൻ എന്നോട് ഇതിനെ ഉഴിഞ്ഞു കൊടുക്കാൻ കൽപ്പിച്ചിരിക്കുന്നു. നന്നായി തീറ്റി ഇതിനെ പുറത്തു വിശാലമായ ലോകത്തിലേക്കു പോയ്‌വരാനും കൽപ്പിച്ചിട്ടുണ്ട്.”

അപ്പോൾ ഗോജവെറിനു കാര്യം ബോദ്ധ്യമായി. തന്റെ അച്ഛനു താൻ അദ്ദേഹത്തിന്റെ ഉറ്റമിത്രത്തിന്റെ ഏകമകളെ കല്യാണം കഴിക്കുന്നതിഷ്ടമില്ല. അവൻ ദുഃഖിതനായി. പക്ഷേ അച്ഛന്റെ ഇഷ്ടാനിഷ്ടങ്ങളെ അത്യധികം അവൻ ആദരിച്ചിരുന്നതിനാൽ അവൻ സഹോദരനോടു പറഞ്ഞു:

“അച്ഛൻ പറഞ്ഞതനുസരിക്കുക. അതിനു ഓട്സ് കൊടുക്കേണ്ട, പകരം ഒരു തീക്കുണ്ഡമുണ്ടാക്കി അതിന്റെ ജ്വാലകളെ തീറ്റുക.”

“എന്തെല്ലാം വിഡ്ഢിത്തമാണ് പുലമ്പുന്നത്?” അർപാഡ് പറഞ്ഞു.

“ഞാൻ പറയുന്നതുപോലെ ചെയ്യുക. ഇതൊരു സാധാരണ കുതിരയല്ല. തീജ്ജ്വാലകളെക്കൊണ്ടു നീ ഇതിനെ തീറ്റിയാൽ ഇത് നിന്റെ അച്ഛൻ ആശിക്കുന്നിടത്തുതന്നെ നിന്നെ കൊണ്ടുപോകും.” ദുഃഖസ്വരത്തിൽ ഗോജവെർ പറഞ്ഞു.

അർപാഡ് അതിനെപ്പറ്റി വീണ്ടും ആലോചിച്ചു. ഒടുവിൽ സഹോദരൻ പറഞ്ഞപോലെത്തന്നെ ചെയ്യാൻ തീരുമാനിച്ചു. അയാൾ തീ കൂട്ടി. കുതിരയെ തീജ്ജ്വാലകളെക്കൊണ്ടു തീറ്റി. തീജ്ജ്വാലകൾ നുണഞ്ഞതോടെ അത് ഒരൊന്നാന്തരം പടക്കുതിരയായി രൂപാന്തരപ്പെട്ടു. അർപാഡ് അതിന്റെ പുറത്തു ചാടിക്കയറി. അവനെയും കൊണ്ടു കുതിര പറപറന്നു.

കുതിര അർപാഡിനെ വജ്രം പതിച്ച ചുമരുകളോടുകൂടിയ കൊട്ടാരത്തിലേക്കു കുതിച്ചു. ജാലകത്തിലൂടെ ദൂരെനിന്നും ഒരാൾ സവാരി ചെയ്തുവരുന്നതുകണ്ട രാജാവ് അയാളെ കാണാൻ ഓടിച്ചെന്നു. ഗോജവെറാണെന്നാണ് കരുതിയത്. തന്റെ വരനെ സ്വീകരിക്കാൻ രാജകുമാരിയും ഓടിച്ചെന്നു. അവളെ കണ്ടപ്പോൾ അർപാഡ് ഇടിവെട്ടേറ്റവനെപ്പോലെയായി. തന്റെ ജീവിതത്തിൽ ഇത്ര സുന്ദരിയായ ഒരുവളെ അയാൾ കണ്ടിട്ടില്ല.

“സ്വാഗതം. നിന്റെ അച്ഛൻ ഉടനെത്തന്നെ നിന്നെ തിരിച്ചയച്ചല്ലേ? അപ്പോൾ അയാൾ എന്റെ മകളുമായുള്ള നിന്റെ വിവാഹത്തിനു സമ്മതം തന്നിരിക്കുന്നു.”

രാജാവ് അർപാഡിനെ സ്വീകരിച്ചു. അർപാഡ് സന്തോഷമില്ലാത്ത വിധത്തിലാണ് തലയാട്ടിയത്.

“അപ്പോൾ നമുക്കുടനെത്തന്നെ വിവാഹാഘോഷങ്ങൾ നടത്താം. പക്ഷേ ആദ്യം നീ ഞാൻ തന്ന എന്റെ മോതിരം മടക്കിത്തരണം.” രാജാവ് പറഞ്ഞു.

“ഏത് മോതിരം?” ഒന്നും മനസ്സിലാകാത്തവനെപ്പോലെ അർപാഡ് ചോദിച്ചു.

രാജാവ് നെറ്റി ചുളിച്ചു. “നിന്റെ അച്ഛനെ കാണിക്കാനായി ഞാൻ നിനക്കു കടം തന്ന എന്റെ മോതിരം. ഒരുപക്ഷേ അച്ഛൻ നിനക്കതു തിരിച്ചുതന്നില്ലായിരിക്കും.” കടുത്തസ്വരത്തിൽ രാജാവ് തുടർന്നു,

“അദ്ദേഹം എനിക്കൊന്നും തന്നിട്ടില്ല. നിങ്ങൾ പറയുന്ന മോതിരം ഞാനിന്നുവരെ കണ്ടിട്ടുമില്ല.” സ്വയം പ്രതിരോധിച്ചുകൊണ്ട് അർപാഡ് പറഞ്ഞു.

ഇത് രാജാവിനെ വല്ലാതെ പ്രകോപിപ്പിച്ചു.

"നീ ഒരു പെരുംനുണയനാണ്. കാപട്യക്കാരനും. അദ്ദേഹം അട്ടഹസിച്ചു. നിങ്ങളെ ഞാനെന്റെ മകളെ കല്യാണം കഴിക്കാൻ സമ്മതിക്കുകയില്ല. നിന്നെ നേരെ ജയിലിലേക്കയയ്ക്കും."

രാജാവ് തന്റെ സേവകരെ വിളിച്ചു. അർപാഡിനെ കെട്ടിവരിഞ്ഞു കല്ലറയിൽ തള്ളാൻ കൽപ്പിച്ചു.

തന്റെ മകൻ തിരിച്ചുവന്നുകാണാത്തതിൽ രാജാവ് ഉത്കണ്ഠാകുലനായി. നാളുകളൊട്ടേറെക്കഴിഞ്ഞു. അർപാഡ് തിരിച്ചുവരുന്ന ലക്ഷണമൊന്നും കണ്ടില്ല. രാജാവ് ദുഃഖിതനായി. ഒട്ടേറെസമയം ശങ്കിച്ചുനിന്നു. ഒടുവിലദ്ദേഹം ഗോജവെറിനെ വിളിച്ചുവരുത്തി. അവന്റെ കണ്ണുകളെ എതിരിടാൻ രാജാവ് ധൈര്യപ്പെട്ടില്ല. എങ്കിലും അവനോടു പറഞ്ഞു.

"നിന്റെ സഹോദരനെ വിശാലമായ ലോകത്തിലേക്ക് ആ പഴയ കുതിരയൊത്ത് ഞാൻ അയച്ചു. പക്ഷേ അവൻ ഇനിയും തിരിച്ചു വന്നിട്ടില്ല. അവനെന്തോ ദുരന്തത്തിൽപ്പെട്ടിട്ടുണ്ടെന്നു ഞാൻ പേടിക്കുന്നു. നിങ്ങൾ മൂവരിൽ അർപാഡ് ആണ് എന്റെ ശരിയായ മകൻ. ഞാൻ നിങ്ങളെ മൂവരേയും ഒന്നിച്ചാണ് വളർത്തിയത്. പക്ഷേ രക്തവും മാംസവുമായ എന്റെ സ്വന്തം മകൻ അവനാണ്. നിന്നെ വഞ്ചിച്ചതിന് എനിക്കു മാപ്പുതരിക. നിനക്കു പകരം എന്റെ സുഹൃത്തിന്റെ മകളെ എന്റെ മകൻ കല്യാണം കഴിച്ചുകാണാനാണ് എന്റെ ആഗ്രഹം, അവളെ വിമോചിപ്പിച്ചത് നീയാണെങ്കിലും. ഇപ്പോൾ എനിക്കെന്റെ മകൻ നഷ്ടപ്പെട്ടിരിക്കുന്നു. ദയവായി അവനെ കണ്ടെത്താൻ എന്നെ സഹായിക്കണം. എന്റെ സ്പാനിയലിന്റെ മകനേ, നിനക്കു ഞാൻ ചെയ്ത എല്ലാ നന്മകളെ ഓർത്തെങ്കിലും."

"ഞാൻ, സ്പാനിയലിന്റെ മകൻ?" ഗോജവെർ നിലവിളിച്ചു.

"അതെ." രാജാവ് തലയാട്ടി. രാജാവ് അവനോടു മത്സ്യത്തിന്റെ കഥ പറഞ്ഞു. നിശ്ശബ്ദനായി ഗോജവെർ എല്ലാം ശ്രദ്ധിച്ചുകേട്ടു.

രാജാവ് പറഞ്ഞവസാനിച്ചപ്പോൾ അവൻ അദ്ദേഹത്തിന്റെ കൈപിടിച്ചു ചുംബിച്ചുകൊണ്ടു പറഞ്ഞു. "ഇത്രയുംകാലം സ്വന്തം മകനെപ്പോലെ എന്നെ വളർത്തിയതിനു നന്ദി പറയുന്നു. അങ്ങയുടെ മകൻ അർപാഡിനെ സുരക്ഷിതനായി ഞാൻ നാട്ടിലേക്കു തിരിച്ചയയ്ക്കാം, അങ്ങയുടെ അടുത്തേക്ക്."

അവൻ രാജാവിനെ താണുവണങ്ങിക്കൊണ്ടു പോയി.

ഗോജവെർ കൊട്ടാരത്തിനു വെളിയിലെത്തിയപ്പോൾ പോക്കറ്റിന്നുള്ളിലുള്ള കുതിരവാലിനെപ്പറ്റി ഓർമ്മവന്നു. വിരലുകൾക്കിടയിലിട്ടു അതൊന്നുരസി. പെട്ടെന്നാകാശത്തുനിന്ന് പൊട്ടിവീണ

പോലെ കറുത്ത കുതിര മുമ്പിൽ പ്രത്യക്ഷപ്പെട്ടു. ഗോജവെർ കുതിരപ്പുറത്തു ചാടിക്കയറി. വജ്രങ്ങൾ പതിപ്പിച്ച കോട്ടയിലേക്കു പറപറന്നു. കോട്ടയുടെ പുറത്തെത്തിയപ്പോൾ ഗോജവെർ കുതിരപ്പുറത്തുനിന്നിറങ്ങി നേരെ രാജാവിന്റെ അടുത്തേക്കു ചെന്നു. അവനെ കണ്ടപ്പോൾ കടുത്ത ദേഷ്യത്തോടെ ചോദിച്ചു.

"നീ ഇവിടെ എന്തുചെയ്യുന്നു. എങ്ങനെ തടവുമുറിയിൽനിന്നു രക്ഷപ്പെട്ടു?"

"അച്ഛന്റെ അടുത്തുനിന്നു ഞാനിപ്പോളെത്തിയതേയുള്ളൂ." ഗോജവെർ മറുപടിപറഞ്ഞു. "അങ്ങെനിക്ക് കടംതന്ന മോതിരം തിരിച്ചുതരാനാണ് വന്നത്"

രാജാവതു വാങ്ങി. വിശ്വസിക്കാനാവാതെ തലകുലുക്കി. "നീയല്ലേ എന്നോടുപറഞ്ഞത്, മോതിരം നീ കണ്ടിട്ടേയില്ലെന്ന്." വിസ്മയത്തോടെ രാജാവ് നിലവിളിച്ചു. "നീ അങ്ങനെ നുണ പറഞ്ഞതുകൊണ്ടാണ് നിന്നെ ഞാൻ തടവിലിട്ടത്."

"അത് ഞാനല്ല." അതെന്റെ സഹോദരൻ അർപാഡായിരുന്നു. ഞങ്ങൾ മൂന്നു സഹോദരന്മാരും ഒരുപോലെയുള്ളവരാണ്. അർപാഡ് എന്റെ സ്ഥാനത്താണ് ഇവിടെവന്നത്. അവന് ഈ മോതിരത്തെപ്പറ്റി ഒരു വിവരവും ഇല്ല. അവൻ നിരപരാധിയാണ്. അവനെ സ്വതന്ത്രനാക്കി നാട്ടിലേക്ക് ഉടനെ തിരിച്ചയയ്ക്കണമെന്ന് ഞാൻ അങ്ങയോടഭ്യർത്ഥിക്കുന്നു." ഗോജവെർ മറുപടിപറഞ്ഞു.

തടവറയിൽ നിന്നുടനെത്തന്നെ അർപാഡിനെ മോചിപ്പിക്കാൻ രാജാവ് കൽപ്പിച്ചു. സ്വതന്ത്രനാക്കപ്പെട്ടപ്പോൾ അർപാഡിന് അത്യധികം സന്തോഷമായി. എത്രയും വേഗം എങ്ങനെയും കൊട്ടാരത്തിൽ തിരിച്ചെത്തുന്നതിൽപ്പരം മറ്റൊരു ആശയും ഉണ്ടായില്ല. ഗോജവെറിനോടു കുതിരയെ വിട്ടുകൊടുക്കാൻ അവൻ കെഞ്ചി. ഗോജവെറിനും അത് സന്തോഷമായി.

അങ്ങനെ സ്പാനിയലിന്റെ മകൻ ഗൊജവെർ വജ്രങ്ങളുടെ രാജാവിന്റെ മകളെ കല്യാണം കഴിക്കാനിടയായി. അവർ അത്യധികം സന്തുഷ്ടരും. അവരുടെ മക്കളും അച്ഛനെപ്പോലെ നല്ലവരും കുലീനരുമായിരുന്നു.

■

ഹിമപർവ്വതത്തിൽനിന്നുള്ള രാജകുമാരി

ഏഴുപർവ്വതങ്ങൾക്കും ഏഴുനദികൾക്കുമപ്പുറം ഒരു നാട്ടിലെ ഒരു ഗഡ്ജ(അജിപ്സി)യുടെ മകനിൽ ഒരു ജിപ്സി മാന്ത്രികശക്തി പ്രയോഗിച്ചു. ആ മകന്റെ പേർ ഫെഡ്മ എന്നായിരുന്നു. അവൻ പിറക്കുമ്പോൾതന്നെ അവന്റെ മാതാപിതാക്കൾ പടുവൃദ്ധരായിരുന്നു. അവർ വൈകാതെ മരിച്ചു. ഫെഡ്മയ്ക്കു തറവാട്ടുവക ഒട്ടേറെ എസ്റ്റേറ്റുകളുണ്ട്. പ്രായമായപ്പോൾ അവനോടു വിവാഹിതനാകാൻ അടുത്തവർ ഉപദേശിക്കുകയുണ്ടായി. പക്ഷേ എത്ര തിരഞ്ഞിട്ടും മനസ്സിനൊത്ത ഒരു പെൺകുട്ടിയെ കണ്ടെത്താനായില്ല. ആളുകൾ അവനോടു പറഞ്ഞു:

"ഇങ്ങനെ തിരഞ്ഞെടുക്കാൻ നിൽക്കല്ലേ, ഫെഡ്മ, നീ കല്യാണം കഴിക്കലുണ്ടാകില്ല"

അപ്പോഴെല്ലാം അവൻ ചിരിച്ചുകൊണ്ടു സ്വയംപറഞ്ഞു. 'ഇനിയുമിഷ്ടംപോലെ സമയം കിടക്കുന്നു.'

അവിടത്തെ രാജകുമാരനൊരു മകളുണ്ട്. അവളാൽ ആകർഷിക്കപ്പെട്ടവരിലൊരാളാണ് ഫെഡ്മ. അവളാകട്ടെ അവനേക്കാൾ ഏതാനും കൊല്ലങ്ങൾ മൂത്തതാണ്. പക്ഷെ അവൾ അതിസുന്ദരിയും അതിസമർത്ഥയുമാണ്. ഒട്ടേറെ നാടുകൾ അവൾ സന്ദർശിച്ചിട്ടുണ്ട്. നല്ല വിവരവുമുണ്ട്. ഒട്ടേറെ തവണ അവൾ ഫെഡ്മയോടു തനിക്കുള്ള പ്രത്യേക താൽപ്പര്യം പ്രകടിപ്പിക്കുകയും ചെയ്തിട്ടുള്ളതാണ്. അതൊന്നും ഫലിക്കാതെ വന്നപ്പോൾ ഒരിക്കലവൾ വെട്ടിത്തുറന്നു ഫെഡ്മയോടു പറയുകയും ചെയ്തു. താനവനെ കല്യാണം കഴിക്കാനാശിക്കുന്നു എന്ന്.

"നീ ലോകംമുഴുവൻ സഞ്ചരിച്ചിട്ടുണ്ട്. വളരെ വിജ്ഞാനവുമുണ്ട്. ഞാൻ എവിടേയും പോയിട്ടില്ല. പിന്നെ ഞാനൊരു പടു

വിഡ്ഢിയും. വിവാഹം കഴിക്കുന്നതിനു മുമ്പായി എനിക്കു ലോകത്ത് അൽപ്പം സഞ്ചരിക്കണം." ഫെഡ്മ പറഞ്ഞു.

"ശരി. പോയി കണ്ടുവരൂ. കിഴവൻ മഞ്ഞുകട്ടേ. ഹിമത്തിന്റെ നാട്ടിലേക്കുതന്നെ യാത്ര ചെയ്യൂ. നിന്റെ ഹൃദയംപോലെ തണുത്ത ഹൃദയമുള്ള ഒരു സ്ത്രീ അവിടെയുണ്ട്. അവളെത്തന്നെ നീ കല്യാണം കഴിച്ചോ." ദേഷ്യം പിടിച്ചാണ് രാജകുമാരന്റെ മകൾ പറഞ്ഞത്.

"ആ സ്ത്രീ ആരാണ്?"

"ടിൻഡിർഗുഡ്രം - കുടിലചിത്തയായ മന്ത്രവാദിനി. മഞ്ഞുമല യിലാണ് അവളുടെ താമസം. കരുത്തനായ ഹൊർമോണ്ട് എന്ന സഹോദരനോടൊന്നിച്ചാണ് താമസം."

"അവൾ സുന്ദരിയാണോ?" ഫെഡ്മയ്ക്കതാണറിയേണ്ടത്.

"അതെ, അവൾ ലാവണ്യവതിയാണ്. അതോടൊപ്പം അതിക്രൂര യുമാണ്. അവളെ തേടിയെത്തുന്ന കാമുകന്മാരെ അവൾ കൊല്ലും. ഹിമക്കട്ടയാക്കി മാറ്റും." രാജകുമാരി പറഞ്ഞു.

"നിന്നെ രൂപാന്തരപ്പെടുത്താനിടയില്ല. കാരണം നീ ഇപ്പോൾ തന്നെ ഹിമക്കട്ടയാണ്. ഇത്രയും പറഞ്ഞു ഫെഡ്മക്കെതിരെ പുറം തിരിഞ്ഞ് അവൾ പോയി. ഈ ടിൻഡിർഗുഡ്രമിനെപ്പറ്റി കാണുന്ന വരോടെല്ലാം ഫെഡ്മ അന്വേഷിച്ചു. പലരും അവളെപ്പറ്റി കേട്ടി ട്ടുണ്ട്. പലർക്കും അവളെപ്പറ്റി പലതും അറിയാം.

തന്റെ യാത്രയ്ക്ക് അവൻ ഒരു നല്ല കുതിരയെ സ്വീകരിച്ചു. ഒരു വാളും പണസഞ്ചിയിൽ നിറയെ പണവുമായി യാത്രയായി. വഴി ക്കിടയിൽ അവനൊരു വലിയ ആൾക്കൂട്ടത്തെ കാണാനിടയായി. സംഗതിയെന്താണെന്നു അവൻ ചോദിച്ചു. തങ്ങൾ അടുത്തുള്ള ഒരു കഴുമരത്തിന്നടുത്തേക്കു തിരക്കിട്ടു പോകുകയാണെന്നാണവർ പറഞ്ഞത്. സേനയിൽനിന്നും ചാടിപ്പോയ ഒരാളെ തൂക്കിക്കൊല്ലാൻ പോകുന്നു.

ഫെഡ്മ അവരോടൊപ്പം പോയി. കഴുമരം നിൽക്കുന്ന മൈതാന ത്തെത്തുമ്പോൾ ആരാച്ചാർ തൂക്കാൻ വിധിച്ച ആളുടെ കഴുത്തിൽ കുടുക്കിടാൻ പോകുകയാണ്.

തൂക്കിക്കൊല്ലാൻ പോകുന്ന ഒരാളുടെ വികാരങ്ങൾ എന്തെ ല്ലാമായിരിക്കും? അവൻ ചിന്തിച്ചു. അവൻ അയാളെ ഒരു നോക്കു കാണാൻ അടുത്തേക്കുചെന്നു. വളരെ അടുത്തു ചെന്നപ്പോൾ ആ മനുഷ്യൻ തന്റെതന്നെ പ്രതിരൂപമാണെന്നയാൾ കണ്ടു. താൻ

കുതിരപ്പുറത്തിരിക്കുന്ന ഫെഡ്മയാണെന്ന ബോധം വന്നില്ലായിരുന്നെങ്കിൽ അവൻ കരുതുമായിരുന്നു ആ ആൾക്കൂട്ടം തന്നെത്തന്നെയാണ് തൂക്കിക്കൊല്ലാൻ പോകുന്നതെന്ന്.

എന്റെ സ്വന്തം സഹോദരനായ ഒരാളെ തൂക്കിക്കൊല്ലാൻ ഞാൻ സമ്മതിക്കില്ല. ഫെഡ്മ കരുതി. അവൻ കുതിരപ്പുറത്തുനിന്നിറങ്ങി ആരാച്ചാരുടെ അടുത്തു ചെന്നു ചോദിച്ചു.

"തൂക്കുമരത്തിൽനിന്ന് ഇയാളെ രക്ഷപ്പെടുത്തി അയാളുടെ ജീവൻ വീണ്ടെടുക്കാൻ വല്ല മാർഗ്ഗവുമുണ്ടോ?"

ആരാച്ചാർ ചിന്താധീനനായി. ഒരു വലിയ ധനികനാണ് തന്റെ മുമ്പിൽ നിൽക്കുന്നത്. ഒരുത്തന്റെ കൈയിൽ വേണ്ടുവോളം പണമുണ്ടെങ്കിൽ എല്ലാം സാധ്യം. അയാൾ വീണ്ടും ഫെഡ്മായെ ഒന്നു നോക്കി. പിന്നീട് തൂക്കാൻ വിധിച്ചവന്റെ നേരെനോക്കി.

"അയാൾ നിന്റെ സഹോദരനാണോ?"

"എല്ലാവരും ഓരോരുത്തരുടെ സഹോദരനായിരിക്കും. നിങ്ങളങ്ങനെ ചിന്തിക്കുകയാണെങ്കിൽ..." ഫെഡ്മ ഒഴിഞ്ഞുമാറുന്നവിധത്തിൽ പറഞ്ഞു.

"ഈ പാവത്തിനെ രക്ഷിക്കാൻ തനിക്കെന്തു തരണം?"

"അതെന്റെ കാര്യമല്ല, അത് രാജാവാണ് തീരുമാനിക്കേണ്ടത്. ഇയാൾ ജോലിയിൽ പ്രവേശിച്ചത് 50 ഡുക്കറ്റ്സ് ജാമ്യത്തിലാണ്. അയാൾ ജോലിസ്ഥലത്തുനിന്ന് ഒളിച്ചോടിയതിനാലാണ് പിടികൂടി ശിക്ഷിച്ചത്. 50 ഡുക്കറ്റ്സ് നിങ്ങൾ അവനുവേണ്ടി തന്നാൽ ഞാനവനെ പോകാനനുവദിക്കാം." ആരാച്ചാർ പറഞ്ഞു.

"ഇതാ നിനക്ക് 100 ഡുക്കറ്റ്സ്. 50 ഡുക്കറ്റ്സ് രാജാവിനും 50 നിനക്കും." തന്റെ പണം നിറച്ച പേഴ്സ് ഫെഡ്മ ആരാച്ചാർക്ക് നൽകി.

അയാൾ ഉടനെത്തന്നെ കുറ്റവാളിയുടെ കഴുത്തിൽ ചുറ്റിയ കുടുക്കഴിച്ചു മാറ്റി. അയാളെ സ്വതന്ത്രനാക്കി.

"എന്താണ് നിന്റെ പേര്?" താൻ രക്ഷിച്ച ആളോട് ഫെഡ്മ ചോദിച്ചു.

അയാൾ നന്ദിപോലും രേഖപ്പെടുത്തിയില്ല. ഒന്നു മുരണ്ടു എന്നു മാത്രം. വിലപിടിച്ച നല്ല പണം വെറുതെ തുലച്ചു. അവൻ ദുഃഖത്തോടെയാണ് പറഞ്ഞത്.

"ഞാൻ റോജ്യോ- കരുത്തനാണ്. എന്നെ തൂക്കിക്കൊല്ലാൻ

അവർക്കെളുപ്പം കഴിയില്ല. അല്ലാ, നിങ്ങളാരാണ്? നിങ്ങൾ ആരെയോ എന്നെ ഓർമ്മപ്പെടുത്തുന്നു. ആരെയാണെന്നോർമ്മ വരുന്നില്ല."

"അധികപക്ഷവും നിന്നെത്തന്നെയാവും. എന്നെ ഒന്ന് നോക്ക്. നാമിരുവരും ഒരുപോലെത്തന്നെയാണ്." ഫെഡ്മ ചിരിച്ചുകൊണ്ടു പറഞ്ഞു. തന്റെപോക്കറ്റിൽനിന്ന് അയാൾ ഒരുകണ്ണാടി പുറത്തെടുത്തു കുറ്റവാളിക്കു കൈമാറി.

"ദൈവമേ...! നാമിരുവരും ഒരുപോലെ. രണ്ടു പയർമണി തന്നെ."

"അതുകൊണ്ടുതന്നെയാണ് ഞാൻ നിന്റെ ജീവൻ രക്ഷിക്കാൻ തുനിഞ്ഞത്." റോജ്യോ വിസ്മയത്തോടെ നിലവിളിച്ചു.

"റോജ്യോ നിനക്കെന്റെ ചങ്ങാതിയാകാമോ?" തലയാട്ടിക്കൊണ്ടു ഫെഡ്മ ചോദിച്ചു.

"പക്ഷെ ഞാനൊരു ജിപ്സിയാണ്." റോജ്യോ പറഞ്ഞു.

"അതൊരു പ്രശ്നമല്ല. നിനക്കെന്റെ നല്ല ചങ്ങാതിയാകാനാകും." ഫെഡ്മ പറഞ്ഞു.

"ശരി ശരി. അപ്പോൾ നിങ്ങളുടെ പേര്?"

"ഫെഡ്മ. ഞാൻ മരണംവരെ നിങ്ങളുടെ വിശ്വസ്ത മിത്രമായിരിക്കും."

ഫെഡ്മയുടെ കൈപിടിച്ചമർത്തിക്കൊണ്ടു റോജ്യോ ആത്മാർത്ഥമായി പറഞ്ഞു

"ഞാൻ ഹിമത്തിന്റെ നാട്ടിലേക്കു യാത്ര ചെയ്യുകയാണ്. സുന്ദരിയായ മന്ത്രവാദിനി ടിൻഡിർഗുഡ്രത്തിനെത്തേടിയാണ് പോകുന്നത്. ഹോർമൊണ്ട് എന്ന അവളുടെ സഹോദരനേയും കാണണം. ചിലപ്പോൾ നീയും അവരെപ്പറ്റി എന്തെങ്കിലും കേട്ടുകാണും."

"അവരെപ്പറ്റി ഞാൻ കേട്ടിട്ടുണ്ടെന്നു മാത്രമല്ല, ഞാൻ ശരിക്കും സ്വേഡ്സ്കളുടെ നാട്ടിൽ പോയിട്ടുണ്ട്. അവർ താമസിക്കുന്ന ഹിമപർവ്വതത്തിലേക്കും പോയിട്ടുണ്ട്." റോജ്യോ പറഞ്ഞു.

"നീ അവിടെ പോയിട്ടുണ്ടെന്നോ? അപ്പോൾ ഹിമപർവ്വതത്തിലേക്കുള്ള വഴി നിനക്കറിയാം. ദയവായി നീ എന്നെ അവിടേക്കു കൊണ്ടു പോകണം. സുഹൃത്തേ! എനിക്കു ആ ടിൻഡിർഗുഡ്രിമിനെ ഒരുനോക്കു കാണണം. അവരെല്ലാം വാഴ്ത്തുന്നതുപോലെ അവൾ അത്ര സുന്ദരിയാണോ എന്ന് ഒന്നറിയുകയേ വേണ്ടതുള്ളൂ." സന്തോഷത്തോടെ ഫെഡ്മ പറഞ്ഞു.

"കാഴ്ചയിലവൾ അതിസുന്ദരിതന്നെയാണ്. തീർച്ചയായും.

അതേസമയം നിങ്ങൾ അങ്ങോട്ട് പോകണമെന്നു ഞാൻ പറയില്ല." റോജ്യോ പറഞ്ഞു.

"പക്ഷേ എനിക്കവളെ കണ്ടേ തീരൂ. അവൾ സുന്ദരിതന്നെയെന്നു കണ്ടാൽ എനിക്കവളെ കല്യാണം കഴിക്കുകയും വേണം." ഫെഡ്മ നിർബന്ധം പിടിച്ചു.

"അതത്ര എളുപ്പമുള്ള കാര്യമല്ല. അവളുടെ സഹോദരന്റെ സംരക്ഷണത്തിലാണവൾ. അങ്ങേയറ്റം സൂക്ഷ്മതയോടെയാണ് കാവൽ. ശക്തരിൽവെച്ചു ശക്തനായ ഹെർമോണ്ട് ഹിമപർവ്വതത്തിൽനിന്നു തന്റെ സഹോദരിയെ കൊണ്ടുപോകാൻ ആരെയും അനുവദിക്കില്ല. ടിൻഡിർഗുഡ്രം അവിടെ ഹിമത്തിന്റെ ഒരു ശവക്കല്ലറയിലാണ് കിടക്കുന്നത്. ആ ശവപ്പെട്ടിക്കു ചുറ്റും ഇരുപത്തിനാലു മെഴുകുതിരികൾ കാണാം. അവളുടെ കരം പിടിക്കാനാഗ്രഹിച്ചു വരുന്നവൻ ആദ്യം ഒരൊറ്റ ഊത്തിന് ആ മെഴുകുതിരികളെല്ലാം കെടുത്തണം. തന്റെ ഉദ്യമത്തിൽ അയാൾ പരാജയപ്പെടുന്നപക്ഷം ആ മനുഷ്യൻ നിമിഷത്തിനുള്ളിൽ ഹിമക്കട്ടയായി മാറ്റപ്പെടും. ഇന്നുവരെ ആരും ആ ഉദ്യമത്തിൽ വിജയിച്ചിട്ടില്ല. ഇന്ന് കൊട്ടാരത്തിന്റെ മുമ്പിൽ കാണുന്ന ആ നീണ്ട രണ്ടുനിര ഹിമക്കട്ടകളും അങ്ങനെ രൂപാന്തരപ്പെടുത്തപ്പെട്ട പുരുഷന്മാരാണ്." തലകുലുക്കിക്കൊണ്ടാണ് റോജ്യോ പറഞ്ഞത്.

"നീ എപ്പോഴാണ് അവിടെ പോയത്? നീ ശ്രമിച്ചോ? നീയെങ്ങനെ ഹിമക്കട്ടയാക്കപ്പെടാതെ രക്ഷപ്പെട്ടു?" ഫെഡ്മ ചോദിച്ചു.

"ഞാൻ ശ്രമിച്ചില്ല." റോജ്യോ മറുപടി പറഞ്ഞു. "എനിക്ക് ഒരിക്കലും കല്യാണം കഴിക്കാൻ പാടില്ല. കഴിക്കുന്നപക്ഷം ഇന്ന് എനിക്കുള്ള കരുത്ത് നഷ്ടപ്പെടും." റോജ്യോ വിവരിച്ചു.

"എങ്കിൽ എന്നോടൊപ്പം വരിക. എനിക്കുവേണ്ടി നീ ആ ഇരുപത്തിനാലു മെഴുകുതിരികളും ഒരൊറ്റ ഊത്തിനു കെടുത്തണം. ഞാൻ ഗുഡ്രമിനെ കല്യാണം കഴിച്ചുകൊള്ളാം."

"ഇല്ലില്ല. ഞാനതു ചെയ്യില്ല." തലകുലുക്കിക്കൊണ്ടു റോജ്യോ പറഞ്ഞു.

"നിനക്കതിനു കഴിയാത്ത കാരണത്താലാണോ?"

"വേണമെങ്കിലെനിക്കതു സാധിക്കും. ഞാൻ നിങ്ങളുടെ സുഹൃത്താകയാൽ താക്കീതു ചെയ്യേണ്ടത് എന്റെ ചുമതലയാണ്. ടിൻഡിർ ഒരു കുടിലചിത്തയായ മന്ത്രവാദിനിയുമാണ്. അവളുടെ ആങ്ങള അതിലും വഷളനാണ്. അഥവാ അയാളുടെ സഹോദരിയെ നേടിയെടുക്കുന്നതിൽ നിങ്ങൾ വിജയിച്ചാൽതന്നെ അവളുടെ

സഹോദരൻ നിങ്ങളോടു പ്രതികാരം ചെയ്യും. ഒരിക്കലും നിനക്കു സമാധാനം തരില്ല."

"പക്ഷേ എനിക്കവളെ വേണം. നിനക്കെന്നെ സഹായിക്കണമെന്നില്ലായിരിക്കാം. ഒരൊറ്റ ഊത്തിന് ആ ഇരുപത്തിനാലു കത്തുന്ന മെഴുകുതിരികളും കെടുത്താനുള്ള ശക്തി നിനക്ക് ചിലപ്പോളില്ലായിരിക്കും." വഴങ്ങാതെ ഫെഡ്മ നിർബന്ധം പിടിച്ചു.

"നിങ്ങളെന്റെ ചങ്ങാതിയായിപ്പോയി. അല്ലെങ്കിൽ എന്റെ വാക്കിന്റെ വില ഞാൻ മറ്റൊരു വിധത്തിൽ പഠിപ്പിച്ചുതന്നേനേ. പക്ഷേ മരണംവരെ ഞാൻ വിശ്വസ്തസുഹൃത്തായിരിക്കും എന്നു വാക്കു തന്നതല്ലേ. ഞാൻ പറയുന്നതു സത്യമാണെന്നു തെളിയിച്ചു തരാം. ആ വലിയ ഓക്ക്മരം നിങ്ങൾ കാണുന്നുണ്ടോ?"

അവരിൽനിന്നും പത്ത്ചുവട് അകലെ ഒരു കനത്ത ഓക്ക്മരം നിന്നിരുന്നു. ശക്തിയേറിയ കാറ്റിലെന്നപോലെ പെട്ടെന്ന് ആ ഓക്ക് മരം വിറപൂണ്ടു. റോജ്യോ വീണ്ടും ശ്വാസകോശങ്ങളിൽ കാറ്റ് വലിച്ചു കയറ്റി വീണ്ടും ഒന്നൂതി. ഇത്തവണ ഓക്ക്മരം നെടുവീർപ്പിട്ടു. അതിന്റെ തടി പിന്നോട്ട് ഒരു വളയൽ. റോജ്യോ മൂന്നാംതവണ ഊതിയപ്പോൾ ആ ഓക്ക്മരം കടപുഴകി നിലത്തു വീണു.

"ഇനിയും വിശ്വാസം വരുന്നില്ലേ?" റോജ്യോ ചോദിച്ചു.

ഫെഡ്മ ഒന്നും മിണ്ടാനാകാതെ തരിച്ചുനിന്നു. ഇത്തരമൊരു കാര്യം കൺമുമ്പിൽ നടക്കുമെന്ന് അയാളൊട്ടും പ്രതീക്ഷിച്ചതല്ല.

ഒടുവിൽ പറഞ്ഞു, "സുഹൃത്തേ, എനിക്കു മാപ്പ്തരിക. നീ അതിശക്തനാണെന്നു ഞാൻ നേരിട്ടു കണ്ടു. വരൂ. ഹിമക്കൊട്ടാരത്തിലേക്കു നമുക്കു പോകാം. ടിൻഡിർഗുഡ്രമിനെ എന്റെ ഭാര്യയാക്കാൻ എന്നെ സഹായിക്കൂ. ഞാൻ നിന്നോടഭ്യർത്ഥിക്കുകയാണ്."

"ശരി. ഇനി നിന്നെ നിരുത്സാഹപ്പെടുത്തില്ല. നമുക്കുപോകാം." റോജ്യോ നെടുവീർപ്പിട്ടു.

ഇരുസുഹൃത്തുക്കളും ഫെഡ്മയുടെ കുതിരപ്പുറത്തുകയറി. തൊട്ടടുത്തുള്ള ഒരു നഗരത്തിലേക്കാണ് പോയത്. അവിടെനിന്ന് ഫെഡ്മ മറ്റൊരു കുതിരയെ വാങ്ങി. പിന്നെ തനിക്കും തന്റെ പുതിയ സുഹൃത്തിനുമായി ഒരുപോലുള്ള വസ്ത്രങ്ങളും വാങ്ങി. ആ വസ്ത്രങ്ങളണിയുമ്പോൾ ആർക്കുമവരെ തിരിച്ചറിയാൻ സാധിക്കില്ല. അവരുടെ കുതിരകൾക്കും വളരെ സാമ്യമുണ്ടായിരുന്നു. അങ്ങനെ അവർ ഹിമത്തിന്റെ നാട്ടിലേക്കു യാത്രയായി. ഒരുപാട് ദൂരം സഞ്ചരിച്ചു. ഒടുവിൽ ഹിമപർവ്വതത്തിന്റെ കാൽക്കൽ എത്തി. മുകളിലേക്കുള്ള വഴി വളരെ ദുർഘടംപിടിച്ചതായിരുന്നു. എങ്കിലും അവർ എല്ലാം സഹിച്ചു

കൊണ്ടു മുന്നേറി. ഒടുവിൽ ഒത്തമുകളിലെത്തി. ഹിമംകൊണ്ടുണ്ടാക്കിയ കൊട്ടാരവും കണ്ടെത്തി. കൊട്ടാരത്തിന്റെ കവാടംവരെ ഹിമക്കട്ടകൾകൊണ്ടുള്ള വീതിയേറിയ നടപ്പാതയുണ്ട്. ഇരുവശത്തും മനുഷ്യരൂപത്തിലുള്ള ഹിമക്കട്ടകളുടെ നിരകൾ. അവർ മുറ്റത്തേക്കു ചെന്നു. അവിടെയും എണ്ണമറ്റ ഹിമക്കട്ടകൾ കണ്ടു. അവയെല്ലാം കുതിരകളുടെ രൂപത്തിലാണ് കണ്ടത്. റോജ്യോ ഫെഡ്മയോടു പറഞ്ഞു. അവയെല്ലാം ടിൻഡിൻഗുഡ്രമിന്റെ കാമുകരുടെ കുതിരകൾ രൂപാന്തരപ്പെട്ടതാണ്. അവയുടെ യജമാനന്മാരെപ്പോലെ അവയേയും മന്ത്രവാദിനി ഹിമക്കട്ടകളാക്കി മാറ്റി.

എല്ലാം പെട്ടെന്നാണ്. നീലാകാശത്തുനിന്ന് പൊട്ടിവീണപോലെ. പെട്ടെന്നവരുടെ മുമ്പിൽ വെളുത്തതാടിയും മുടിയുമുള്ള ഒരു വെളുത്ത രാക്ഷസൻ പ്രത്യക്ഷപ്പെട്ടു. അത് ഹൊർമോണ്ട് എന്ന രാക്ഷസനായിരുന്നു ശക്തരിൽവെച്ച് ശക്തനായവൻ. വളരെ ഭവ്യതയോടെയാണ് അയാൾ അതിഥികളെ സ്വീകരിച്ചത്. അവരെ വീട്ടിലേക്കു ക്ഷണിച്ചു. അവർക്കു ഹിമംപോലത്തെ തണുത്ത പാനീയവും ഭക്ഷ്യങ്ങളും നൽകി.

"എന്റെ സഹോദരിയുടെ കരംഗ്രഹിക്കാൻ കൊതിച്ചുവന്നവരാണെന്നു ഞാൻ ഊഹിക്കുന്നു." തണുത്ത ഒരു കേക്ക് കടിച്ചുതിന്നുകൊണ്ടു ഹൊർമോണ്ട് പറഞ്ഞു.

"അവളെ വിവാഹം കഴിക്കാൻ ആഗ്രഹിച്ച് വന്നത് ഞാനാണ്." ഫെഡ്മ പറഞ്ഞു.

"മറ്റേ ചങ്ങാതി? നിങ്ങളുടെ സഹോദരനാണോ?" ഹൊർമോണ്ട് അന്വേഷിച്ചു.

"എന്നെ അനുഗമിക്കുന്ന ആളാണ്." ഫെഡ്മ പറഞ്ഞു.

"നിങ്ങൾക്ക് എന്തെല്ലാമാണ് ചെയ്യാനുള്ളതെന്നറിയാമല്ലോ?" ഹൊർമോണ്ട് ചോദിച്ചു.

"അറിയാം. എനിക്കറിയാം." റോജ്യോ തലകുലുക്കി. ഹൊർമോണ്ട് അവനെ അത്ഭുതത്തോടെയാണ് നോക്കിയത്. കാരണം അവരുടെ ശബ്ദംപോലും ഒരുപോലെത്തന്നെ.

ഭക്ഷണാനന്തരം ഗൃഹനായകൻ അതിഥികളെ ടിൻഡിൻ ഗുഡ്രം തന്റെ ശവപ്പെട്ടിയിൽ കിടക്കുന്നിടത്തേക്കു നയിച്ചു. ഫെഡ്മ അവളെ ഒരുനോക്കു കണ്ടമാത്രയിൽതന്നെ അവൻ മനസ്സിലാക്കി. അവൾ മാത്രമാണ് തന്റെ ഭാര്യയാകേണ്ടവൾ. അത്രമാത്രം സുന്ദരിയായിരുന്നു അവൾ!

ശവപ്പെട്ടിക്കുചുറ്റും ഇരുപത്തിനാലു മെഴുകുതിരികൾ കത്തി നിൽക്കുന്നു.

“നിങ്ങൾക്കറിയാമല്ലോ, ഒരൊറ്റ ഊത്തിന് ഇരുപത്തിനാലു മെഴു കുതിരികളും കെട്ടില്ലെങ്കിൽ എന്തു സംഭവിക്കുമെന്ന്?” ഹൊർമോണ്ട് ചോദിച്ചു. ആ ഇരട്ടകളിൽ ഒരാളോടാണ് ചോദിച്ചത്. അതിലാരാണ് യഥാർത്ഥത്തിൽ കരം ഗ്രഹിക്കാൻ വന്നതെന്ന് അയാൾക്കു തിരി ച്ചറിയാനാകില്ലായിരുന്നു.

“ഓ എനിക്കറിയാം.” റോജ്യോ മറുപടി പറഞ്ഞു.

“നീ മാത്രമല്ല നിന്റെ സഹോദരനും ഹിമക്കട്ടയാക്കി മാറ്റപ്പെടും. നീ പരാജയപ്പെട്ടാൽ...”

“ഞാനതു ചെയ്താൽ? നിന്റെ സഹോദരിയെ ഞങ്ങളോടൊത്തു വരാൻ സമ്മതിക്കില്ലേ?” റോജ്യോ ചോദിച്ചു.

“തീർച്ചയായും.” ഹൊർമോണ്ട് സത്യം ചെയ്തു.

“വളരെ നല്ലത്.”

റോജ്യോ പിന്നോട്ട് രണ്ടു ചുവടുവെച്ചു, ആ ശവപ്പെട്ടിയുടെ അടുത്തുനിന്ന്. അതിദീർഘമായി ഉച്ഛ്വസിച്ചു. മെഴുകുതിരിനാളങ്ങൾ വിറകൊണ്ടു. തുടർന്ന് റോജ്യോ ശക്തിയായി ഒന്ന് നിശ്വസിച്ചു പെട്ടെന്ന് ആ മെഴുകുതിരികളെല്ലാം കെട്ടടങ്ങി. പീഠത്തിൽ വെച്ചി രുന്ന ശവപ്പെട്ടി വിറപൂണ്ടു. അത് താഴോട്ട് നിലംപതിക്കുകയും ചെയ്തു. ആയിരം കഷ്ണങ്ങളായി അത് ചിതറി. ഹോർമോണ്ട് വിസ്മയസ്തബ്ധനായി നിലകൊണ്ടു. ഫെഡ്മയും റോജ്യോയും അന്യോന്യം സ്ഥലം മാറി. ഫെഡ്മ ആ ശവപ്പെട്ടിയുടെ അടുത്തു നിൽക്കുന്നു. തൊട്ടുപിന്നാലെ റോജ്യോവും.

സുന്ദരിയായ ടിൻഡിർഗുഡ്രം നിലത്തുനിന്നും എഴുന്നേറ്റു. അവ ളുടെ കണ്ണുകളിൽ തീ ആളിക്കത്തി. സ്പഷ്ടമായ തണുത്ത സ്വര ത്തിൽ ചോദിച്ചു.

“ആരാണ് ഞാൻ കിടന്നിരുന്ന ശവപ്പെട്ടി തകർത്തത്? ഫെഡ്മ അവളുടെ അടുത്തേക്കു നീങ്ങിച്ചെന്നു.

“എന്റെ സുന്ദരി ടിൻഡിർഗുഡ്രം, ഞാനാണതു ചെയ്തത്. ശവ പ്പെട്ടി പൊളിക്കാനിടയായതിൽ ഞാൻ മാപ്പു ചോദിക്കുന്നു. അത് യാദൃച്ഛികമായി സംഭവിച്ചതാണ്.” അവൻ പറഞ്ഞു.

സത്യത്തിൽ റോജ്യോ അറിയാതെ യാദൃച്ഛികമായി തകർക്കാ നിടയായതല്ല ശവപ്പെട്ടി. ടിൻഡിർഗുഡ്രമിന്റെ മാന്ത്രികശക്തി ആ ശവപ്പെട്ടിയിലാണെന്ന് അവനറിയാമായിരുന്നു. അവൻ മറ്റൊന്നു

കൂടി ശ്രദ്ധിച്ചു. നിലത്തുനിന്നു തട്ടിപ്പിടഞ്ഞെഴുന്നേൽക്കുന്നതിനിടയിൽ ടിൻഡിർഗുഡ്രം ശവപ്പെട്ടിയുടെ ഏതാനും അവശിഷ്ടങ്ങൾ കൈയിലെടുത്തിരുന്നു. ഫെഡ്മ അതൊന്നും ശ്രദ്ധിച്ചില്ല. അവന്റെ ശ്രദ്ധ മുഴുവൻ സുന്ദരിയായ ആ മന്ത്രവാദിനിയിൽ മാത്രമായിരുന്നു. അയാൾ അവളോടു പറഞ്ഞു,

“നിന്റെ നിബന്ധനകളെല്ലാം ഞാൻ നിർവ്വഹിച്ചു. ഇനി നീയെന്റെ ഭാര്യയാണ്.”

“ശരി. എനിക്കിനി മറ്റൊന്നും ചെയ്യാനില്ല. ഒരുനിമിഷം ഇവിടെ എന്നെ കാത്തുനിൽക്കുക. എനിക്കു യാത്രയ്ക്കുവേണ്ട ഒരുക്കങ്ങൾ ചെയ്യേണ്ടതുണ്ട്.” അവൾ തണുത്ത സ്വരത്തിൽ പറഞ്ഞ്, പുറം തിരിഞ്ഞ് അവൾ കടന്നുപോയി.

ഹൊർമോണ്ടും ആളാകെ മാറി. ഫെഡ്മയേയും സുഹൃത്തിനേയും സ്നേഹാദരങ്ങളോടെ സ്വീകരിച്ച ഹൊർമോണ്ടല്ല ഇപ്പോൾ. അയാൾ പറഞ്ഞു.

“നിബന്ധനകൾ പാലിച്ചാൽ നിങ്ങൾക്ക് എന്റെ സഹോദരിയൊത്തു തിരിച്ചു പോകാമെന്ന് ഞാൻ നിങ്ങൾക്കു വാക്കുതന്നു. എനിക്കെന്റെ വാക്ക് പാലിക്കേണ്ടതുണ്ട്. വേഗംതന്നെ പൊയ്ക്കൊള്ളുക. താമസിക്കുകയാണെങ്കിൽ വഴിക്കുവെച്ച് നിനക്കൊരാപകടം സംഭവിക്കും. അതിനു ഞാനുത്തരവാദിയല്ല.” ദുഃഖസ്വരത്തിലാണ് ഹൊർമോണ്ട് അതുപറഞ്ഞത്.

ഇത്രയും പറഞ്ഞ് അയാൾ തിരക്കിട്ടുപോയി.

“കാര്യങ്ങൾ അത്ര ശരിയല്ല.നാം ഇവിടംവിട്ടു പോകേണ്ട സമയം അതിക്രമിച്ചിരിക്കുന്നു.” റോജ്യോ മന്ത്രിച്ചു.

“അവൾ എന്തു സുന്ദരിയാണ്.” തന്റെ സുഹൃത്തു പറഞ്ഞതൊന്നും അയാൾ ശ്രദ്ധിച്ചില്ല. ഫെഡ്മ നെടുവീർപ്പിട്ടു.

“പാമ്പുകളെപ്പോലെ അവർ വഴുതുന്നു.” റോജ്യോ വീണ്ടും മന്ത്രിച്ചു. അപ്പോൾ വാതിൽ തുറക്കപ്പെട്ടു. സുന്ദരി തിരിച്ചുവന്നു. അവളുടെ കൈയിൽ ഒരുചെറിയ സഞ്ചിയുണ്ടായിരുന്നു.

“നിങ്ങളിലാരാണ് എന്റെ ഭർത്താവാകാൻ പോകുന്നത്?” അവൾ കർക്കശസ്വരത്തിലാണ് ചോദിച്ചത്.

“ഞാൻ തന്നെ.” ഫെഡ്മ മറുപടി പറഞ്ഞു. അയാൾ അവളുടെ കൈപിടിക്കാൻ കൈകൾ നീട്ടി. പക്ഷേ അവൾ കൈപിൻവലിച്ചു.

“മറ്റേ ആൾ ആരാണ്? ഞാനെങ്ങനെയാണ് നിങ്ങളെ തിരിച്ചറിയുക?”പരുഷസ്വരത്തിലാണ് അവൾ ചോദിച്ചത്.

“നിന്നെ സ്നേഹിക്കുന്നത് ഞാനാണ്, അങ്ങനെ നിനക്കെന്നെ റോജ്യോ സഹോദരനിൽനിന്ന് വേർതിരിച്ചു അറിയാനാകും. ഞാനാണ് ഫെഡ്മ.” ഫെഡ്മ മറുപടി പറഞ്ഞു. ഉല്ലാസത്തോടെ യാണ് അത് പറഞ്ഞത്.

അങ്കണത്തിൽ റോജ്യോ കുതിരപ്പുറത്തു ചാടിക്കയറി. ഫെഡ്മ തന്റെ വധുവെ കുതിരപ്പുറത്തു മുന്നിലിരുത്തി. അവർ സവാരി ചെയ്തുപോയി. ഹിമക്കട്ടകളാക്കി മാറ്റപ്പെട്ടവരുടെ ഇടയിലൂടെ യാത്ര ചെയ്യുന്നതിനിടയിൽ ഫെഡ്മ തന്റെ വധുവിനോടു ചോദിച്ചു.

“നീ എന്താ ഈ പാവപ്പെട്ട മനുഷ്യരെ വീണ്ടും ജീവിപ്പിക്കാ ത്തത്? ദയവായി അവരെ ജീവിപ്പിക്കുക. ഞാൻ അഭ്യർത്ഥിക്കുന്നു.”

“എനിക്കു സാധ്യമല്ല. നിങ്ങളെന്റെ ശവപ്പെട്ടി തല്ലിയുടച്ചു. എന്റെ മാന്ത്രികശക്തി നഷ്ടപ്പെടുത്തി. ഇപ്പോൾ ഞാൻ നിങ്ങളെപ്പോലെ ഒരു നശ്വരമാത്രമാണ്.” ടിൻഡിർഗുഡ്രം പറഞ്ഞു.

അവർ ഹിമപർവ്വതത്തിൽനിന്നും അതിവേഗം അകന്നകന്നു പോയി. അവർ സ്വേഡ്സുകളുടെ നാടിന്റെ അതിർത്തിയിലെത്തി. വൈകുന്നേരമായതോടെ ഒരു വലിയ കാട്ടിൽ എത്തിച്ചേർന്നു. അവിടെ രാത്രി കഴിച്ചുകൂട്ടാമെന്നു റോജ്യോ നിർദ്ദേശിച്ചു. അവർ അതിനൊരു കൂടാരമൊരുക്കി. അവർ വിറകു ശേഖരിച്ചു. ഒരു തീക്കുണ്ഡമുണ്ടാക്കി ഫെഡ്മ ഭാര്യയോടു ഭക്ഷണം തയ്യാറാക്കാൻ ആവശ്യപ്പെട്ടു. പക്ഷേ ടിൻഡിർഗുഡ്രം നിഷേധാർത്ഥത്തിൽ തല കുലുക്കുകയാണ് ചെയ്തത്.

“എനിക്ക് തീയുടെ അടുത്തുവരാൻ വയ്യ.” ദുഃഖത്തോടെ അവൾ പറഞ്ഞു.

ആ തീക്കുണ്ഡത്തിൽനിന്നും വളരെ മാറിയിരുന്ന് അവൾ തന്റെ സഞ്ചി അഴിച്ച് അതിൽനിന്ന് ഒരു കഷ്ണം ഹിമക്കട്ടയെടുത്ത് അത് ഈമ്പിക്കൊണ്ടിരുന്നു.

റോജ്യോ വെള്ളം തേടിപ്പോയി, സൂപ്പുണ്ടാക്കാൻ. അൽപ്പം കഴിഞ്ഞ് അവൻ വെറും കയ്യോടെ മടങ്ങിവരുകയാണുണ്ടായത്. അടുത്തൊന്നും ഒരു ചോലയോ അരുവിയോ ഇല്ലായിരുന്നു. ടിൻ ഡിർ ഹിമക്കട്ട ഈമ്പിക്കൊണ്ടിരിക്കുന്നത് അപ്പോഴാണ് അവന്റെ ശ്രദ്ധയിൽപെട്ടത്. അവൻ അവളോടു പറഞ്ഞു.

“അൽപ്പം ഹിമം ഞങ്ങൾക്കുതരൂ. അത് കുടത്തിലിട്ട് ഉരുക്കി വെള്ളമുണ്ടാക്കാനാണ്.”

“എന്റെ കയ്യിൽ ഇനിയൊന്നും ഇല്ലല്ലോ.”

തിരക്കിട്ടു കയ്യിലുള്ള ഹിമക്കട്ട അവൾ വായിലിട്ടു വിഴുങ്ങി. അന്നുരാത്രി അവർക്കു പട്ടിണി കിടക്കേണ്ടി വന്നു. ഫെഡ്മയും ടിൻഡിറും മൂടിപ്പുതച്ചു നിലത്തു കിടന്നുറക്കമായപ്പോൾ റോജ്യോ അവർക്കു കാവലിരുന്നു.

ഫെഡ്മ ഭാര്യയെ കെട്ടിപ്പിടിച്ചപ്പോൾ അയാൾ തണുത്തു കിടു കിടാവിറച്ചു. അവളുടെ ത്വക്ക് തനി ഹിമംതന്നെ. അവളുടെ സഞ്ചി അവൾ തലയ്ക്കടിയിൽതന്നെ വെച്ചിട്ടുണ്ട്. അവൻ അത് ഒരു ഭാഗ ത്തേക്കു നീക്കാൻ ശ്രമിച്ചു. അപ്പോൾ ടിൻഡിറിനു ദേഷ്യം വന്നു.

"എന്നോടു രമ്യതയിൽ കഴിയാനാണ് നിങ്ങൾക്കാഗ്രഹമെങ്കിൽ, എന്റെ സാധനങ്ങൾ നിങ്ങൾ തൊടരുത്." ഈർഷ്യയോടെ അവൾ പറഞ്ഞു.

അപ്പോൾ അയാൾ സഞ്ചി അവളെത്തന്നെ ഏൽപ്പിച്ചു. തന്നോടു നന്നായി പെരുമാറിക്കാണാനാണ് അയാൾ ഇഷ്ടപ്പെട്ടത്. അവൾ തന്നോടു ഈർഷ്യയോടെ പെരുമാറിയെങ്കിലും അയാൾ അവളെ അത്യധികം സ്നേഹിച്ചു. കൂടുതൽ കൂടുതലായി അവളെ ഇഷ്ട പ്പെട്ടു. അവൾ ക്രമേണ മാറുമെന്ന് അയാൾ പ്രതീക്ഷിച്ചു

ഫെഡ്മയും ഭാര്യയും നല്ല ഉറക്കമായപ്പോൾ റോജ്യോ അവ രുടെ അടുത്തേക്ക് ഇഴഞ്ഞുചെന്നു. വളരെ സൂക്ഷിച്ച് ടിൻഡിറിന്റെ തലയ്ക്കു താഴെ തപ്പി. ഇനി തന്റെ പക്കൽ ഹിമക്കട്ടയില്ലെന്ന് അവൾ നുണ പറഞ്ഞതാണെന്നു റോജ്യോവിനു സംശയമുണ്ടാ യിരുന്നു.

അതു ശരിയാണോ എന്ന് അവനൊന്നു പരിശോധിക്കാൻ തീരു മാനിച്ചു. അവളുടെ ബാഗിനുള്ളിൽ ഹിമക്കട്ടകളുണ്ടെന്നു മനസ്സി ലാക്കി. അവൻ അതിൽനിന്ന് ഒന്നെടുത്തു. അവനു നല്ല ദാഹമു ണ്ടായിരുന്നതിനാൽ അതു വിഴുങ്ങി. പിന്നീട് അവൻ മെല്ലെ തന്റെ സ്ഥലത്തേക്കുതന്നെ തിരിച്ചുപോയി. അൽപ്പം കഴിഞ്ഞപ്പോൾ അടുത്തുനിന്ന് എന്തെല്ലാമോ ശബ്ദങ്ങളുണ്ടാകുന്നതായി തോന്നി. അടുത്തുള്ള ഒരു മരത്തിന്റെ മുകളിൽ നിന്നാണെന്നു റോജ്യോ വിനു മനസ്സിലായി. റോജ്യോ വളരെ ബുദ്ധിമുട്ടി അതു ശ്രദ്ധിച്ചു. അപ്പോൾ അയാൾ വ്യക്തമായി കേട്ടു. ആരോ പറയുന്നു.

"രാവിലെ കാട്ടിൽ കടക്കുമ്പോൾ അവിടെ മരണം തങ്ങളെ കാത്തുനിൽക്കുന്ന വിവരം മുൻകൂട്ടി അറിയാനിടയായാൽ തീർച്ച, ഈ രണ്ടു പുരുഷന്മാർ അത് ഒഴിവാക്കും."

"ഷ്... ഉറക്കെ പറയല്ലേ കിഴവാ." താക്കീതെന്നോണം മറ്റൊരു ശബ്ദമുയർന്നു.

“അവരിലൊരാൾ ഗുഡ്രമിന്റെ ശവപ്പെട്ടിയിൽനിന്നുള്ള സഞ്ചിയിലെ ഹിമക്കട്ട തിന്നാനിട വരുന്നപക്ഷം അവനു നാം പറയുന്നത് മനസ്സിലാക്കാൻ കഴിയും.”

“അഥവാ അങ്ങനെ സംഭവിച്ചാൽതന്നെ... ആ കാവലിരിക്കുന്നവന് അത് മനസ്സിലാകും അവൻ മറ്റെ ആളോടു പറയാതിരുന്നാൽ മതിയായിരുന്നു, അല്ലെങ്കിൽ അവൻ സ്വയം ഒരു ഹിമക്കട്ടയായി മുട്ടുകുത്തും.” മൂന്നാമതൊരു ശബ്ദം ഉയർന്നു.

അൽപ്പം കഴിഞ്ഞപ്പോൾ വലിയ ചിറകുകൾ അടിക്കുന്ന ശബ്ദം കേട്ടു. ആ മരത്തിൽനിന്ന് മൂന്നു കറുത്ത റാവേൻപക്ഷികൾ പറന്നകലുന്നത് റോജ്യോ കണ്ടു.

രാവിലെ വീണ്ടും സുഹൃത്തുക്കൾ കുതിരപ്പുറത്തേറി യാത്ര തുടർന്നു. വീട്ടിലേക്കുള്ള യാത്ര. ഫെഡ്മ കാട്ടിലേക്കു പോകാനാണ് ഉദ്ദേശിച്ചത്. പക്ഷേ റോജ്യോ അത് തടഞ്ഞു.

“നാം കാട്ടിന്നുള്ളിലേക്കു പോകരുത്. പകരം നാം അതിനെ ഒഴിവാക്കി യാത്രചെയ്യണം.”

“അതെന്തിനാണ്?” അത്ഭുതത്തോടെ ഫെഡ്മ ആരാഞ്ഞു.

“എനിക്ക് ആ കാഴ്ച കാണാൻ വയ്യ.” റോജ്യോ ഒഴിഞ്ഞുമാറിയുള്ള മറുപടിപറഞ്ഞു.

അവർ കാട്ടിലേക്കു കടന്നില്ല. കാടിനെ ഒഴിവാക്കിക്കൊണ്ടുള്ള യാത്ര തുടർന്നു. സന്ധ്യയാകാറായപ്പോൾ അവർ ഒരു വലിയ നദിയിലെത്തി. രാത്രി അവിടെ തങ്ങാൻ തീരുമാനിച്ചു. അക്കരെ കടക്കാനുള്ള തോണി രാവിലെയേ വരൂ. കടത്ത് വളരെ അകലെയല്ല. അവർ തീ കൂട്ടി. അവിടെ അവർക്കാവശ്യത്തിനുള്ള വെള്ളവും കിട്ടി സൂപ്പുണ്ടാക്കാൻ. അവർ ഭക്ഷണം തയ്യാറാക്കി. ഇരുവരും ഭക്ഷിച്ചു. പക്ഷേ ടിൻഡിർഗുഡ്രം അവൾക്കു നൽകിയ ഭക്ഷണം കഴിച്ചില്ല.

അന്ന് രാത്രി കാവലിരിക്കേണ്ടത് ഫെഡ്മയാണ്. പക്ഷേ റോജ്യോ പറഞ്ഞു. “എനിക്കൊട്ടും ക്ഷീണം തോന്നുന്നില്ല. അതിനാൽ ഇന്നും ഞാൻതന്നെ കാവലിരിക്കാം.”

ഇത്തവണ കഴിഞ്ഞ ദിവസം സന്ധ്യയ്ക്കുള്ളത്ര തണുപ്പ് ടിൻഡിർഗുഡ്രമിനില്ലെന്നു തോന്നി. തന്റെ ശ്വാസംകൊണ്ട് അവളെ ചൂടുപിടിപ്പിക്കാൻ ഫെഡ്മ ശ്രമിച്ചു.

ഇരുവരും അഗാധനിദ്രയിലാണ്ടപ്പോൾ റോജ്യോ മെല്ലെ ഇഴഞ്ഞ് അവരുടെ അടുത്തു ചെന്നു. ഗുഡ്രമിന്റെ സഞ്ചിയിൽനിന്നു ഒരു

കഷ്ണം ഹിമക്കട്ട എടുത്തു. സഞ്ചി അവൾ തന്റെ തലയ്ക്കുതാഴെ വെച്ചിരിക്കുകയായിരുന്നു. അവനതു വിഴുങ്ങിയ നിമിഷത്തിൽ തലേ ദിവസം കേട്ടപോലെയുള്ള ശബ്ദങ്ങൾ അയാൾ കേട്ടുതുടങ്ങി.

"രാവിലെ തങ്ങൾ കയറാനിരിക്കുന്ന തോണി വെള്ളപ്പൊക്കത്തിൽപ്പെട്ട് മുങ്ങിച്ചാവാനിടവരുമെന്ന് ഈ മനുഷ്യരറിയുമെങ്കിൽ, തീർച്ചയായും. അക്കരെ കടക്കൽ മറ്റെവിടെനിന്നെങ്കിലും ആക്കാൻ ശ്രമിക്കും." ആദ്യത്തെ ശബ്ദം പറഞ്ഞു,

"മിണ്ടല്ലേ, അഥവാ, ഈ കാവലിരിക്കുന്ന ആൾ ഗുഡ്രമിന്റെ ശവപ്പെട്ടിയിലെ ഒരുകഷ്ണം ഐസ് തിന്നിട്ടുണ്ടെങ്കിൽ, നാം പറയുന്നതെല്ലാം മനസ്സിലാക്കിയിട്ടുണ്ടാകും."രണ്ടാമതൊരു ശബ്ദം.

"അതിനെന്താ? അഥവാ അവൻ വിവരം കൂട്ടുകാരനോടു പറയുന്നപക്ഷം അവൻ ഹിമക്കട്ടയായി മാറില്ലേ? അരക്കെട്ടുവരെ ഹിമക്കട്ട." മൂന്നാമത്തെ ശബ്ദം.

അപ്പോൾ റോജ്യോ വീണ്ടും പക്ഷികൾ ചിറകടിച്ചു പറന്നുപോകുന്ന ശബ്ദം കേട്ടു. കഴിഞ്ഞദിവസം വൈകുന്നേരം താൻ കണ്ട അതേ റാവേൻപക്ഷികൾ തന്നെയായിരുന്നു അവ.

പിറ്റേന്നുരാവിലെ ഫെഡ്മ നദീതീരത്തിലേക്കു നടക്കാൻ തുടങ്ങിയപ്പോൾ റോജ്യോ തടുത്തു.

"നാം ഈ കടത്തുവഞ്ചിയിൽ പോകരുത്. നമുക്കു കുറച്ചു ദൂരം നടന്ന് അപ്പുറത്തുള്ള കടവുവഴി മറ്റൊരിടത്തേക്കു പോകാം."

ഫെഡ്മ ആദ്യമൊന്നും അതിനു വഴങ്ങിയില്ല. അവൻ ആ കടവിൽചെന്നു തോണി കയറാൻ സന്തോഷപൂർവ്വം തയ്യാറായിരുന്നു. പക്ഷേ തന്റെ കൂട്ടുകാരൻ പോകരുതെന്നു കടുംപിടുത്തം പിടിച്ചതിനാൽ ഒടുവിൽ കൂട്ടുകാരനു വഴങ്ങി. നദിക്കരയിലൂടെ അവർ കുറേദൂരം മുന്നോട്ടു സവാരി ചെയ്തുപോയി.

പിറ്റേന്ന് സ്വേഡ്സ്കളുടെ നാടിന്റെ അതിർത്തികടന്നു. പിന്നീടുള്ള യാത്ര യാതൊരു അപകടവുമില്ലാത്തതായിരുന്നു. അവർ ഫെഡ്മയുടെ എസ്റ്റേറ്റിലാണ് എത്തിച്ചേർന്നത്. അവിടെയുള്ള ഗൃഹനാഥൻ തന്റെ വീട്ടിലെ ഏറ്റവും നല്ലമുറിതന്നെ തന്റെ സുഹൃത്തിനു നൽകി.

അയാൾ പറഞ്ഞു. "എന്റെ വീട്ടിൽ ഞാൻ അങ്ങേയ്ക്ക് ഇവിടെ കഴിയുന്ന കാലം കഴിയാവുന്ന എല്ലാ സൗകര്യങ്ങളും ഒരുക്കും. എന്നോടു ചെയ്തിട്ടുള്ള നന്മകൾക്കു ഞാനങ്ങനെ പ്രത്യുപകാരം ചെയ്യട്ടെ."

ഫെഡ്മയുടെ സുഹൃത്തിന്റെ സൗജന്യം റോജ്യോ, വിലക്കി യില്ല.

ഒരു കൊല്ലം കഴിഞ്ഞു. ടിൻഡിർഗുഡ്രം തന്റെ ഭർത്താവിനു നല്ല ആരോഗ്യമുള്ള കുട്ടിയെ സമ്മാനിച്ചു. ഫെഡ്മയ്ക്കു സന്തോഷ മായി. തന്റെ ആദ്യസന്തതിയുടെ ജനനത്തിൽ സന്തോഷിച്ച്, ഫെഡ്മ തന്റെ സുഹൃത്തുക്കൾക്കു ഒരൊന്നാന്തരം സദ്യ നടത്തി. ആ നവ ജാതശിശുവിന്റെ പേരിൽ കുടിച്ചു കൂത്താടി. ഒരാൾ മാത്രം ഒഴിഞ്ഞു മാറി നിന്നു.

റോജ്യോ.

അയാൾ ഒട്ടും വീഞ്ഞ് കുടിച്ചില്ല. കുടിക്കുന്നപക്ഷം അതോടെ അയാളുടെ സർവ്വശക്തിയും നഷ്ടപ്പെടും എന്നതുതന്നെ കാരണം. പകരം അവൻ തോട്ടത്തിൽ കടന്ന് ഉലാത്തിക്കൊണ്ടിരുന്നു. അവൻ മരങ്ങൾക്കു താഴെക്കൂടി ഉലാത്തുമ്പോൾ വീണ്ടും ആ പരിചിത സ്വരങ്ങൾ ഉയരുന്നതു കേട്ടു.

"തന്റെ നവജാതശിശുവിന്റെ ജനനം ആഘോഷിക്കുന്ന ഈ വിദ്വാൻ ഇന്നർദ്ധരാത്രി അവിടേക്കു ഹൊർമോണ്ട് കുഞ്ഞിനെ റാഞ്ചാൻവേണ്ടി ഒരു രാക്ഷസപ്പക്ഷിയെ അയയ്ക്കുന്നുണ്ടെന്ന വിവരം അറിയുന്നപക്ഷം ഇത്ര സന്തോഷിക്കുമോ?" ആദ്യത്തെ റാവേൽ പക്ഷി ചിലച്ചു.

"ശരിയാണ്. താഴെ ഉലാത്തുന്നവൻ ടിൻഡിർഗുഡ്രമിന്റെ സഞ്ചി യിൽനിന്ന് ഐസ്കട്ട തിന്നിട്ടുണ്ടെന്നു തോന്നുന്നു. ഹൊർമോ ണ്ടിന്റെ ദുഷ്ടലാക്കോടെയുള്ള രണ്ടു നീക്കങ്ങൾ അയാളാണ് വിഫലമാക്കിയത്. ഇന്ന് വീണ്ടും അവൻ സുഹൃത്തിനു താക്കീതു നൽകിയേക്കാം." രണ്ടാമത്തെ പക്ഷി ചിലച്ചു.

"അഥവാ അവനതു ചെയ്താൽ, അവൻ ഒന്നായി ഹിമക്കട്ട യായിമാറും അത്രതന്നെ." മൂന്നാമത്തെ റാവേൻപക്ഷി പറഞ്ഞു.

ഒരു നിമിഷം കഴിഞ്ഞപ്പോൾ റോജ്യോ മൂന്നു കറുത്ത റാവേൻ പക്ഷികൾ അവന്റെ തലയ്ക്കുമീതെകൂടി പറന്നകലുന്നതു കണ്ടു.

അയാൾ വീട്ടിലേക്കു മടങ്ങി. തന്റെ മുറിയിലേക്കു ചെന്നു. അവിടെ ചുമരിൽ അയാളുടെ നീണ്ട വാൾ തൂക്കിയിട്ടിരുന്നു. അതു മുറുകെപ്പിടിച്ചു. പതുക്കെ വാതിൽക്കലേക്കു ഇഴഞ്ഞുചെന്നു. അമ്മയും കുഞ്ഞും ഉറങ്ങുന്ന മുറിയിലേക്കു നീങ്ങി. ഇതിനകം അതിഥികളെല്ലാം സ്ഥലം വിട്ടിരുന്നു. അവിടെ സർവ്വരും നല്ല ഉറക്ക ത്തിലാണ്ടു. റോജ്യോ പതുക്കെ വാതിൽക്കൽ മുട്ടി.

“ഫെഡ്മയാണോ അത്?” ഉള്ളിൽനിന്ന് ടിൻഡിർഗുഡ്രം ചോദിച്ചു.

“അതെ.” റോജ്യോ മറുപടിപറഞ്ഞു.

ആ സ്ത്രീ വന്നു വാതിൽ തുറന്നശേഷം വീണ്ടും തന്റെ കിടക്കയിൽ പോയിക്കിടന്നു. തന്റേയും ആ സ്ത്രീയുടേയും മദ്ധ്യത്തിലായി അയാൾ വാൾവെച്ചു.

“നിങ്ങളെന്താണ് ചെയ്യുന്നത്? എന്തിനാണ് വാൾ നമ്മുടെ ഇടയ്ക്ക് വെച്ചിട്ടുള്ളത്?” ജിജ്ഞാസയോടെ ഗുഡ്രം ചോദിച്ചു,

“അതിനു തക്കതായ കാരണമുണ്ട്.” റോജ്യോ പറഞ്ഞു. ഇത്രയും പറഞ്ഞ് അവൾക്കു നേരെ പുറംതിരിഞ്ഞുകിടന്ന്, ഉറക്കത്തിലാണ്ടപോലെ കിടപ്പായി. പക്ഷേ അയാൾ ഉറങ്ങുകയല്ലായിരുന്നു. അയാൾ ജാഗ്രതയോടെ കിടക്കുകയായിരുന്നു. അൽപ്പം കഴിഞ്ഞ് ഗുഡ്രം നല്ല ഉറക്കമായെന്നു കണ്ടപ്പോൾ അയാൾ സാവധാനം എഴുന്നേറ്റ് ഊരിപ്പിടിച്ച വാളുമായി ജാലകത്തിന്നടുത്തു കാത്തുനിൽപ്പായി.

കൃത്യം അർദ്ധരാത്രിയായപ്പോൾ ആ ജാലകം തള്ളിത്തുറക്കപ്പെട്ടു. ഒരു കൂറ്റൻ കറുത്ത പക്ഷി ആ ജാലകത്തിനടുത്തു പറന്നുവന്നു. റോജ്യോ ഉടൻ വാളുയർത്തി ഒരൊറ്റവെട്ടിനു അതിന്റെ തല വെട്ടി വീഴ്ത്തി. ആ കറുത്ത പക്ഷിയുടെ തല മുറിക്കുള്ളിലേക്കു ഉരുണ്ടുവീണു. പക്ഷേ പക്ഷിയുടെ ഉടൽ തോട്ടത്തിലേക്കാണ് വീണത്. റോജ്യോ ചോരയൊലിക്കുന്ന തല എടുത്തു ജാലകത്തിലൂടെ പുറത്തേക്കു വലിച്ചെറിഞ്ഞു.

എല്ലാം പെട്ടെന്നു കഴിഞ്ഞു. ഗുഡ്രം ഉണർന്നില്ല. റോജ്യോവിന് ഉടനെ അവിടെനിന്നു പോകണം. പക്ഷേ കിടക്കയ്ക്കടുത്തുനിന്നു തിരക്കിട്ടുപോകുമ്പോൾ അയാൾ ഗുഡ്രമിന്റെ കവിളത്തു ചോരത്തുള്ളികൾ കണ്ടു. ആ പക്ഷിയുടെ തല വെട്ടിയകറ്റിയപ്പോൾ തെറിച്ചതായിരിക്കുമെന്നാണ് അയാൾ കരുതിയത്. ആ ചോരത്തുള്ളികൾ തുടച്ചുകളയണമെന്ന് അയാൾക്കു തോന്നി.

രാവിലെ ഉണർന്ന് കണ്ണാടിയിൽ നോക്കുമ്പോൾ മുഖത്തെ ചോരപ്പാടുകൾ കണ്ടു അവൾ പേടിക്കേണ്ട എന്നാണ് ചിന്തിച്ചത്. അപ്പോഴാണ് തന്റെ കയ്യിലും രക്തം പുരണ്ടിരിക്കുന്നതു അയാൾ ശ്രദ്ധിച്ചത്. അവളെ തട്ടിയുണർത്താൻ ഉദ്ദേശിച്ചില്ല. അയാൾ അവളുടെ നേരെ കുനിഞ്ഞു നാവിന്റെ അറ്റംകൊണ്ടു അവളുടെ മുഖം നക്കി. അപ്പോൾ അവൾ ഉണരാനിടവന്നു. തന്റെ നേരെ

അയാളുടെ മുഖം കുനിഞ്ഞുവരുന്നതു കണ്ടപ്പോൾ അവൾ കരുതിയത് അത് ഫെഡ്മയാണെന്നാണ്. അയാൾ തന്നെ ചുംബിക്കാനടുത്തതാണ്. അവൾ ചിരിച്ചുകൊണ്ടു അയാളുടെ കഴുത്തിലൂടെ കെട്ടിപ്പിടിച്ചു. പക്ഷെ റോജ്യോ തട്ടിമാറ്റി പുറകോട്ടു ചാടി.

"എന്തുപറ്റി?" ഗുഡ്രം ചോദിച്ചു. അവൾ സംഭ്രാന്തയായിരുന്നു. അയാളുടെ കൈകളിൽ പുരണ്ട രക്തം അവൾ കാണാനിടയായപ്പോൾ അവൾ ഉച്ചത്തിൽ നിലവിളിച്ചു. അവളുടെ നിലവിളി കേട്ടു ഫെഡ്മ ഉണർന്നുപോയി. അയാൾ അടുത്ത മുറിയിലാണ് കിടന്നിരുന്നത്. ഫെഡ്മ ചാടിയെഴുന്നേറ്റു ഭാര്യയുടെ മുറിയിലേക്കു കുതിച്ചു ചെന്നു.

"എന്താണ് സംഭവിച്ചത്?"

തന്റെ സുഹൃത്ത് തന്റെ ഭാര്യയുടെ കിടക്കയ്ക്കരികിൽ കയ്യിൽ ഊരിപ്പിടിച്ച വാളുമായി നിൽക്കുന്നതാണയാൾ കണ്ടത്.

"നീ എന്റെ ഭാര്യയെ കൊല്ലാൻ പോകുന്നോ?" ഫെഡ്മ നിലവിളിച്ചു.

അയാൾ സുഹൃത്തിനു നേരെ ചാടിവീണു. റോജ്യോ നിഷ്പ്രയാസം ഫെഡ്മയെ തട്ടിമാറ്റിക്കൊണ്ടു പറഞ്ഞു, "വിഡ്ഢിത്തം പുലമ്പരുത്. നിന്റെ ഭാര്യയെ ഞാനെന്തിനു കൊല്ലുന്നു?"

പേടിപിടിച്ച ഗുഡ്രം കിടക്കയിൽ എഴുന്നേറ്റിരുന്നുകൊണ്ടു പറഞ്ഞു. "അയാൾക്കെന്നെ കൊല്ലാനുള്ള ഉദ്ദേശമില്ല. പക്ഷേ അയാൾ എന്റെ മുറിയിൽ നിങ്ങളാണെന്ന ഭാവത്തിലാണ് കടന്നു വന്നത്. ഞാനയാളെ തിരിച്ചറിഞ്ഞില്ല. കാരണം നിങ്ങളിരുവരും ഒരുപോലെത്തന്നെയാണല്ലോ. അയാളെന്നെ ചുംബിക്കാൻ തുനിഞ്ഞു."

"അതു സത്യമല്ല." റോജ്യോ പിറുപിറുത്തു.

"അതു നുണ. എന്നെ ചുംബിക്കാൻ കുനിഞ്ഞ അന്നിമിഷത്തിൽ ഞാനുണരാനിടയായി. അയാളുടെ കൈകളിൽ രക്തം പുരണ്ടിരുന്നു. അതാണ് ഞാൻ അത്യുച്ചത്തിൽ നിലവിളിച്ചത്. അവൾ തീർത്തു പറഞ്ഞു,

പെട്ടെന്നവൾ കിടക്കയിൽനിന്നെഴുന്നേറ്റു തൊട്ടിലിനടുത്തേക്കു ഓടിച്ചെന്നു. അവൾ അത്യന്തം ദയനീയമായി നിലവിളിച്ചു. അവൻ നമ്മുടെ കുഞ്ഞിനെ കൊന്നു. ഫെഡ്മയും തൊട്ടിലിന്നടുത്തേക്കു കുതിച്ചു. പക്ഷേ, കുഞ്ഞ് ശാന്തമായുറങ്ങുന്നതാണ് കണ്ടത്. ഗുഡ്രം അതിനെ വാരിയെടുത്തപ്പോൾ കുഞ്ഞു മെല്ലെയൊന്നു കരഞ്ഞു.

"നിങ്ങളിരുവരേയും ഞാൻ ദ്രോഹിക്കുമെന്നു എങ്ങനെ നിങ്ങൾക്കു തോന്നി? ജാലകത്തിലൂടെ ഒന്നു പുറത്തുനോക്കുക! രാത്രി നിന്റെ കുഞ്ഞിനെ റാഞ്ചിക്കൊണ്ടുപോകാൻ വന്ന രാക്ഷസ പ്പക്ഷിയുടെ അറ്റ തല അവിടെ കാണാം. തന്റെ സഹോദരിയെ തട്ടിയെടുത്തതിനു പ്രതികാരം ചെയ്യാനായി ഹൊർമോണ്ട് അയച്ച താണ് ആ പക്ഷിയെ. കുട്ടിയെ രക്ഷിക്കാനായി ഞാനാ പക്ഷിയെ കൊന്നു. അങ്ങനെയാണ് എന്റെ വസ്ത്രങ്ങളിലും കൈകളിലും ചോര പുരണ്ടത്." അനുനയസ്വരത്തിൽ റോജ്യോ പറഞ്ഞു.

ഫെഡ്മ ജാലകത്തിലൂടെ പുറത്തേക്കുനോക്കിയപ്പോൾ തന്റെ സുഹൃത്ത് കള്ളമല്ല പറയുന്നതെന്നു മനസ്സിലാക്കി. അയാൾ സുഹൃ ത്തിനെ വാരിപ്പുണർന്നു നന്ദി രേഖപ്പെടുത്തി. ഒരു നിമിഷം കഴിഞ്ഞ അയാൾ സമനില വീണ്ടെടുത്തപ്പോൾ ഫെഡ്മ സുഹൃത്തിനോടു ചോദിച്ചു. "കുഞ്ഞിന്റെ ജീവൻ അപകടത്തിലാണെന്നു നിനക്കെ ങ്ങനെ മനസ്സിലായി?"

"ഒരു മുന്നറിയിപ്പ് തോന്നി." റോജ്യോ കൂടുതൽ പറയാതെ ഒഴിഞ്ഞുമാറി. ഫെഡ്മ അയാളിലെ പരിഭ്രാന്തി കണ്ടറിഞ്ഞു.

"എന്നോടെന്തേ ആ വിവരം പറഞ്ഞില്ല? പകരം ഞാനാണെന്ന ഭാവത്തിൽ നീ എന്റെ ഭാര്യയുടെ കിടപ്പറയിൽ ചെന്നു."

"എനിക്കതു വിശദീകരിച്ചു തരാൻ പറ്റില്ല."

റോജ്യോ വിരസതയോടെയാണ് പറഞ്ഞത്. ഫെഡ്മയ്ക്കു കൂടു തൽ വിവരമൊന്നും കൂട്ടുകാരനിൽനിന്നു കിട്ടിയില്ല, എത്രമാത്രം ശ്രമിച്ചിട്ടും. അതിനുശേഷം അവർ തമ്മിലുള്ള സ്നേഹത്തിന്റെ ദൃഢത കുറഞ്ഞു. പിന്നീടൊരിക്കലും പണ്ടത്തെപ്പോലുള്ള അടുപ്പം അവർക്കുണ്ടായില്ല. ഫെഡ്മയ്ക്കു സുഹൃത്ത് റോജ്യോവിലുള്ള വിശ്വാസം കുറഞ്ഞു.

കാലം നീങ്ങി. അവൾ ഫെഡ്മയെ ആത്മാർത്ഥമായി സ്നേ ഹിക്കാൻ തുടങ്ങി. തന്റെ ഭർത്താവ് സുഹൃത്തിനോടൊപ്പം സമയം ചെലവിടുന്നതിൽ അവർക്കു നീരസമായിത്തുടങ്ങി. ആ സമയം കൂടി തന്നോടൊത്തുണ്ടാകണമെന്നു അവൾ ആഗ്രഹിച്ചു. റോജ്യോ വിനെപ്പറ്റി പറഞ്ഞു ദ്രോഹബുദ്ധിയോടെ ഫെഡ്മയെ അവൾ കളിയാക്കാനും തുടങ്ങി. പലപ്പോഴും ഫെഡ്മയ്ക്കു റോജ്യോ വിനോട് ദേഷ്യം വന്നു. തന്റെ കൂട്ടുകാരനോടു വീടു വിട്ടുപോകാൻ ആവശ്യപ്പെടണമെന്നുപോലും തോന്നിത്തുടങ്ങി. അപ്പോഴെല്ലാം അയാൾ തനിക്കു ചെയ്തിട്ടുള്ള സഹായങ്ങളോർത്ത് അയാൾ സ്വയം ക്ഷമിച്ചു. അയാളുടെ സഹായമൊന്നുകൊണ്ടു മാത്രമാണ്

തനിക്ക് ഗുഡ്രമിനെ നേടാനായതെന്ന കാര്യം ഓർമ്മവരും. പിന്നെ അങ്ങനെയങ്ങു അയാളെ പറഞ്ഞയയ്ക്കാനും ഫെഡ്മയ്ക്കു കഴിയില്ല. കാരണം അന്ത്യംവരെ വിശ്വസ്തസുഹൃത്തായിരിക്കുമെന്ന് താൻ റോജ്യോവിനോടു സത്യം ചെയ്തിട്ടുള്ളതാണ്.

ഒരു ദിവസം റോജ്യോ പരിധിവിട്ടു തന്നിൽ താൽപ്പര്യം കാണിക്കുന്നു എന്നു പരാതിപ്പെട്ട് അയാളെ വീട്ടിൽനിന്ന് ആട്ടിയോടിക്കാൻ ഗുഡ്രം ഫെഡ്മയിൽ സമ്മർദ്ദം ചെലുത്തി.

ഫെഡ്മ ആശ്ചര്യപ്പെട്ടു. അയാൾ പറഞ്ഞു.

“ഞാനതു വിശ്വസിക്കില്ല. നിന്നെ അവനു വേണമെങ്കിൽ എന്നോ സ്വന്തമാക്കാമായിരുന്നു. എന്നേക്കാൾ എത്രയോ മുമ്പു തന്നെ. അവൻ ഞാൻ ഹിമപർവ്വതത്തിലെത്തുന്നതിനു വളരെ മുമ്പു തന്നെ അവിടെ വരികയും നിന്നെ കാണുകയും ഉണ്ടായിട്ടുണ്ട്. വാസ്തവത്തിൽ അവനാണെന്നെ അങ്ങോട്ടേക്കു നയിച്ചത്. എനിക്കു വേണ്ടി അന്ന് കത്തുന്ന മെഴുകുതിരികൾ ഊതിക്കെടുത്തിത്തന്നത് അവനാണ്, ഞാനല്ല.”

“നിങ്ങളെന്തെല്ലാമാണീ പറയുന്നത്?” ഗുഡ്രം വിസ്മയത്തോടെ ചോദിച്ചു.

“മെഴുകുതിരികൾ ഊതിക്കെടുത്തിയത് നിങ്ങളല്ലേന്നോ? റോജ്യോവാണെന്നാണോ പറയുന്നത്?”

താനൊരു വിഡ്ഢിത്തമാണ് ചെയ്തതെന്ന് ഫെഡ്മയ്ക്കു മനസ്സിലായി. താൻ ഒരു പരമരഹസ്യമാണ് പുറത്താക്കിയത്. പക്ഷേ പറഞ്ഞ വാക്കുകൾ തിരിച്ചെടുക്കാനാവില്ലല്ലോ.

“അതെ അവൻതന്നെ.” പക്ഷേ അവനു നിന്നെ കല്യാണം കഴിക്കാൻ ഇഷ്ടമില്ലായിരുന്നു. കാരണം കല്യാണം കഴിച്ചാൽ ഇന്നവനുള്ള അസാധാരണ കരുത്ത് നഷ്ടപ്പെടുമായിരുന്നു.” മൃദുല സ്വരത്തിലാണ് ഫെഡ്മ പറഞ്ഞത്.

കോപാവേശയായ ഗുഡ്രം വിളറിവെളുത്തു. പക്ഷേ ഒരക്ഷരവും മിണ്ടിയില്ല. അവൾ ആ മുറിയിൽ നിന്നു തിരിച്ചുപോയി. അന്നു തൊട്ട് അവൾക്കു റോജ്യോവിനോടു പൂർവ്വാധികം വെറുപ്പായി. അവൻ തന്റെ സൗന്ദര്യം കണ്ടു. പക്ഷേ എന്നിട്ടും തന്നെ കല്യാണം കഴിക്കാൻ കൊതിച്ചില്ല. അവനുമുമ്പ് നൂറുകണക്കിനു യുവാക്കൾ പൂർത്തിയാക്കാൻ ശ്രമിച്ച കാര്യം അവൻ നിഷ്പ്രയാസം നിർവ്വഹിച്ചു. പക്ഷേ അയാൾ തന്നെ തിരസ്കരിച്ചു. ഗുഡ്രം ചിന്തിച്ചു. എല്ലാം തന്റെ സുഹൃത്തിനുവേണ്ടി മാത്രമാണ് ചെയ്തത്. അയാൾ

തന്നെ അവഹേളിക്കുകയായിരുന്നു. അക്കാര്യത്തിൽ ഗുഡ്രമിന് അയാൾക്കു മാപ്പുകൊടുക്കാൻ പറ്റില്ല!

തന്റെ സമാധാനം നഷ്ടപ്പെട്ടതിൽ ഫെഡ്മ ദുഃഖിച്ചു. തന്റെ ശവപ്പെട്ടിക്കു ചുറ്റുമുണ്ടായിരുന്ന മെഴുകുതിരികൾ ആരാണ് ഊതിക്കെടുത്തിയതെന്ന സത്യം പറഞ്ഞ നിമിഷംമുതൽ ഭാര്യയ്ക്കു തന്നോടു ഒരു തണുപ്പൻ സമീപനമാണെന്നു അയാൾ ശ്രദ്ധിച്ചു. ഹിമക്കൊട്ടാരത്തിൽനിന്ന് സഞ്ചിയിൽ ഗുഡ്രം കൊണ്ടുവന്ന ഐസ് കട്ടകൾ എല്ലാം ഇതിനകം ഉരുകി ഒലിച്ചുപോയി. ഗുഡ്രമിന്റെ ഹൃദയത്തിൽ ഫെഡ്മയോടുണ്ടായിരുന്ന സ്നേഹവും ഉരുകിത്തുടങ്ങി. ആദ്യം തണുത്തതായിരുന്നെങ്കിലും പിന്നീടതു തീവ്രമായി മാറിയിരുന്നു. ഇപ്പോൾ അതിനെ വീണ്ടും ആദ്യം ഫെഡ്മയുടെ വീട്ടിലേക്കു കടന്നു വരുമ്പോഴുണ്ടായിരുന്നപോലെ കടും തണുപ്പു ബാധിച്ചു.

ഒടുവിൽ ഫെഡ്മയ്ക്കു തന്റെ ഭാര്യയുടെ തന്നോടുള്ള ഉദാസീനത സഹിക്കവയ്യാതായി. തന്റെ സുഹൃത്തിനെ വീട്ടിൽനിന്ന് ആട്ടിയോടിച്ചാൽ മാത്രമേ ഭാര്യ വഴങ്ങുകയുള്ളൂ എന്നു ബോദ്ധ്യമായി. പക്ഷേ കൂട്ടുകാരനോട് തന്നെ വിട്ടുപോകാൻ ആവശ്യപ്പെടാനുള്ള ധൈര്യം ഫെഡ്മയ്ക്കില്ല. കഴിയുന്നതും അയാളിൽനിന്നു ഒഴിഞ്ഞു മാറി. അഥവാ യാദൃച്ഛികമായി ഒത്തുകൂടുമ്പോൾ തല മറുവശത്തേക്കു തിരിച്ചു, അന്യോന്യം അഭിവാദ്യങ്ങൾ കൈമാറുന്നത് ഒഴിവാക്കാൻ.

റോജ്യോവിന് ഇതെല്ലാം മനസ്സിലാകുന്നുണ്ടായിരുന്നു. തന്റെ സാന്നിദ്ധ്യം തന്റെ സുഹൃത്തിനു ഇഷ്ടപ്പെടുന്നില്ലെന്നു അയാൾ കണ്ടു. അതിനാൽ അവൻ ഒരുദിവസം ഫെഡ്മയെ നേരിട്ടുകാണാൻ തന്നെ ചെന്നു.

“സഹോദരാ, എന്റെ സാന്നിദ്ധ്യം നിങ്ങളെ വല്ലാതെ അലോസരപ്പെടുത്തുന്നുണ്ട്. ഇനിയും നിങ്ങളെ ഞാൻ ബുദ്ധിമുട്ടിക്കുന്നില്ല. പോകുന്നതിനു മുമ്പ് ഒന്ന് കണ്ടു പറയാൻ വേണ്ടിമാത്രം വന്നതാണ്.” ദുഃഖത്തോടെ അയാൾ പറഞ്ഞു.

റോജ്യോവിന്റെ വാക്കുകൾ തന്നെ സന്തോഷിപ്പിച്ചകാര്യം ഫെഡ്മയ്ക്കു ഒളിപ്പിക്കാനായില്ല. അയാൾ പറഞ്ഞു, “ഇവിടെ കൂടുന്നതിൽ നിനക്ക് ഇഷ്ടമില്ലെങ്കിൽ ഞാൻ നിന്നെ നിർബന്ധിക്കുന്നില്ല. പക്ഷേ തെറ്റിപ്പിരിഞ്ഞാണ് പോകുന്നതെന്ന തോന്നൽ ഉണ്ടാകരുത്. ഞാൻ നിനക്ക് പണം തരാം. നമ്മുടെ ലായത്തിലെ ഏറ്റവും നല്ല കുതിരയെ നിനക്കെടുക്കാം.”

“നന്ദി. ഞാൻ ലായത്തിൽനിന്ന് ഒരു കുതിരയെ എടുക്കാം. പക്ഷേ പണം വേണ്ട.” റോജ്യോ പറഞ്ഞു.

സുഹൃത്തുക്കൾ തമ്മിൽ ഹസ്തദാനം ചെയ്തുകൊണ്ടു പിരിഞ്ഞു. റോജ്യോവിനു പോകാൻ ലോകത്തൊരിടവുമില്ല. അതിനാൽ എങ്ങോട്ടെന്നില്ലാതെയാണ് യാത്ര ചെയ്തത്. ഒരു വൈകുന്നേരം അയാൾ ഒരു ഇടതൂർന്ന വൃക്ഷത്തിന്റെ താഴെ വിശ്രമിക്കാൻ തീരുമാനിച്ചു. വിരിപ്പു വിരിച്ചു ഉറങ്ങാനുള്ള ശ്രമമായി. പെട്ടെന്ന് തലയ്ക്കു മുകളിൽ തനിക്കു പരിചിതമായ ആ റാവേൽപക്ഷികളുടെ കലമ്പൽ കേട്ടു.

“തന്റെ സുഹൃത്തിൽനിന്ന് ദുരിതംമാത്രം പ്രതിഫലം കിട്ടിയ ആ ചങ്ങാതി അതാ താഴെ കിടക്കുന്നു.” തന്നെപ്പറ്റിയൊന്നും ചിന്തിക്കാതെ അങ്ങേയറ്റം ആത്മാർത്ഥമായി സേവിച്ചതിനു അവനു കിട്ടിയതാണ് ഇത്. ഇപ്പോൾ അവനു തലചായ്ക്കാൻ സ്വന്തമായി ഒരിടമില്ല.” ആദ്യത്തെ റാവേൽ ചിലച്ചു.

“തന്റെ വഞ്ചകനായ സുഹൃത്തിനേക്കാൾ ധനികനാകാനുള്ള വഴി അവനറിഞ്ഞിരുന്നെങ്കിൽ എത്ര നന്നായിരുന്നു.” രണ്ടാമത്തെ റാവേൻ കലമ്പൽകൂട്ടി.

“അവനു വേണമെങ്കിൽ ഹൊർമോണ്ടിനെ അന്വേഷിച്ചു പോകാനും കഴിവുണ്ട്. ശക്തന്മാരിൽ വെച്ചു അതിശക്തനായ അവൻ ഇന്നുവരെ ആരോടും പരാജയപ്പെട്ടിട്ടില്ല. ഹൊർമൊണ്ട് ശക്തനാണ്. നമുക്കവനെപ്പറ്റി അറിയാവുന്ന ആ കാര്യങ്ങൾ മറ്റാർക്കും അറിയാത്തതുകൊണ്ടു മാത്രമാണ് അവൻ അതിശക്തനായി അറിയപ്പെടുന്നത്. നിത്യേന വൈകുന്നേരം ഹൊർമോണ്ട് സ്വന്തം ശരീരത്തിലെ ശക്തിമുഴുവൻ, താൻ കൈകഴുകിയാൽ കൈ തുടയ്ക്കാനുപയോഗിക്കുന്ന തൂവാലയിലേക്കു പകർത്തുകയും പതിവാണ്! ഓഹൊ! ഹൊ!” അവൻ കലമ്പൽ കൂട്ടി.

“വല്ലാതെ ശബ്ദിക്കല്ലേ. ചിലപ്പോൾ അവനതു മനസ്സിലാക്കിയേക്കാം. ഓർമ്മയില്ലേ, നമ്മുടെ സഹോദരനായ ആ വലിയ പക്ഷിയെ വെട്ടിക്കൊന്നത് ഇവൻ തന്നെ. അതിനു തൊട്ടുമുമ്പ് നമ്മൾ സംസാരിച്ചത് ഓർക്കുന്നില്ലേ? ഫെഡ്മയുടെ കുട്ടിയെ തട്ടിക്കൊണ്ടുപോകുന്ന കാര്യം.”മൂന്നാമത്തെ ശബ്ദമുയർന്നു.

മൂന്നാമത്തെ പക്ഷിയുടെ താക്കീത് മറ്റുള്ളവരെ നിശ്ശബ്ദരാക്കി. അവർ മൂവരും ചിറകടിച്ചു പറന്നുപോയി. പക്ഷേ ഇപ്പോൾ റോജ്യോവിനു തന്റെ ലക്ഷ്യത്തെപ്പറ്റി ബോദ്ധ്യമായി. രാവിലെ കുതിരപ്പുറത്തു കയറി നേരെ പർവ്വതത്തിന്റെ അടുത്തേക്കുപോയി. അയാൾ ഹിമ

ക്കൊട്ടാരത്തിലെ അങ്കണത്തിലുമെത്തി. പെട്ടെന്നു അവനുമുമ്പിൽ ഹൊർമോണ്ട് നിവർന്നു നിൽക്കുന്നു.

"നിനക്കെന്തു വേണം? എന്റെ സഹോദരി ഇപ്പോൾ ഇവിടെ ഇല്ല. ഞാൻ അതിഥികളെ ഒട്ടും സ്വീകരിക്കാറുമില്ല." ഭീഷണസ്വര ത്തിലായിരുന്നു ചോദ്യം.

"അപ്പോൾ നിങ്ങളെന്നെ തിരിച്ചറിയുന്നില്ല?" ചിരിച്ചുകൊണ്ടാണ് റോജ്യോ ഇടയിൽക്കടന്നു പറഞ്ഞത്.

ഹൊർമോണ്ട് വളരെ സൂക്ഷിച്ചുനോക്കിയപ്പോൾ ആളെ തിരി ച്ചറിയുകയും ചെയ്തു.

"എന്റെ സഹോദരിയെ കൊണ്ടുപോയ ആ രണ്ടുപേരിൽ ഒരാൾ നിങ്ങൾതന്നെ."

"എടാ കഴുവേറീ, ഇവിടുന്നു ജീവനോടെ പോകാൻ ഞാൻ നിന്നെ അനുവദിക്കില്ല." അയാൾ ഗർജ്ജിച്ചു.

ഹൊർമോണ്ട് തന്റെ വാൾ വലിച്ചൂരി, റോജ്യോവിനെ ആഞ്ഞു വെട്ടാനായി. പക്ഷേ അതിസമർത്ഥമായി അയാളൊഴിഞ്ഞുമാറി ക്കൊണ്ടു പറഞ്ഞു.

"സംഭ്രമിക്കേണ്ട ഹൊർമോണ്ട്, ജേതാക്കളിൽ ജേതാവായ വീരാ, ഞാനിപ്പോൾ വന്നത് ഒരു സുഹൃത്തായാണ്. നമുക്കിരുവർക്കും കൂടി ഒരു പദ്ധതി നടപ്പിലാക്കാം. നിങ്ങളുടെ സഹോദരിയെ കൊണ്ടു പോയ വ്യക്തിയോടു നമുക്കു പ്രതികാരം ചെയ്യാം. എനിക്കറിയാം, നിങ്ങളവനെ വെറുക്കുന്നു. അതുപോലെത്തന്നെ ഇന്നു ഞാനും വെറുക്കുന്നു. ഇതുവരെ അവനുവേണ്ടി നിങ്ങളൊരുക്കിയ കെണി കളെല്ലാം വിഫലമായില്ലേ? ഇക്കാര്യത്തിൽ നിങ്ങൾക്കുവേണ്ട ഉപ ദേശം തരാനാണ് ഞാൻ വന്നിരിക്കുന്നത്."

ഹൊർമോണ്ടിനു സംശയം തോന്നി. അവന്റെ മുഖത്ത് റോജ്യോ വിനോടുള്ള സംശയം വ്യക്തമായി.

"എന്റെ സഹോദരിയെ കൊണ്ടുപോയവനെ നിങ്ങളെന്തിനാ വെറുക്കുന്നത്, നീയാകട്ടെ, അയാളുടെ സഹോദരനുമാണ് അല്ലേ?" അയാൾ ചോദിച്ചു,

"ഞാനവന്റെ സഹോദരനായിരുന്നു. സുഹൃത്തും. പക്ഷേ ഇന്ന് ഞാനവന്റെ ശത്രുവാണ്. കാരണം അവൻ എന്നെ വഞ്ചിച്ചു. മാത്രമോ ഒരു പട്ടിയെ എന്നപോലെ എന്നെ ആട്ടിയോടിക്കുകയും ചെയ്തിരി ക്കുന്നു. കാരണം എന്നെക്കൊണ്ടുള്ള അവന്റെ ആവശ്യം കഴിഞ്ഞു." റോജ്യോ പറഞ്ഞു.

പിന്നീട് റോജ്യോ തന്നെ ജീവിതാന്ത്യംവരെ നോക്കാമെന്നു പ്രതിജ്ഞ ചെയ്ത സുഹൃത്തിന്റെ വീട്ടിൽനിന്ന് പോരേണ്ടിവന്ന കഥയും വിശദമായി പറഞ്ഞു കേൾപ്പിച്ചു.

എല്ലാം ശ്രദ്ധിച്ചുകേട്ട ഹൊർമോണ്ട് ഒടുവിൽ പറഞ്ഞു. "ശരി, ഞാൻ നിന്നെ വിശ്വസിക്കുന്നു. നമുക്കിപ്പോൾ ഒരു പൊതുശത്രുവുണ്ട്. നാം ഇപ്പോൾ സഖ്യശക്തികളാണ്. എന്റെ വീട്ടിലേക്കു വരിക. വിശ്രമിക്കുക. രാവിലെ നമുക്കവനെ നശിപ്പിക്കാനുള്ള പദ്ധതി തയ്യാറാക്കാം" അതിഥിയെ അയാൾ തന്റെ വീട്ടിലേക്കു കൊണ്ടുപോയി. ഒരു തണുത്ത അത്താഴവും നൽകി. അയാൾക്കു തയ്യാറാക്കിയ കിടപ്പറയിലേക്കു ഹൊർമോണ്ട് റോജ്യോവിനെ കൊണ്ടുപോയി. റോജ്യോവിനോടു ശുഭരാത്രി ആശംസിച്ചുകൊണ്ടു ഹൊർമോണ്ട് പിരിയാൻ നിൽക്കുമ്പോൾ റോജ്യോ പറഞ്ഞു.

"ഒട്ടേറെ യാത്ര ചെയ്തു മേലാകെ പൊടിപുരണ്ടിരിക്കുന്നു. ഉറങ്ങുന്നതിനു മുമ്പായി എനിക്കൊന്നു കുളിക്കണം.

"കുളിമുറി ഇടനാഴിയിലുണ്ട്. പക്ഷേ അവിടെ തണുത്ത വെള്ളമേ ഉണ്ടാകുകയുള്ളൂ." ഹൊർമോണ്ട് പറഞ്ഞു.

"അതു സാരമില്ല." റോജ്യോ ചിരിച്ചുകൊണ്ടു പറഞ്ഞു. "ആദ്യം നിങ്ങൾ കുളിക്കുക. കുളിക്കുന്നതിനുമുമ്പായി ഞാൻ അൽപ്പം വിശ്രമിക്കട്ടെ."

ഹൊർമോണ്ട് പോയി. റോജ്യോ മുഴുവസ്ത്രങ്ങളോടെ കിടക്കയിൽ കിടന്നു കാത്തിരിപ്പായി. അൽപ്പം കഴിഞ്ഞപ്പോൾ ഇടനാഴിയിലൂടെ കാലൊച്ചകൾ അകലുന്ന ശബ്ദംകേട്ടു. രാക്ഷസൻ കുളിമുറി വിട്ടുപോയിരിക്കുന്നു റോജ്യോ എഴുന്നേറ്റു. വാതിൽ പതുക്കെ തുറന്നു. ആരെയും കണ്ടില്ല. അയാൾ മെല്ലെ കുളിമുറിയിലേക്കു കടന്നു. കുളിക്കാനുള്ള വെള്ളം നിറച്ചുവെച്ചിട്ടുണ്ട്. വീട്ടുടമ അതിഥിക്കാവശ്യമായ വെള്ളം ശേഖരിച്ചുവച്ചിട്ടുണ്ട്. അവിടെ അടുത്തു തന്നെ ഹിമംപോലെ വെളുത്ത തോർത്തു തൂക്കിയിട്ടിട്ടുണ്ട്. രാക്ഷസൻ ഉപയോഗിച്ച തോർത്തല്ല. റോജ്യോ ചുറ്റും കണ്ണോടിച്ചു. അപ്പോൾ ഒരു മൂലയിൽ ഒരു മുഷിഞ്ഞ തോർത്ത് തൂങ്ങിക്കിടക്കുന്നതു കണ്ടു. നൂറുകണക്കിനു ആളുകൾ വർഷങ്ങളോളം ഉപയോഗിച്ചിട്ടുണ്ടായിരിക്കാനിടയുള്ള ഒരു തോർത്ത്. അത് ഇന്നേവരെ തിരുമ്പിയിട്ടില്ലെന്നുതോന്നും. ഈ തോർത്തിലേക്കായിരിക്കും ഹൊർമോണ്ട് തന്റെ സർവ്വശക്തിയും രാത്രിയിൽ പകർത്തുന്നത്. റോജ്യോ ചിന്തിച്ചു.

സാവധാനം അയാൾ വസ്ത്രങ്ങൾ അഴിച്ചുമാറ്റി. പക്ഷേ മഞ്ഞുകട്ടയുടെ വെള്ളം ഉപയോഗിച്ചില്ല. അയാൾ ശരീരം ഒന്നാകെ ആ

മുഷിഞ്ഞ തോർത്തുകൊണ്ടു തുടച്ചുവെന്നു മാത്രം. പിന്നീട് അയാളുടെ കുളിമുറിയിലെ വെള്ളം കളഞ്ഞു. വസ്ത്രങ്ങളണിഞ്ഞു തന്റെ മുറിയിലേക്കു തിരിച്ചുപോയി. നേരംവെളുക്കുവോളം നന്നായുറങ്ങി.

രാവിലെ ഹൊർമോണ്ട് അയാളെ തട്ടിയുണർത്തി. ഐസ് പോലെ തണുത്ത ഒരു പ്രഭാതഭക്ഷണം നൽകി. പ്രതികാരത്തിനുള്ള പദ്ധതി തയ്യാറാക്കാൻ ഇരുവരും പുറത്തു കടന്നു. സഞ്ചരിക്കുന്നതിനിടയിൽ അവർ പർവ്വതത്തിന്റെ ഒരുഭാഗം പൊടുന്നനെ പാതാളത്തിലേക്കു ചെങ്കുത്തായി ലംബമായിക്കിടക്കുന്ന ഭാഗത്തെത്തി. അവിടെയെത്തിയപ്പോൾ റോജ്യോ നിന്നു.

"ഹൊർമോണ്ട്. നിങ്ങൾ അതിശക്തനാണെന്നാണ് ഞാൻ കേട്ടിട്ടുള്ളത്. അതായത് അതിശക്തന്മാരിൽവെച്ച് അതിശക്തൻ. ഇന്നേവരെ നിങ്ങളെ ആരുംതന്നെ പരാജയപ്പെടുത്തിയിട്ടില്ലെന്നും അവർ പറയുന്നു. ഞാനും അതുപോലെത്തന്നെ. ഇന്നുവരെ ആരും എന്നെ മൽപ്പിടുത്തത്തിൽ തോൽപ്പിച്ചിട്ടില്ല. നമ്മിൽ ആരാണ് ശക്തനെന്ന് ഒന്ന് പരീക്ഷിച്ചു നോക്കിയാലോ?"

"എന്തുകൊണ്ടില്ല? രാവിലത്തെ ആദ്യ വ്യായാമം അതാവട്ടെ." രാക്ഷസൻ പുച്ഛത്തോടെ ചിരിച്ചു.

രാക്ഷസൻ റോജ്യോവിന്റെ അരക്കെട്ടിനു പിടിച്ച് അവനെ നിലത്തെറിയാൻ ശ്രമിച്ചു. പക്ഷേ എന്താണ് സംഭവിച്ചത്? അയാളുടെ കൈകൾ അതിദുർബ്ബലങ്ങളായി മാറിയിരുന്നു. കാലുകൾ ഉറപ്പിച്ചുകൊണ്ടു റോജ്യോ നിന്നു. ഹൊർമോണ്ടിനു അവനെ ഒന്നിളക്കാൻ പോലുമായില്ല. "ഇനി ഞാൻ നോക്കാം." റോജ്യോ പറഞ്ഞു.

അവൻ രാക്ഷസന്റെ അരക്കെട്ടിനു പിടിച്ച് ആകാശത്തേക്കു ഉയർത്തിപ്പിടിച്ചു. ഒരു മുയലിനെ തൂക്കുന്നതുപോലെ ലാഘവത്തോടെയാണ് പൊക്കിയത്. റോജ്യോ രാക്ഷസനെ ഹിമപർവ്വതത്തിന്റെ ഉച്ചിയിൽ നിന്ന് ചുഴറ്റി താഴോട്ട് ഒരൊറ്റ ഏറ്. രാക്ഷസൻ താഴ്വരയിലെ അഗാധതയിലേക്കു വീണു മരിച്ചു.

റോജ്യോവിന് വീണ്ടും മഞ്ഞുകൊട്ടാരത്തിലേക്കു മടങ്ങണമായിരുന്നു. പക്ഷേ അന്നിമിഷത്തിൽ അയാൾ ഒരത്ഭുതദൃശ്യത്തിനു സാക്ഷ്യം വഹിച്ചു.

അവിടെ കിടന്നിരുന്ന മനുഷ്യരുടേയും കുതിരകളുടേയും രൂപത്തിലുള്ള വലിയ ഹിമക്കട്ടകൾ ചലിക്കാൻ തുടങ്ങി. നിമിഷനേരത്തിനുള്ളിൽ ഹിമക്കട്ടകൾ ജീവനുള്ള മനുഷ്യരും കുതിരകളുമായി മാറി. ഹൊർമോണ്ടിന്റെ മരണത്തോടെ മാന്ത്രികവലയം ഭേദിക്കപ്പെട്ടു.

പലപ്പോഴായി സുന്ദരിയായ ഗുഡ്രമിന്റെ കരം ഗ്രഹിക്കാൻ സാഹസപ്പെട്ടുവന്ന ഹിമക്കട്ടകളാക്കപ്പെട്ടവരെല്ലാം അവരുടെ പൂർവ്വാവസ്ഥയിലെത്തി. യുവസാഹസികരുടെ ആ പട റോജ്യോവിനു നേരെ നീങ്ങി. തങ്ങളെ മോചിപ്പിച്ചതിനു അവരോരോരുത്തരും ഹസ്തദാനം നൽകി നന്ദി രേഖപ്പെടുത്താനായി മുന്നോട്ടു വന്നു. ഒടുവിൽ അയാൾ ഹിമക്കൊട്ടാരത്തിലേക്കുതന്നെ മടങ്ങി. തന്റെ കീശകളിൽ നിറയെ സ്വർണ്ണവും വെള്ളിയും രത്നക്കല്ലുകളും നിറച്ചു. അവിടെ വളരെ വലിയ ഒരു നിധിപ്പെട്ടിയുണ്ടായിരുന്നു. ആവുന്നത്ര ധനം കയ്യിലെടുത്തു റോജ്യോ കുതിരപ്പുറത്തുകയറി സവാരിചെയ്തു പോയി.

എത്തിച്ചേർന്ന ആദ്യത്തെ നഗരത്തിൽനിന്ന് ഒരൊന്നാന്തരം വണ്ടി അയാൾ വാങ്ങി. മറ്റൊരു കുതിരയേയുംകൂടി വാങ്ങി. ധരിക്കാൻ ഉജ്ജ്വലമായ വസ്ത്രങ്ങളും വാങ്ങി. അയാൾ നാട്ടിലേക്കു മടങ്ങി. രാജ്യത്തിന്റെ അതിർത്തിയിലെത്താറായപ്പോൾ അയാളുടെ വണ്ടിയെ മറികടന്നുകൊണ്ടു മറ്റൊരു മനോഹരമായ വാഹനം കടന്നുപോകാനിടയായി. അതിനുള്ളിലുണ്ടായിരുന്നത് ആദ്യം ഫെഡ്മയെ കല്യാണം കഴിക്കാൻ മോഹിച്ച രാജകുമാരിയായിരുന്നു. ഫെഡ്മയാൽ തിരസ്കരിക്കപ്പെട്ടപ്പോൾ അവൾ വീണ്ടും ലോകം ചുറ്റാൻ പോയിരുന്നു. താൻ മോഹിച്ച ഫെഡ്മയെ മറക്കാൻ വേണ്ടിയായിരുന്നു ആ ദീർഘയാത്ര. ഒട്ടേറെ നാളത്തെ വേർപാടിനു ശേഷമാണ് അവൾ തിരിച്ചുവരുന്നത്. നാട്ടിലെന്തൊക്കെ നടന്നു എന്നൊന്നും അവൾക്കറിയില്ല. ആ സ്ത്രീ വളരെ തിരക്കിട്ടാണ് പോയതെന്ന് റോജ്യോ മനസ്സിലാക്കിയിരുന്നു.

പാത വീതി കുറഞ്ഞതായിരുന്നതിനാൽ തന്റെ വണ്ടിയെ അരികിലേക്കാക്കി അവരെ കടന്നുപോകാനനുവദിച്ചതാണ്. കടന്നുപോകുന്നതിനിടയിൽ രാജകുമാരി അവനെ കണ്ടിരുന്നു. നന്ദി രേഖപ്പെടുത്താൻ തിരിഞ്ഞപ്പോൾ കണ്ട ആൾ ഫെഡ്മ തന്നെയെന്നു വിശ്വസിച്ചു.

രാജകുമാരി നിന്ദയോടെ വിളിച്ചു പറഞ്ഞു. "അപ്പോൾ ഫെഡ്മക്കിഴവൻ മഞ്ഞുകട്ടേ, നീ നിന്റെ ഹിമരാജകുമാരിയെ കണ്ടുപിടിച്ചോ?"

റോജ്യോ ആശ്ചര്യത്തോടെ ആ സ്ത്രീയെ സൂക്ഷിച്ചുനോക്കി. അവളിൽ അവനു ആസക്തി തോന്നി. ഹൊർമോണ്ടിനെ തോൽപ്പിച്ച സന്തോഷത്താലും ഒട്ടേറെ ധനം സമ്പാദിക്കാനിടയായതിനാലും ആവേശഭരിതനായി തന്റെ വണ്ടിയിൽനിന്നു ചാടിയിറങ്ങിയ റോജ്യോ

ആ സ്ത്രീയുടെ വണ്ടിയുടെ വാതിൽ വലിച്ചു തുറന്നു. അവൾക്കു നേരെ കുനിഞ്ഞുകൊണ്ടു അവളെ ചുംബിച്ചു.

“എന്നെ, റോജ്യോ സാൽഡോറിനെ, ഒരു കിഴവൻ ഹിമക്കട്ട എന്നു വിളിച്ചവഹേളിച്ചവളെ തീർച്ചയായും ശിക്ഷിക്കേണ്ടതുണ്ട്.” ഉല്ലാസ സ്വരത്തിൽ ഉറക്കെ പറഞ്ഞു.

രാജകുമാരി ലജ്ജിച്ചു തുടുത്തു. പക്ഷേ പരിക്ഷീണിതയായില്ല. താനാരെന്നു റോജ്യോ വിവരിച്ചു പറഞ്ഞപ്പോൾ അവൾ അയാളെ കൊട്ടാരത്തിലേക്കു ക്ഷണിച്ചു. അയാളോടു അത്യധികം മാന്യത കാട്ടി. എത്രനാൾ വേണമെങ്കിലും തന്റെ അതിഥിയായി താമസിക്കണമെന്നറിയിച്ചു. ക്രമേണ റോജ്യോവിനു ആ രാജകുമാരിയിൽ അനുരാഗം വളർന്നു. ശക്തരിൽ ശക്തനായ ഹൊർമോണ്ടിന്റെ കരുത്ത് തന്നിലേക്കു ആവേശിച്ചിരിക്കയാൽ, താൻ വിവാഹിതനാകുന്ന പക്ഷം ഭാര്യ തന്റെ ശക്തി നഷ്ടപ്പെടുത്തുമെന്ന പഴയ ഭീതി മാറി. രാജകുമാരിയോട് അയാൾ ധൈര്യപൂർവ്വം പ്രണയാഭ്യർത്ഥന നടത്തി. വൈകാതെ അവർ വിവാഹിതരായി. അധികം താമസിയാതെ രാജാവ് അന്തരിച്ചതിനാൽ റോജ്യോ ആ രാജ്യത്തിലെ രാജാവാകുകയുംചെയ്തു.

ഒരു ദിവസം റോജ്യോ തന്റെ എല്ലാ സൗഭാഗ്യങ്ങൾക്കും കാരണക്കാരനായ സുഹൃത്ത് ഫെഡ്മയെ തന്റെ രണ്ടു കുതിരകൾ വലിക്കുന്ന അതിസുന്ദരമായ വണ്ടിയിൽ ചെന്നു കാണണമെന്ന് തീരുമാനിച്ചു. ഏറ്റവും വിശിഷ്ടമായ പട്ടിന്റേയും വെൽവെറ്റിന്റേയും വസ്ത്രങ്ങൾ ധരിച്ചാണ് പോയത്.

ഫെഡ്മയുടെ വീട്ടിന്റെ മുറ്റത്തെത്തി .രാജകുമാരനെന്ന നിലയിൽ സ്വയം അറിയിച്ചാണ് ചെന്നത്. ഫെഡ്മ വിശിഷ്ടാതിഥിയെ സ്വീകരിക്കാനോടിച്ചെന്നു. റോജ്യോ ആണ് രാജാവായി വന്നിട്ടുള്ളതെന്ന് മനസ്സിലായപ്പോൾ ഫെഡ്മയ്ക്കുണ്ടായ അത്ഭുതം ഒന്നാലോചിച്ചുനോക്കൂ! റോജ്യോവല്ലേ ഇത്? വിശ്വസിക്കാനാവാതെ ഫെഡ്മ ആർത്തുവിളിച്ചു. നമ്മുടെ പുതിയ രാജാവാണ് കാണാൻ വന്നതെന്നാണ് സേവകർ പറഞ്ഞത്.

“അതെ. ഞാൻ തന്നെയാണ് നിന്റെ പുതിയ രാജകുമാരൻ.” റോജ്യോ പറഞ്ഞു.

ഫെഡ്മ അയാളുടെ കാൽക്കൽവീണു മാപ്പപേക്ഷിച്ചു. റോജ്യോ അയാളെ പിടിച്ചെഴുന്നേൽപ്പിച്ചു. ആലിംഗനം ചെയ്തുകൊണ്ടു പറഞ്ഞു.

"വളരെ മുമ്പുതന്നെ ഞാൻ നിനക്കു മാപ്പു തന്നിരിക്കുന്നു, ഫെഡ്മ. രാജകുമാരിയെയാണ് ഞാൻ കല്യാണം കഴിച്ചത്. ഞാനിന്ന് സന്തുഷ്ടനാണ്. നിനക്കും ഞാൻ സന്തോഷം നേരുന്നു. ഹൃദയത്തിന്റെ അടിത്തട്ടിൽ നിന്നാണിത് പറയുന്നത്. ഹസ്തദാനം നൽകി നമുക്കു വീണ്ടും സുഹൃത്തുക്കളാകാം. നാമന്യോന്യം പ്രതിജ്ഞ ചെയ്തപോലെ."

സന്തോഷാധിക്യത്താൽ ഫെഡ്മ നിലവിളിച്ചു. അയാൾ സുഹൃത്തിനെ ആലിംഗനം ചെയ്തു. തന്റെ ഭാര്യയുടെ വാക്കുകേട്ട് സുഹൃത്തിനെ ആട്ടിയോടിച്ചതിനെച്ചൊല്ലി താനെത്രമാത്രം പശ്ചാത്തപിച്ചു എന്ന് ഫെഡ്മ വിവരിച്ചുകൊടുത്തു. ഗുഡ്രം ഇതിനകം വളരെ മാറിക്കഴിഞ്ഞിരുന്നു. പെട്ടെന്നായിരുന്നു അവളിൽ വന്ന മാറ്റം.

"അതെപ്പോൾ സംഭവിച്ചു? ഞാൻ വീട് വിട്ടപ്പോഴോ?" റോജ്യോ അന്വേഷിച്ചു.

അല്ല. അതിനുശേഷം വളരെനാൾ കഴിഞ്ഞാണ്. നീ പോയി മൂന്നുമാസം കഴിഞ്ഞപ്പോൾ." ഫെഡ്മ പറഞ്ഞു. "ഞാനത് ഊഹിക്കുന്നു. ഞാൻ ഹൊർമോണ്ടിനെ വകവരുത്തിയപ്പോഴായിരിക്കണം." റോജ്യോ തലകുലുക്കിക്കൊണ്ടു പറഞ്ഞു.

സുഹൃത്തിനോടു എല്ലാം വിവരിച്ചുപറഞ്ഞു കൊടുത്തു. അതൊരു നീണ്ടകഥയായിരുന്നു. റോജ്യോ ആദ്യംതൊട്ട് വിശദമായി പറഞ്ഞു. ഒടുവിൽ തന്റെ പഴയ സുഹൃത്തിനെ വീണ്ടും കണ്ടുമുട്ടിയതുവരെയുള്ള കഥകൾ. ആ റാവേൻ പക്ഷികളെപ്പറ്റി തനിക്കു പറയാൻ പാടില്ലെന്ന സംഗതി അയാൾ തീരെ മറന്നു. പറഞ്ഞുപോകുന്നതിനിടയിൽ രാക്ഷസൻ നിത്യവും തന്റെ വൈകുന്നേരം ഒരു തോർത്തിലേക്കു പകർന്നു വെക്കുന്നുണ്ടെന്ന കാര്യത്തിലെത്തിയപ്പോൾ ഫെഡ്മ ചോദിച്ചു.

"എന്നുതൊട്ടാണ് നിങ്ങൾക്കു റാവേൻപക്ഷികളുടെ ഭാഷ മനസ്സിലായത്?

അപ്പോൾ താൻ ടിൻഡിർഗുഡ്രമിന്റെ സഞ്ചിയിൽ നിന്നു ഹിമക്കട്ടകൾ തിന്ന കാര്യം പറയേണ്ടിവന്നു. ആദ്യമായി അവർ ഹിമപർവതത്തിൽനിന്ന് പോരുന്നതിനിടയിലെ യാത്രയ്ക്കിടയിൽ ഫെഡ്മ ആശിച്ചിട്ടും കാട്ടിലേക്കു പോകാതെ വഴി തിരിച്ചുവിടാനുള്ള കാരണവും പിന്നീട് നദി മുറിച്ചു കടന്ന സംഭവവും വിവരിച്ചു. എല്ലാറ്റിനും കാരണം ആ റാവേൻപക്ഷികളുടെ ഭാഷ മനസ്സിലായതിനാലാണ്. ആ റാവേൻപക്ഷികൾ തനിക്കുതന്ന താക്കീതിനെപ്പറ്റിയും റോജ്യോ ഫെഡ്മയോടു പറഞ്ഞു. ആ റാവേൻപക്ഷികൾ

മുഴക്കിയ ഭീഷണി അയാൾ തീരെ മറന്നപോലെയാണ് സംസാരിച്ചത്. ഫെഡ്മയുടെ കുട്ടി പിറന്നപ്പോൾ അവ ഉയർത്തിയ ഭീഷണിയെപ്പറ്റിയും പറഞ്ഞു. പിന്നെ എന്തുകൊണ്ടാണ് പക്ഷി എന്റെ കുഞ്ഞിനെ റാഞ്ചിക്കൊണ്ടു പോകാൻ വരുന്ന കാര്യം എന്നോടു പറയാതിരുന്നത് എന്ന ഫെഡ്മയുടെ ആശ്ചര്യത്തോടെയുള്ള ചോദ്യം കേട്ടപ്പോൾ മാത്രമാണ് താനിതൊന്നും പറയാൻ പാടില്ലാത്ത കാര്യങ്ങളാണെന്ന് ഓർമ്മവന്നത്. പക്ഷേ വളരെ വളരെ വൈകി. തന്റെ ശരീരം മുഴുവൻ പെട്ടെന്ന് ഒരു കൊടുംതണുപ്പ് അരിച്ചരിച്ച് വ്യാപിക്കുന്നതായി അയാൾക്കനുഭവപ്പെട്ടു കാലുകളിൽ നിന്ന് മേൽപ്പാട്ടേക്കാണ് അത് വ്യാപിച്ചത്.

പെട്ടെന്ന് ആ രണ്ടു സുഹൃത്തുക്കളുടെ തലയ്ക്കു മുകളിൽ എന്തോ കലമ്പൽ കേട്ടു. ഇതിനകം തണുപ്പ് കാൽമുട്ടുവരെയെത്തി. വീണ്ടും തനിക്കു സുപരിചിതമായ ശബ്ദങ്ങൾ അയാൾ കേട്ടു. അയാൾ മേൽപ്പോട്ടുനോക്കി. മൂന്നു റാവേൻപക്ഷികൾ തന്റെ തലയ്ക്കു മീതെ വട്ടമിട്ടു പറക്കുന്നു. ആദ്യത്തേത് ഉച്ചത്തിൽ കലമ്പി.

“നീ നശിക്കട്ടെ. ഞങ്ങളെപ്പറ്റി നീ നിന്റെ സുഹൃത്തിനു ഒറ്റു കൊടുത്തു. നിനക്കു നാശം വരട്ടെ.”

ഇതിനകം കൊടുംതണുപ്പു അരക്കെട്ടു വരെയെത്തി.

“നീ നശിക്കട്ടെ.” രണ്ടാമത്തെ റാവേൻ പക്ഷി കലമ്പി. റോജ്യോവിന്റെ തലയ്ക്കുപരി വട്ടം കറങ്ങിക്കൊണ്ടു കലമ്പി.

“നീയിപ്പോൾ അരക്കെട്ടുവരെ മരവിച്ചുകഴിഞ്ഞു. ശരീരം മുഴുവൻ ഈ മരവിപ്പ് വ്യാപിക്കും. കാരണം നീ ഞങ്ങളെ നിന്റെ കൂട്ടുകാരനു ഒറ്റു കൊടുത്തില്ലേ. വൈകാതെ നീ ഒരു ഹിമക്കട്ടയായി മാറാൻ പോകുന്നു.”

തന്റെ ശരീരം മെല്ലെമെല്ലെ ഹിമക്കട്ടയായി മാറിക്കൊണ്ടിരിക്കുന്നത് റോജ്യോ അറിഞ്ഞു. വെറുങ്ങലിപ്പ് മേലോട്ട് മേലോട്ട് കയറിക്കൊണ്ടിരുന്നു.

പെട്ടെന്ന് മൂന്നാമത്തെ റാവേൻപക്ഷി വളരെ താഴോട്ടു പറന്നു വന്നു. റോജ്യോവിന്റെ ശിരസ്സിനു തൊട്ടടുത്തുവന്നു. അവന്റെ ചെവിയിൽ പതുക്കെ പറഞ്ഞു.

“ഒരിക്കൽ നിന്നെ വഞ്ചിച്ച ആ സുഹൃത്ത് തന്റെ കുട്ടിയുടെ രക്തം തെറിപ്പിക്കുന്ന പക്ഷം നിനക്കു രക്ഷപ്പെടാം. നിന്റെ സുഹൃത്തിനു നിന്നെ രക്ഷിക്കാനാവും. പക്ഷേ അയാളതു ചെയ്യില്ല.”

അവസാനത്തെ റാവേൻപക്ഷി അത്രയും പറഞ്ഞു മേലോട്ടു

പറന്നുപോയി. വീണ്ടും ആ സുഹൃത്തുക്കളുടെ തലയ്ക്കു മുകളിൽ വട്ടമിട്ടു പറന്നുകൊണ്ടു മേഘങ്ങൾക്കിടയിൽ അപ്രത്യക്ഷമായി.

റോജ്യോവിന്റെ ചെവിയിൽ ആ റാവേൻപക്ഷി കലമ്പൽകൂട്ടിയത് ഫെഡ്മയും കേട്ടിരുന്നു. പക്ഷേ എന്താണ് പറഞ്ഞതെന്നു അയാൾക്കു മനസ്സിലായില്ല. എങ്കിലും തന്റെ സുഹൃത്തിൽവന്ന മാറ്റങ്ങളും അനുഭവിക്കുന്ന ദുരിതവും മനസ്സിലാക്കാനിട വന്നു.

"എന്താണ് സംഗതി? നിനക്കെന്തു പറ്റി? നീയാകെ വിറങ്ങലിച്ചിരിക്കുന്നല്ലോ?"

"എന്റെ അന്ത്യമാണ്. ഞാൻ എന്റെ അന്ത്യംവരെ എന്നിൽതന്നെ സൂക്ഷിക്കേണ്ടിയിരുന്ന ഒരു രഹസ്യം നിന്നോടു പറഞ്ഞുപോയി. ഞാനിപ്പോൾ അതിനാൽ ഒരുഹിമക്കട്ടയായി മാറിക്കൊണ്ടിരിക്കുന്നു." നെടുവീർപ്പിട്ടുകൊണ്ടു റോജ്യോ പറഞ്ഞു.

"നിന്നെ എനിക്കെങ്ങനെ സഹായിക്കാനാവും?"

"നിനക്കു സാധിക്കും. അതിനു നീ നിന്റെ കുഞ്ഞിന്റെ അൽപ്പം രക്തം എന്റെ ശരീരത്തിൽ തെറിപ്പിക്കണം. അത് നീ ചെയ്യില്ല." റോജ്യോ പതുക്കെ പറഞ്ഞു.

അങ്ങേയറ്റം വിഷമമനുഭവിച്ചുകൊണ്ടാണ് റോജ്യോ അത് പറഞ്ഞത്. കാരണം മേൽപ്പോട്ട് കയറിക്കൊണ്ടിരുന്ന തരിപ്പ് താടിവരെ എത്തിക്കഴിഞ്ഞിരുന്നു. ചുണ്ടുകൾ അനക്കാൻപോലും വിഷമിച്ചു. സംസാരിച്ചു തീരുമ്പോഴേക്കും അയാൾ മുഴുവനായി ഹിമക്കട്ടയായിക്കഴിഞ്ഞിരുന്നു.

പേടിച്ചുവിറച്ച ഫെഡ്മ തന്റെ സുഹൃത്തിനെ ഒന്നുകണ്ണോടിച്ചു. തന്റെ സുഹൃത്ത് ചലനമറ്റിരിക്കുന്നു. ശരീരം മുഴുവൻ ഹിമംകൊണ്ടു മൂടപ്പെട്ടിരിക്കുന്നു. അയാൾ തന്റെ വീട്ടിലേക്കു തിരക്കിട്ടോടി. തന്റെ കുട്ടിയുമായി ഭാര്യ കളിച്ചിരിക്കുന്ന മുറിയിലേക്കു കുതിച്ചുചെന്നു. അടുത്തു തുന്നൽ സാമഗ്രികൾ നിറച്ച ഒരുകൊട്ട ഇരിക്കുന്നു. ഗുഡ്രം വിരലുറ ധരിച്ചിട്ടുണ്ട്. കാരണം, തന്റെ കുട്ടിക്കുള്ള വസ്ത്രങ്ങൾ തുന്നിക്കൊണ്ടിരിക്കുകയായിരുന്നു. പരിഭ്രാന്തയായി അവൾ ഭർത്താവിനെ നോക്കി. തന്റെ ഭർത്താവ് പോക്കറ്റിൽനിന്ന് ഒരു കത്തിയെടുക്കുന്നതോടൊപ്പം തന്റെ കുഞ്ഞിനെ തന്നിൽനിന്ന് വലിച്ചെടുക്കുന്നതാണ് അവൾ കണ്ടത്.

"നിങ്ങളെന്താണ് ചെയ്യുന്നത്?"അവൾ നിലവിളിച്ചു.

"എന്റെ സുഹൃത്തിന്റെ ജീവൻ എനിക്കു രക്ഷിക്കണം." ഫെഡ്മ പറഞ്ഞു. അയാൾ കത്തി നിവർത്തി കത്തികൊണ്ടു കുഞ്ഞിന്റെ

കയ്യിൽ മുറിവേൽപ്പിച്ചു. കുട്ടി ഉറക്കെ കരയാൻ തുടങ്ങി. ഗുഡ്രം നിലവിളിച്ചുകൊണ്ടു ഭർത്താവിന്റെ കയ്യിൽനിന്നു കത്തി വലിച്ചെടുത്തു.

"ഭ്രാന്തു പിടിച്ചോ നിങ്ങൾക്ക്? സ്വന്തം കുഞ്ഞിനോടു ഇത്ര ക്രൂരത കാട്ടാൻ നിങ്ങൾക്കെങ്ങനെ കഴിഞ്ഞു?" അവൾ ചീറ്റി.

പക്ഷേ ഫെഡ്മ അതിവേഗത്തിൽ അവളുടെ വിരലിൽനിന്നും വിരലുറ ഊരിയെടുത്തു കുട്ടിയുടെ മുറിവിൽനിന്നുവരുന്ന രക്തം ഏതാനും തുള്ളികൾ അതിൽ ശേഖരിച്ചുകൊണ്ടു തിരിച്ചോടി. തന്റെ സുഹൃത്ത് രൂപാന്തരപ്പെട്ടു മാറിയ ഹിമക്കട്ടയിലേക്കു വിരലുറയിൽ നിന്നുള്ള രക്തം തെറിപ്പിച്ചു. അത്ഭുതം! രക്തത്തുള്ളികൾ ഹിമത്തിൽ തട്ടിയ നിമിഷത്തിൽ റോജ്യോവിനെ മൂടിയിരുന്ന ഹിമത്തിന്റെ ആവരണം അതിവേഗം ഉരുകിത്തുടങ്ങി. ആ പാറ ചലിക്കാൻ തുടങ്ങി. റോജ്യോ പരിപൂർണ്ണ ആരോഗ്യത്തോടെ പണ്ടത്തെപ്പോലെത്തന്നെ തന്റെ മുമ്പിൽ നിൽക്കുന്നതാണ് ഫെഡ്മ കണ്ടത്.

"എന്റെ സുഹൃത്തേ! നീ എന്നെ രക്ഷിക്കാനായി നിന്റെ കുട്ടിയുടെ രക്തം ചിന്താൻ പോലും മടിച്ചില്ല."

സുഹൃത്തുക്കളിരുവരും ആലിംഗനബദ്ധരായി. മരണംവരെ സുഹൃത്തുക്കളായിരിക്കുമെന്ന് വാക്കുകൊടുത്ത കൂട്ടുകാരനെ വീട്ടിൽനിന്നു ആട്ടിയകറ്റിയ ഫെഡ്മ വാസ്തവത്തിൽ കൂട്ടുകാരനെ ഐശ്വര്യത്തിന്റെ പാതയിലേക്കാണ് നയിച്ചത്. അന്നുതൊട്ട് അവരുടെ സൗഹൃദത്തിൽ കരിമേഘങ്ങളുയർന്നില്ല. അവിശ്വാസത്തിന്റെ ഒരു നിഴൽപോലും വീണില്ല. ഫെഡ്മയും റോജ്യോവും അവരുടെ ഭാര്യമാരും കുട്ടികളും ഒന്നിച്ച് സന്തോഷത്തോടെയും സമാധാനത്തോടെയും മരണംവരെ സുഖമായി ജീവിച്ചു.

■

സുന്ദരിയായ മന്ത്രവാദിനി

ഒരിക്കൽ ഒരു വൃദ്ധയായ ജിപ്സിയുണ്ടായിരുന്നു. അവർക്കു സുന്ദരിയായ ഒരു മകളുമുണ്ടായിരുന്നു. അവളാകട്ടെ ഒരു ദുർമന്ത്രവാദിനിയുമായിരുന്നു. ദുർമന്ത്രവാദം ഒരാൾക്കു പഠിച്ചെടുക്കാവുന്ന വിഷയമല്ല. ഒരു കുട്ടി പെറ്റുവീണാൽ അത്തരക്കാരെ തിരിച്ചറിയാനാകും. വായിൽ നിറയെ പല്ലുകളുമായാണ് ഒരുകുട്ടി പിറക്കുന്നതെങ്കിൽ അവൻ തീർച്ചയായും ഒരു ജാലവിദ്യക്കാരനായിരിക്കും. തലയിൽ ഒരു മുഴയുമായിട്ടാണ് ഒരു പെൺകുട്ടി ജനിക്കുന്നതെങ്കിലോ? ആളുകൾ പത്തി എന്നാണ് അതിനെ വിശേഷിപ്പിക്കുക. അവൾ ഒരു ദുർമന്ത്രവാദിനിയായി വളർന്നുവരുമെന്നു തീർച്ച.

ഇത്തരത്തിൽ ജനിക്കുന്ന കുട്ടികളുടെ കാര്യങ്ങൾ മാതാപിതാക്കൾ വളരെ രഹസ്യമാക്കാറാണ് പതിവ്. ആളുകൾ അറിയാനിടയായാൽ കുട്ടിയിലുള്ള ആ മാന്ത്രികശക്തി നഷ്ടപ്പെടുമെന്ന ഭീതിയാൽ. ഇത്തരത്തിൽ പത്തിയുമായുള്ള ഒരു പെൺകുട്ടിയെ പ്രസവിക്കുന്ന ഒരു ജിപ്സി വനിതക്കു അതിന്റെ അർത്ഥമറിയാം. ഒരു കുട്ടിയായി വളരുന്ന കാലത്തോളം അവൾ അക്കാര്യം ആരോടും പറയില്ല.

ആ അമ്മ കുഞ്ഞിന്റെ തല ഒരു തൂവാലയിൽ മൂടി. കുറച്ചുകൂടി വളരുമ്പോൾ തലയിൽ തിക്കായി മുടിവളർന്നപ്പോൾ മുഴ കൗശലപൂർവ്വം ഒളിപ്പിച്ചു. അവൾ ഒരു കൊച്ചുസുന്ദരിയായിരുന്നു. മിടുമിടുക്കിയുമായിരുന്നു. കാഴ്ചയിൽ പ്രസരിപ്പുള്ള അവളെ സർവ്വരും ഇഷ്ടപ്പെട്ടു. അവൾക്കു പതിനാറു വയസ്സായി. അപ്പോൾ അവൾ ഒരു ജിപ്സിപ്പയ്യനുമായി പ്രണയത്തിലായി.

ഒരു കരുവാനായിരുന്നു അവൻ. മഹാദരിദ്രൻ. പക്ഷേ അതിസുഭഗൻ. മകളുടെ ഈ പ്രേമബന്ധം ജിപ്സിത്തള്ളയ്ക്ക് ഇഷ്ടപ്പെട്ടില്ല. കൂടുതൽ മെച്ചപ്പെട്ട സ്ഥിതിയിലുള്ള ഒരാളെയാണ് അവർ കാത്തിരുന്നത്. പക്ഷേ മകളുടെ മനസ്സ് മാറില്ലെന്നു കണ്ടപ്പോൾ

അവർ മകളുടെ ഇഷ്ടത്തിനു വഴങ്ങി. പക്ഷേ സ്വന്തം ഹൃദയം തനിക്കു അടിയറവെച്ച ആ പെൺകുട്ടിയോടു വേണ്ടത്ര താൽപ്പര്യം ആ കരുവാൻ കാട്ടിയില്ല. സർവ്വരുമായും കളിതമാശയിൽക്കഴിഞ്ഞ അവൻ അൽപ്പം ഭ്രാന്തനായിരുന്നു. അവൻ ആശിച്ചത് തനിക്കു നല്ല സ്ത്രീധനം നൽകുന്ന ഒരു പെൺകുട്ടിയെ വിവാഹം കഴിക്കാനാണ്.

പ്രേമരോഗിണിയായ പെൺകുട്ടിയുടെ കാര്യം ദുരിതമയമായി. ഒടുവിൽ അവനിൽ മാന്ത്രികപ്രയോഗം നടത്താൻ അവൾ തീരുമാനിച്ചു. കറുത്ത ഒരു കോഴിയെ അവൾ കൊന്നു. തന്റെ മുറിയുടെ വാതിലിൽ അതിന്റെ കൊഴുപ്പ് വെച്ചുതേച്ചു. തന്റെ നിശാവസ്ത്രം തുല്യനീളത്തിൽ മൂന്നു കഷ്ണങ്ങളായി ചീന്തി. പിന്നീടവ ഒന്നിച്ചു കൂട്ടിക്കെട്ടി, വാതിലിന്റെ വിജാഗിരിയിൽ തൂക്കിയിട്ടു.

അവൾ പീടികയിൽപോയി ഒമ്പതുസൂചികൾ വാങ്ങിക്കൊണ്ടു വന്നു. നാടകളിൽ എട്ട് കെട്ടുകളുണ്ടാക്കിയ ശേഷം അവ ഒന്നായി ചേർത്തുകെട്ടി. ഓരോ കെട്ടിന്റേയുംമേൽ സൂചി തറച്ചു. നാടയുടെ അവസാനഭാഗം വായിൽ കടിച്ചു പിടിച്ചുകൊണ്ടു അവൾ കരുവാൻ ജിപ്സിയുടെ പേര് മന്ത്രിച്ചുകൊണ്ടിരുന്നു. പിന്നീടവൾ ആ നാടകളൊന്നായി പിരിച്ചു ഒരു കിഴിയാക്കി. ഒരറ്റം കിടക്കയുടെ കാൽക്കലിൽ കെട്ടി. അവൾ വായിൽ പിടിച്ച നാടയുടെ അറ്റത്തുള്ള കെട്ടിൽ അവൾ സൂചി കുത്തിയിറക്കിയശേഷം കിടക്കയിൽ കിടപ്പായി.

അവളുടെ ശരീരത്തിന്റെ ഭാരംകൊണ്ടു ഒമ്പതാമത്തെ സൂചി ഒമ്പതാമത്തെ കെട്ടിൽ ആഴ്ന്നിറങ്ങിയപ്പോൾ ആ യുവ കരുവാൻ ജിപ്സിയുടെ ഹൃദയത്തിൽ എന്തോ തുളച്ചു കയറിയതായി അനുഭവപ്പെട്ടു. അപ്പോൾ അയാൾ വീട്ടിലില്ലായിരുന്നു. പുറത്ത് മേയറുടെ മകളുമായി പ്രേമസല്ലാപത്തിലായിരുന്നു. അയാൾ അവളിൽ ഭ്രമിച്ചു വശം കെട്ടിയിരിക്കുകയായിരുന്നു. പക്ഷേ മന്ത്രവാദിനിയുടെ നിശാവസ്ത്രത്തിലെ കെട്ടിൽ സൂചി ആഴ്ന്നിറങ്ങിയ നിമിഷത്തിൽ അയാൾക്കു വധുവാകുമായിരുന്ന ആ സമ്പന്നയുവതിയിലുള്ള താൽപ്പര്യം നഷ്ടപ്പെട്ടു. അവൻ അവളോടു വിട പറഞ്ഞു. അയാൾ നേരെ നടന്നുചെന്നത് ദരിദ്രയായ ജിപ്സിത്തള്ളയുടെ പൊട്ടിപ്പൊളിഞ്ഞ കുടിലിലേക്കാണ്. താനെന്തുകൊണ്ടാണ് ഇങ്ങനെയൊക്കെ ചെയ്യുന്നതെന്നു അയാൾക്കൊരു പിടിയും കിട്ടിയില്ല. സ്വയം അറിയാതെ അയാൾ ചെന്നു വാതിലിൽ മുട്ടി. ആ യുവതിയായ ദുർമന്ത്രവാദിനി അക്ഷമയായി അയാളെ കാത്തിരിക്കുകയായിരുന്നു. പെട്ടെന്നു വാതിൽ തുറക്കപ്പെട്ടു. ഒട്ടും വൈകാതെ അവിടെവെച്ച് കല്യാണച്ചടങ്ങും നടന്നു.

തന്നിൽ തന്റെ ഭാര്യ മാന്ത്രികവിദ്യ പ്രയോഗിച്ചകാര്യം അവനറിയില്ല. അവൻ അവളെ ഗാഢമായി സ്നേഹിച്ചു. ഓരോവർഷം പിന്നിടുമ്പോഴും അവർക്ക് ഓരോ കുഞ്ഞു പിറന്നു. അവരെയെല്ലാം താനെങ്ങനെ പോറ്റിവളർത്തുമെന്നു അവൻ വേവലാതിപ്പെടാൻ തുടങ്ങി. അഞ്ചാമത്തെ കുഞ്ഞിന്റെ പിറവിക്കുശേഷം അവൻ തന്റെ ഭാര്യയോടു ഇനി മക്കൾ വേണ്ട എന്നു പറഞ്ഞു. അവൾ ചിരിക്കുക മാത്രം ചെയ്തു. തനിക്കതിലൊന്നും വിഷമമില്ലെന്നറിയിച്ചു. സത്യം പറയട്ടെ, ഓരോ പ്രസവം കഴിയുന്തോറും ദുർമന്ത്രവാദിനി കൂടുതൽ സുന്ദരിയും ചെറുപ്പവുമായി വന്നു. ഇതയാളെ വിസ്മയിപ്പിച്ചു. അവന്റെ അമ്മയുമായി ഇതിനെപ്പറ്റി സംസാരിക്കുകയും ചെയ്തു. അവർ ഒരുനിമിഷം ചിന്തിച്ചശേഷം പറഞ്ഞു.

"വർഷംതോറും പ്രസവിക്കുകയും പ്രസവിക്കുംതോറും കൂടുതൽ യൗവനയുക്തയും സുന്ദരിയുമായിത്തീരുന്നവൾ ഒരു സാധാരണ മനുഷ്യസ്ത്രീ അല്ല. തീർച്ചയായും അവൾ ഒരു മന്ത്രവാദിനിയായിരിക്കും. അവളെ പ്രത്യേകം ശ്രദ്ധിക്കുക. പൗർണ്ണമിനാളിൽ അവൾ എന്തു ചെയ്യുന്നുവെന്നു പ്രത്യേകം ശ്രദ്ധിക്കണം."

അങ്ങനെ കരുവാൻ ജിപ്സി പൗർണ്ണമിനാൾ അടുക്കുന്നതും കാത്ത് കഴിഞ്ഞുകൂടി. നല്ലനിലാവുള്ള രാത്രിയിൽ ഉറക്കം നടിച്ചു കിടന്നു. അവൻ അപ്പോഴും ഭാര്യയുടെ ഓരോ നീക്കവും സശ്രദ്ധം കാത്തു. പകുതി അടച്ച കണ്ണുകളിലൂടെ അവൾ എഴുന്നേൽക്കുന്നതു അവൻ കണ്ടു.

തന്റെ അടുത്തുവന്നു കുനിഞ്ഞു നോക്കിയതും മനസ്സിലാക്കി. തന്റെ ശ്വാസോച്ഛ്വാസം അവൾ ശ്രദ്ധിച്ചത് അയാൾ കണ്ടു. അപ്പോൾ ഉച്ചത്തിൽ ശക്തിയായി കൂർക്കം വലിക്കാൻ തുടങ്ങി. അവൾ തീ കൂട്ടിയിരുന്ന സ്ഥലത്തേക്കുചെന്നു. ഒരുപിടി ചുള്ളിക്കമ്പുകൾ അതിലിട്ടു. തീ ആളിക്കത്തിച്ചശേഷം പുറത്തുപോയി. ഒരുനിമിഷം പിന്നിട്ടപ്പോൾ അവൾ തിരിച്ചുവന്നു. അവളുടെ കയ്യിൽ അപ്പോൾ ചില പച്ചമരുന്നുകൾ ഉണ്ടായിരുന്നു. അതവൾ അടുപ്പിൽ ഒരു ചെമ്പിൽ തിളപ്പിച്ചുകൊണ്ടിരുന്ന വെള്ളത്തിലേക്കിട്ടു. അതിനുശേഷം അവൾ പതുക്കെ മന്ത്രിച്ചുകൊണ്ടിരുന്നു. തലേന്നുരാത്രി താൻകണ്ട കാര്യങ്ങളെല്ലാം കരുവാൻ പിറ്റേന്ന് തന്റെ അമ്മയോടു പറഞ്ഞു. അതു കേട്ട് അമ്മ ആകെ തളർന്നുപോയി.

അവർ പറഞ്ഞു. "നിന്റെ ഭാര്യ ഒരു ദുർമന്ത്രവാദിനിതന്നെയാണ്. നീ അവളെ കൊല്ലണം."

"എന്റെ അഞ്ചുമക്കളുടെ അമ്മയായ അവളെ കൊല്ലാൻ എനിക്കു വയ്യ." വേദനയോടെ കരുവാൻ പറഞ്ഞു.

“നീ അത് ചെയ്യണം, മന്ത്രവാദിനികൾ വിഷച്ചെടികളാണ്. അവയെ വേരോടെ പറിച്ചുകളയുകതന്നെ വേണം. ഇല്ലെങ്കിൽ അവ വീണ്ടും മുളച്ചുവരും. ആ ദുർമന്ത്രവാദിനിയെ എന്നെന്നേക്കും അകറ്റാനുള്ള ഏകവഴി അവളെ കത്തിച്ചുകളയുന്നതാണ്.” അമ്മപറഞ്ഞു.

“ഇല്ല. എനിക്കു അതിന്നു സാധ്യമല്ല.”

“പക്ഷേ നീ അതു ചെയ്തേപറ്റൂ. മറ്റു പോംവഴികളില്ല.” അമ്മ നിർബന്ധിച്ചു. “നീ അവളൊത്തു ജീവിക്കുന്നപക്ഷം നിനക്കു നിന്റെ ആത്മാവ് നഷ്ടപ്പെടും. നിന്റെ മക്കൾ നരകത്തിൽ ചെന്നുവീഴും. ചെകുത്താനു അവകാശപ്പെട്ട ശരീരം അഗ്നിക്കിരയാകണം. എങ്കിലേ ദൈവത്തിനവകാശപ്പെട്ട ആത്മാവ് രക്ഷപ്രാപിക്കുകയുള്ളൂ.”

ഒടുവിൽ അവരുടെ ആവശ്യം അവൻ സ്വീകരിക്കുന്നതുവരെ അമ്മ മകനിൽ സമ്മർദ്ദം ചെലുത്തിക്കൊണ്ടിരുന്നു. ഒടുവിൽ അവരുടെ ആവശ്യം നിറവേറ്റുമെന്നു സത്യം ചെയ്തു. അവൻ വീട്ടിലേക്കു മടങ്ങി. ഒരു ചണക്കയർ വീട്ടിൽനിന്നു കണ്ടെത്തി. അതിന്റെ ഒരറ്റം ഒരുമരത്തിന്റെ കൊമ്പിൽ കെട്ടി. താഴെ ഒരു തീക്കുണ്ഡം എരിയിച്ചു. ജാലകത്തിലൂടെ ഇതെല്ലാം നോക്കിക്കണ്ട ഭാര്യയ്ക്കു കൗതുകം തോന്നി അവൾ പുറത്തുവന്നു. എന്താണ് ചെയ്യുന്നതെന്നു അവൾ ഭർത്താവിനോടു ചോദിച്ചു.

“ഒന്നിങ്ങോട്ടു വരൂ.” അവളുടെ മുഖത്തേക്കു നോക്കാതെയാണ് അവൻ വിളിച്ചത്. അവന് അതറിയാമായിരുന്നു. അവളുടെ മുഖത്തു നോക്കുന്നപക്ഷം തനിക്കൊരിക്കലും താനിറങ്ങിത്തിരിച്ച കാര്യം നടപ്പിലാക്കാൻ പറ്റില്ല. ചിരിച്ചുകൊണ്ടാണ് അവന്റെ ഭാര്യ അനുസരിച്ചത്. കരുവാൻ കയറിന്റെ ഒരറ്റത്തു ഒരു കുരുക്കുണ്ടാക്കി ഭാര്യയുടെ കഴുത്തിലിട്ടു. അപ്പോഴും അവൾ അതു തമാശയായി കണക്കാക്കിയതേയുള്ളൂ.

“ഇതൊരു കളിയാണോ, അതോ മറ്റു വല്ലതുമാണോ? അവൾ ചോദിച്ചു.

“നിന്നെ കത്തിക്കാൻ പോകുകയാണ്. കാരണം നീ ഒരു ദുർമന്ത്രവാദിനിയാണ്.”

“വിഡ്ഢിത്തം പുലമ്പരുത്. നിങ്ങൾ ഒരു വിഡ്ഢിയാണ്. വേഗം വരൂ. നമുക്കു ഈ തീ കെടുത്താം.” ആ സ്ത്രീ നിലവിളിച്ചു.

പക്ഷെ കരുവാൻ തിരക്കിട്ടു കൂടുതൽ മരത്തടികൾ തീയിലേക്കിട്ടു. പുകമൂലം ശ്വാസംമുട്ടുകയും കണ്ണിൽ നിറയുകയും ചെയ്തപ്പോൾ വീട്ടിനുള്ളിൽ കടന്നു മക്കളോടൊപ്പം വാതിലടച്ചിരുന്നു. മക്കൾ ഒന്നുമറിഞ്ഞില്ല.

ആ സ്ത്രീയുടെ വസ്ത്രങ്ങൾക്കു തീപിടിച്ചപ്പോൾ അവൾ വേദനയോടെ ചീറ്റി.

"കാത്തിരുന്നോളൂ നീ രക്ഷപ്പെടാൻ പോകുന്നില്ല."

പിന്നീട് അവൾ എന്തെല്ലാമോ മന്ത്രങ്ങൾ ജപിച്ചു. പെട്ടെന്നു അവളുടെ ശരീരം അപ്രത്യക്ഷമായി. തീജ്ജ്വാലകൾക്കുമീതെ ആ നാടയിൽ ഒരു ചുവന്ന റോസാപ്പൂ പ്രത്യക്ഷപ്പെട്ടു. അതിധനികനും വിഭാര്യനുമായ ഒരു പ്രഭു ആ വഴി സവാരി ചെയ്തു വരാനിട യായി, ആ മരത്തിന്നരികിലൂടെ. അയാൾ ആ റോസാപൂവിനു നേരെ കൈനീട്ടി. എന്നു തൊട്ടാണ് മരങ്ങളിൽ റോസാപൂക്കൾ വിടരാൻ തുടങ്ങിയത്. അയാൾ വിസ്മയപ്പെട്ടു. ആ റോസാപൂ തന്റെ തൊപ്പി യിൽ കുത്തിവെച്ചു. അയാൾ തന്റെ വീട്ടിലേക്കു മടങ്ങിപ്പോയി.

വീട്ടിലെത്തിയ പ്രഭു തന്റെ ഗൃഹം സൂക്ഷിപ്പുകാരിയോടു പറഞ്ഞു. "ഈ റോസാപൂ വെള്ളത്തിലിട്ടു ഒന്നുകഴുകി എന്റെ മുറിയിലെ മേശപ്പുറത്ത് വെക്കുക."

അന്ന് ഉച്ചയ്ക്ക് ഗൃഹം സൂക്ഷിപ്പുകാരി തയ്യാറാക്കിയ ഭക്ഷണം കഴിച്ചശേഷം പ്രഭു തന്റെ മുറിയിൽ മെത്തയിൽ കിടന്നുറങ്ങി. ആ നിമിഷത്തിൽ പൂപ്പാത്രത്തിൽനിന്ന് റോസാപൂ ചാടി പുറത്തുവന്ന് ഒരു അതിസുന്ദരിയായ യുവതിയായി രൂപാന്തരപ്പെട്ടു. അവൾ പ്രഭു കഴിച്ച ഭക്ഷണത്തിന്റെ ഉച്ഛിഷ്ടം ഭക്ഷിക്കാൻ തുടങ്ങി. ബാക്കി ധാരാള മുണ്ടായിരുന്നു. പ്രഭു, തനിക്കു വേണ്ടി തയ്യാറാക്കുന്ന ഭക്ഷണം മുഴുവൻ ഒരിക്കലും കഴിക്കാറില്ല. തന്റെ യജമാനന്റെ മേശയിൽ അവശേഷിക്കുന്ന ഭക്ഷ്യവസ്തുക്കൾ കഴിക്കുകയാണ് ഗൃഹം സൂക്ഷി പ്പുകാരിയുടെ പതിവ്. അന്ന് പതിവുപോലെ മേശ വൃത്തിയാക്കാൻ ചെന്നപ്പോൾ അവിടെ ഒന്നും അവശേഷിച്ചു കണ്ടില്ല. തളികകളും പാനപാത്രങ്ങളും ശൂന്യം. ഒരുതരിപോലും എവിടെയുമില്ല. തളിക കളെല്ലാം വൃത്തിയായി കഴുകിവെച്ചപോലെ കാണപ്പെട്ടു.

പിറ്റേന്നു പതിവിലേറെ അതിവിശിഷ്ടമായ ഭക്ഷണമാണ് തയ്യാ റാക്കിയത് അന്നും യജമാനന്റെ ഭക്ഷണാനന്തരം പതിവിനു വിരുദ്ധ മായി ഒന്നും അവശേഷിച്ചു കണ്ടില്ല. അവൾ അത്ഭുതത്തോടെ തലകുലുക്കി. മൂന്നാംദിവസവും ഇതുതന്നെ ആവർത്തിക്കാനിടയായ പ്പോൾ ഇതിന്റെ പിന്നിൽ എന്തോ രഹസ്യമുണ്ടെന്നു അവൾ ഊഹിച്ചു. എന്താണെന്നു കണ്ടുപിടിക്കാൻതന്നെ ഉറച്ചു. പിറ്റേ ദിവസം യജമാനനുള്ള ഉച്ചഭക്ഷണം വിളമ്പിയശേഷം അവൾ മുറി വിട്ടു പോകാതെ അവിടെത്തന്നെ തങ്ങി. തിരശ്ശീലയ്ക്കുപിന്നിൽ ഒളിഞ്ഞുനിന്നു. യജമാനൻ ഭക്ഷിക്കുന്നത് ഒരു വിടവിലൂടെ നോക്കി നിന്നു. അദ്ദേഹം എല്ലാം കുറച്ചേ കഴിച്ചുള്ളൂ. എല്ലാം കുറേശ്ശെ

രുചിച്ചുനോക്കി എന്നുമാത്രം. ഭക്ഷണാനന്തരം പതിവുപോലെ മെത്തയിൽ നീണ്ടു നിവർന്നു കിടന്നു ഉറക്കത്തിലായി.

പെട്ടെന്നു റോസാപ്പൂ, പൂപ്പാത്രത്തിൽനിന്ന് ചാടി പുറത്തുവരുന്നത് അവൾ കണ്ടു. പെട്ടെന്ന് അത് ഒരു അതിസുന്ദരിയായ യുവതിയായി രൂപാന്തരപ്പെടുന്നതും ആർത്തിയോടെ മേശപ്പുറത്തു അവശേഷിച്ച ഭക്ഷ്യവസ്തുക്കൾ വാരിവാരിത്തിന്നുന്നതും അവൾ കണ്ടു. ഒരു ചെറുതരി പോലും ബാക്കിവെക്കാതെ ഭക്ഷിച്ചുകഴിഞ്ഞപ്പോൾ അവൾ മേശപ്പുറത്തേക്കു ഒരു ചാട്ടം- പിന്നീട്... ഹോ... ആ പൂപ്പാത്രത്തിലെ ഒരു റോസാപ്പൂവായി മാറി!

അപ്പോൾ ഇതാണ് കാര്യം. അവൾ ചിന്തിച്ചു. ഒളിച്ചിരിക്കുന്നിടത്തുനിന്ന് അവൾ പുറത്തു വന്നു, കോപംകൊണ്ടു കലിതുള്ളിക്കൊണ്ട്. പൂപ്പാത്രത്തിൽനിന്ന് റോസാപ്പൂ പറിച്ചെടുത്തു. അത് ജാലകത്തിലൂടെ പുറത്തേക്കെറിഞ്ഞു കളയുവാൻ തുനിയുകയായിരുന്നു. ആ നിമിഷത്തിൽ പ്രഭു ഉറക്കത്തിൽനിന്നുണരാനിടയായി. അവൾ എന്താണ് ചെയ്യാൻ പോകുന്നതെന്ന് വിസ്മയത്തോടെ ചോദിച്ചു. സത്യം അവൾക്കു പറയേണ്ടി വന്നു. കണ്ടതെല്ലാം അവൾ പ്രഭുവിനോടു വിസ്തരിച്ചു പറഞ്ഞു. പക്ഷേ ഇതെല്ലാംകേട്ടു പ്രഭു ഒന്നു ചിരിച്ചതേയുള്ളൂ.

“നീ ഉറക്കത്തിൽപ്പെട്ട് ഒരു സ്വപ്നം കണ്ടതാണ്. എന്നാൽ നിങ്ങൾതന്നെ നേരിട്ടു കാണുക.” ഗൃഹസൂക്ഷിപ്പുകാരി പറഞ്ഞു.

“തീർച്ചയായും. നാളെ ഞാൻ കാണാൻ ശ്രമിക്കാം.” പ്രഭു സമ്മതിച്ചു.

പിറ്റേന്ന് പതിവുപോലെ ഉച്ചഭക്ഷണത്തിനുശേഷം പ്രഭു മെത്തയിൽ നീണ്ടു നിവർന്നു കിടന്നു ഉറങ്ങാനുള്ള പുറപ്പാടായി. പക്ഷേ ഉറങ്ങിയില്ല. ഉറക്കം നടിച്ചുകിടന്ന് പാതികൂമ്പിയ കണ്ണുകളിലൂടെ എന്താണ് നടക്കാൻ പോകുന്നതെന്നു ശ്രദ്ധിച്ചു. സത്യാവസ്ഥ എന്തെന്നറിയാൻ ജിജ്ഞാസുവായി. പൂപ്പാത്രത്തിൽനിന്ന് റോസാപ്പൂ ചാടിയിറങ്ങുന്നത് അയാൾ യഥാർത്ഥത്തിൽ കണ്ടു. അത് പെട്ടെന്നു സുന്ദരിയായ യുവതിയായി രൂപാന്തരപ്പെടുന്നതും അവൾ മേശപ്പുറത്തു താൻ ഭക്ഷിച്ചശേഷമുള്ള വിഭവങ്ങൾ അത്യാർത്തിയോടെ വാരിവാരിത്തിന്നുന്നതും പ്രഭു സ്വന്തം കണ്ണുകൊണ്ടുതന്നെ കണ്ടു.

അവൾ തിരക്കിട്ടു തിന്നുന്നതിനിടയിൽ പ്രഭു പെട്ടെന്നെഴുന്നേറ്റു അവളുടെ കൈകളിൽ കടന്നുപിടിച്ചു, പിന്നിലൂടെ ചെന്ന്. തിരിഞ്ഞു മറിഞ്ഞ് പ്രഭുവിന്റെ കൈകളിൽനിന്ന് കുതറിമാറാൻ അവൾ ആവതും ശ്രമിച്ചു, ഒരു സർപ്പത്തെപ്പോലെ. പ്രഭു മുറുകെപ്പിടിച്ചു. രക്ഷപ്പെടാൻ

വിഫലമായി പൊരുതുന്നതിനിടയിൽ അവളുടെ കറുത്തു നീണ്ട തലമുടി അയാളുടെ കൈത്തണ്ടകളിൽ ചുറ്റിവളഞ്ഞു. അവൾ പൊരുതുന്നതു നിർത്തി. അവൾ പൊട്ടിക്കരച്ചിലായി.

“എന്റെ മുടി ഒന്ന് വിടുവിക്കൂ. എനിക്കു വേദനിക്കുന്നു.” അവൾ തേങ്ങിക്കരഞ്ഞു.

“നിന്നെ വിടാം.എന്നോടു ഒരുകാര്യം സമ്മതിക്കുമെങ്കിൽമാത്രം. ഇനി ഒരിക്കലും നീ റോസാപൂവായി മാററരുത്. എന്റെ ഭാര്യയായി ഇവിടെ കഴിയണം.” പ്രഭു പറഞ്ഞു.

ആദ്യമൊന്നും അവൾ സമ്മതിച്ചില്ല. പിന്നീടവളുടെ മുടിപിടിച്ച് വലിക്കാൻ തുടങ്ങിയപ്പോൾ അവൾ പ്രഭുവൊന്നിച്ചു താമസിക്കാമെന്ന് സത്യംചെയ്തു. ആ സുന്ദരിയായ പെൺകുട്ടി തന്റെ വീട്ടിൽ അത്യധികം സന്തുഷ്ടയായിരിക്കണമെന്നു ആ വൃദ്ധപ്രഭു ആഗ്രഹിച്ചു. അതിനാൽ അവളുടെ സർവ്വആഗ്രഹങ്ങളും സാധിപ്പിച്ചു കൊടുത്തു. അവൾക്കു വിലപിടിച്ച വസ്ത്രങ്ങളും രത്നക്കല്ലുകളും വാങ്ങിക്കൊടുത്തു. അവളുടെ ഇഷ്ടങ്ങൾ എന്തും സാധിപ്പിച്ചുകൊടുക്കാൻ പ്രഭു ജാഗരൂകനായി. ഇതൊന്നും ഗൃഹസൂക്ഷിപ്പുകാരിക്ക് ഇഷ്ടപ്പെട്ടില്ലെന്നു പറയേണ്ടതില്ലല്ലോ. വൈകാതെ തങ്ങളെ വേലക്കാരി വഞ്ചിക്കുന്നുണ്ടെന്ന സത്യം യുവതി മനസ്സിലാക്കി. ഒരു റോസാപൂ ആയിരുന്നപ്പോൾ തന്നെ ജാലകത്തിലൂടെ വലിച്ചെറിയാൻ ഗൃഹസൂക്ഷിപ്പുകാരി ശ്രമിച്ച കാര്യം അവൾ ഒരിക്കലും മറന്നിട്ടില്ല. തനിക്കു കഴിയുംവിധം അവൾ ഗൃഹസൂക്ഷിപ്പുകാരിയോടു പകരത്തിനുപകരം വീട്ടി. അവർക്കവിടെ സേവനം തുടരുന്നതു ദുഷ്കരമാണെന്ന സ്ഥിതിയിലായി.

ജോലിക്കാരി സ്ഥലം വിട്ടു. താനിതിനു പകരം വീട്ടുമെന്ന പ്രതിജ്ഞയോടെയാണ് പോയത്. കാട്ടിനുള്ളിൽ ഒരു ദുർമന്ത്രവാദിനി താമസിക്കുന്നുണ്ടെന്നറിഞ്ഞ അവൾ ഒരു താറാവിനെ കൊന്നു. ഒരു ബാസ്ക്കറ്റിൽ താറാവിനേയും മുട്ടകളും ഇട്ട്, മന്ത്രവാദിനിയുടെ വീട്ടിലേക്കു യാത്രയായി. അവൾ ദുർമന്ത്രവാദിനിക്കു സമ്മാനങ്ങൾ നൽകി. തന്റെ ജോലി നഷ്ടപ്പെടുത്തിയ ആ യുവതിയോടു പ്രതികാരം വീട്ടാനുള്ള വഴികളാരാഞ്ഞു.

കഥകേട്ടു കഴിഞ്ഞപ്പോൾ ജിപ്സിത്തള്ള പറഞ്ഞു,“അതെ, ആ പ്രഭുവിന്റെ ഭാര്യ ഒരു ദുർമന്ത്രവാദിനിയാണ്. തലയിൽ ഒരു മുഴയുമായി പിറന്നവളാണവൾ. അവളുടെ സർവ്വശക്തികളും കുടികൊള്ളുന്നത് അവളുടെ മുടിയിലാണ്. അത് ആ മുഴയിൽ നിന്നാണ് വളർന്നിട്ടുള്ളത്. എങ്ങനെയെങ്കിലും അതു വെട്ടിക്കളഞ്ഞാൽ അതോടെ

അവളുടെ മാന്ത്രികശക്തി നഷ്ടപ്പെട്ടു വെറും സാധാരണക്കാരിയായി മാറും."

ഗൃഹസൂക്ഷിപ്പുകാരി ജിപ്സിത്തള്ളയോടു നന്ദി പറഞ്ഞു വീട്ടിലേക്കു മടങ്ങി. പ്രഭുവിന്റെ ഭാര്യയുടെ മാന്ത്രികസിദ്ധികൾ നഷ്ടപ്പെടുത്താനുള്ള വഴികളെപ്പറ്റി അവൾ സദാചിന്തിച്ചുകൊണ്ടിരുന്നു.

ഒരുദിവസം പ്രഭുവിന്റെ യുവഭാര്യയ്ക്കു നാട്ടിലൊന്നുലാത്തണമെന്ന് ആഗ്രഹം തോന്നി. പ്രഭു കുതിരകളെ വണ്ടിയിൽ പൂട്ടി. അവർ യാത്രയായി. അതിവേഗത്തിൽ വണ്ടി ഓടിച്ചു കൊണ്ടിരിക്കുന്നതിനിടയിൽ ഒരു കരുവാന്റെ ആലയ്ക്കടുത്തെത്തിയപ്പോൾ യുവതി പെട്ടെന്നു വണ്ടി നിർത്തണമെന്നാവശ്യപ്പെട്ടു. അവർക്കു മുന്നിൽ അർദ്ധനഗ്നരായ അഞ്ചു കുട്ടികൾ, വൃത്തികെട്ട കുട്ടികൾ, അവിടെ പാതയിലെ ചളിവെള്ളത്തിൽ കളിച്ചുകൊണ്ടിരിക്കുന്നതു കണ്ടു. അവരെ കണ്ടമാത്രയിൽ അവൾ ചാടി പുറത്തിറങ്ങി. അവരുടെ അടുത്തേക്കു ഓടിച്ചെന്നു. അവരെ ഓരോരുത്തരേയും വാരിപ്പുണരാനും ഉമ്മവെയ്ക്കാനും തുടങ്ങി. ആ കുട്ടികൾ തന്റെ വസ്ത്രം അഴുക്കാക്കുമെന്ന ചിന്തയൊന്നും ആ യുവതിക്കുണ്ടായില്ല. അവരെ സ്നേഹപൂർവ്വം ലാളിച്ചു. സുന്ദരിയായ ആ സ്ത്രീ തങ്ങളുടെ അമ്മയാണെന്ന കാര്യം ആ കുട്ടികൾ അറിഞ്ഞില്ല. പക്ഷേ ആ കുട്ടികൾ അവരെ ഒട്ടും പേടിച്ചില്ല. അവർ അവളുടെ വർണ്ണശബളമായ വസ്ത്രങ്ങളിൽ കയറിപ്പിടിച്ചു. അവൾ മധുരപലഹാരങ്ങൾ നിറച്ച ഒരു സഞ്ചി തുറന്നപ്പോൾ ആ കുട്ടികൾ സന്തോഷംകൊണ്ടു ആർത്തുവിളിച്ചു. അവർ ആ മധുരപലഹാരങ്ങൾ അന്യോന്യം പങ്കിടാൻ തുടങ്ങി.

കുട്ടികളുടെ ബഹളംകേട്ടു എന്താണ് സംഗതിയെന്നറിയാൻ കരുവാൻ ആലയിൽനിന്നു പുറത്തുവന്നു. അയാളും തന്റെ ഭാര്യയെ തിരിച്ചറിഞ്ഞില്ല.

"കരുവാൻ, ഈ കുട്ടികൾ നിങ്ങളുടേതാണോ?" ആ യുവതി ചോദിച്ചു. തലകുലുക്കി അയാൾ സമ്മതിച്ചപ്പോൾ അവൾ ചോദിച്ചു.

"അവരുടെ അമ്മ എവിടെ? അവൾ മരിച്ചുപോയി." കരുവാൻ പറഞ്ഞു.

"വൃത്തികെട്ട കീറവസ്ത്രങ്ങൾ ധരിച്ചു തെണ്ടിനടക്കാൻ മക്കളെ വിടുന്നതിൽ നിങ്ങൾക്കു നാണമില്ലേ?"

ഒട്ടും അനുകൂലിക്കാത്ത ഭാവത്തിൽ പ്രഭുവിന്റെ ഭാര്യ ചോദിച്ചു. പാവം കുഞ്ഞുമക്കൾ. അവർ വല്ലാതെ മെലിഞ്ഞിരിക്കുന്നു.

"നിങ്ങൾ ഇവർക്കുവേണ്ട ഭക്ഷണം കൊടുക്കുന്നില്ലേ?"

"ഞാൻ ദരിദ്രനായ ഒരു കരുവാനാണ്. അവരെ വേണ്ടവിധം തീറ്റാനെനിക്കു പറ്റുന്നില്ല." അയാൾ ഒരു നെടുവീർപ്പോടെ പറഞ്ഞു.

"ഞങ്ങളുടെ താമസസ്ഥലത്തേക്കു വരിക. ഞാൻ ഒരു ജോലി തരാം. എന്റെ തോട്ടത്തിനുചുറ്റും ഒരു ഇരുമ്പുവേലിയുണ്ട്. അതിന്റെ കേടുപാടുകൾ തീർക്കേണ്ടതുണ്ട്. നിങ്ങളതു ചെയ്തുതരുന്നപക്ഷം ഞാൻ നല്ല കൂലിതരാം. ഇതാ അഡ്വാൻസ്."

യുവതി കരുവാന് ഒരു സഞ്ചി പണം നൽകി.

"ഞാനൊന്നു പറയട്ടെ, ഈ പണം കുട്ടികളുടെ ഭക്ഷണത്തിനും വസ്ത്രങ്ങൾക്കും മാത്രമേ എടുക്കാവൂ. അതുമായിപ്പോയി കുടിച്ചു കൂത്താടരുത്."

അയാൾ കുടിക്കില്ലെന്നു സത്യം ചെയ്തു. അവളോടു ആദരപൂർവ്വം നന്ദി പറഞ്ഞു. ആ യുവതി വണ്ടിയിൽ തിരിച്ചു കയറി ഭർത്താവുമൊത്ത് യാത്രയായി.

പിറ്റേന്നു കരുവാൻ താമസസ്ഥലത്തു വന്നപ്പോൾ യുവതി അയാളോടു പറഞ്ഞു. "അവിടെ കുളിപ്പുരയിൽ ഒരു പൊട്ടിയ ടാപ്പുണ്ട്. എനിക്കുവേണ്ടി നിങ്ങളതൊന്നു നന്നാക്കിത്തരണം."

അവൾ അയാളെ കുളിമുറിയിലേക്കു കൊണ്ടുപോയി. "കുറച്ചു നല്ല തുണിയും ഭർത്താവിന്റെ ഒരു പഴയ സൂട്ടും എടുത്ത് ഞാനിപ്പോൾ വരാം."

അവൾ പോയപ്പോൾ അയാൾ വേഷംമാറി നന്നായി ഒന്നു കുളിച്ചു. യുവതി വൃത്തിയുള്ള തുണിയും സൂട്ടും വാതിലിനു പുറത്തു വെച്ചു. അവൾ അവിടെ അയാൾക്കു ഒരു ക്ഷൗരക്കത്തിയും വെച്ചിരുന്നു. അയാളോടു വൃത്തിയായി ഷേവ്ചെയ്യാനും ആ യുവതി നിർദ്ദേശിച്ചിരുന്നു. അയാൾ കുളിമുറിയിൽനിന്നു പുറത്തുവന്നപ്പോൾ അവൾക്കു സ്വയം നിയന്ത്രിക്കാനായില്ല.

അവൾ അയാളുടെ കഴുത്തിൽ കെട്ടിപ്പിടിച്ചുകൊണ്ടു പറഞ്ഞു. "ഓ, സുന്ദരക്കുട്ടാ! നിന്നെപ്പോലെ എനിക്കു ലോകത്ത് മറ്റാരേയും സ്നേഹിക്കാനാവില്ല."

കരുവാൻ വല്ലാതെ പരിഭ്രാന്തനായി. ആ വൃദ്ധനായ പ്രഭു എങ്ങാനും പെട്ടെന്നു കടന്നു വന്നാലോ എന്നയാൾ പേടിച്ചു.

തന്നിൽനിന്ന് യുവതിയെ തള്ളിമാറ്റിക്കൊണ്ട് കരുവാൻ പറഞ്ഞു. "അൽപ്പം മര്യാദ പാലിക്കണം. ഞാൻ ഒരു ദരിദ്രനായ ജിപ്സി. എനിക്ക് അഞ്ചു മക്കളുണ്ട്."

"നിങ്ങളെപ്പോലെ എനിക്കും അതറിയാം. കാരണം നിങ്ങളുടേതു മാത്രമല്ല അവർ എന്റേയും മക്കളാണ്."

എന്നെ നിങ്ങൾ ഓർക്കുന്നില്ല? നിങ്ങളുടെ ഭാര്യയാണ് ഞാൻ." പ്രഭുവിന്റെ ഭാര്യ പറഞ്ഞു.

അപ്പോൾ കരുവാനവളെ തുറിച്ചുനോക്കി. ഇതിനു മുമ്പൊരിക്കലും ഇത്ര ധൈര്യത്തോടെ നോക്കിയിട്ടില്ല. അയാൾ അവളെ തിരിച്ചറിഞ്ഞു.

"നീയെങ്ങനെ ഇവിടെ എത്തി?" വിസ്മയത്തോടെയാണ് അയാൾ ചോദിച്ചത്.

"അത് എന്റെ സ്വന്തം കാര്യം, നിങ്ങൾക്കെന്നെ ആവശ്യമില്ലാതെ ആട്ടിയോടിച്ചപ്പോഴാണ് ഞാൻ പ്രഭുവിനെ കല്യാണം കഴിച്ചത്. ഞാനതു ചെയ്തുപോയത് കോപംകൊണ്ടും നിങ്ങളെ ശിക്ഷിക്കാനുമാണ്. ഞാൻ അദ്ദേഹത്തെ സ്നേഹിക്കുന്നൊന്നുമില്ല. എനിക്കു നിങ്ങളെ ഒരിക്കലും മറക്കാനാവില്ല. എനിക്കു മക്കളുടേയും നിങ്ങളുടേയും അടുത്തു തിരിച്ചുവരണം."

"ശരി. പൊന്നേ. പക്ഷെ അതത്ര എളുപ്പമല്ല. നീ പ്രഭുവിൽനിന്ന് ഒളിച്ചോടിപ്പോരുന്നപക്ഷം തീർച്ചയായും അയാൾ തിരഞ്ഞുപിടിക്കാൻ ആളെ അയയ്ക്കും. മാത്രമല്ല നമ്മളെയെല്ലാം ആട്ടിപ്പായിക്കുകയും ചെയ്യും. പിന്നെ നാം എന്തുചെയ്യും?" കരുവാൻ നെടുവീർപ്പിട്ട് പറഞ്ഞു.

കരുവാൻ ഒരു നിമിഷം എന്തോ ആലോചിക്കാൻ തുടങ്ങി.

പിന്നീട് പറഞ്ഞു"ഞാനിപ്പോൾ വീട്ടിലേക്കു തിരിച്ചുപോകുന്നു. ഞാനതിനെപ്പറ്റി വീണ്ടും ഒന്നു ചിന്തിക്കട്ടെ. ചിലപ്പോളെനിക്കു വല്ല പോംവഴിയും തോന്നും."

"ശരി. തീർച്ചയായും നാളെ രാവിലെ വരണം. വരില്ലേ?" ആ യുവതി പറഞ്ഞു. പ്രഭു അവൾക്കു വാങ്ങിക്കൊടുത്ത എല്ലാ വിലപിടിച്ച രത്നങ്ങളും എടുത്തുകൊണ്ടുവന്നു ഭർത്താവിനെ ഏൽപ്പിച്ചു. ഒരു ഭാണ്ഡം നിറയെ വിശിഷ്ടവസ്ത്രങ്ങളും പണവും അയാൾക്കു നൽകി. എല്ലാം ഒരു ഭാണ്ഡമാക്കി കെട്ടി, കരുവാൻ അത് ചുമലിൽ തൂക്കിയിട്ടു വീട്ടിലേക്കു മടങ്ങി. വഴിക്കിടയിൽ അയാൾ ഒരു ഭിക്ഷക്കാരനെ കണ്ടുമുട്ടി. അത് പ്രഭുവിന്റെ മുൻഗൃഹസൂക്ഷിപ്പുകാരി ആയിരുന്നു.

"വന്ദനം മുത്തശ്ശീ." കരുവാൻ ആ ഭിക്ഷക്കാരിയെ അഭിവാദ്യം ചെയ്തു.

"നിനക്കും വന്ദനം. കരുവാനേ, അതിലെന്താണുള്ളത്?"

"കുറച്ചു പഴയ തുണികളാണ്. പിന്നെ അൽപ്പം ഭക്ഷണവും."

ഞാനിവിടെ ഒരു വീട്ടിൽ പണിയെടുത്തിരുന്നു. പ്രതിഫലമായി അവർ തന്നതാണ്." കരുവാൻ പറഞ്ഞു.

"അവ ആ പ്രഭുവിന്റെ ഭാര്യയിൽ നിന്നാണ് കിട്ടിയതെങ്കിൽ സൂക്ഷിക്കണം. അവൾ നിങ്ങളെ ഒരു ശിലയാക്കിമാറ്റും.അവൾ ഒരു മന്ത്രവാദിനിയാണ്."ഭിക്ഷക്കാരി പറഞ്ഞു.

"നിനക്കെങ്ങനെ അറിയാം?"

അയാൾ സംശയത്തോടെ ചോദിച്ചു.

"ഞാനാ വീട്ടിൽ ജോലി ചെയ്തിട്ടുണ്ട്. ഒരിക്കൽ ഞാനെന്റെ സ്വന്തം കണ്ണുകൊണ്ടു കണ്ടതാണ്. പ്രഭുവിന്റെ ഭാര്യ ഒരു റോസാ പൂവിൽനിന്ന് ഒരു സുന്ദരിയായ യുവതിയാവുന്നതും വീണ്ടും റോസാ പൂവായി രൂപാന്തരപ്പെടുന്നതും. എനിക്കു അവരുമായി ഒത്തുപോകാനായില്ല. ഞാൻ പിരിഞ്ഞുപോന്നതാണ്. ഇന്നെനിക്ക് ബുദ്ധിയുണ്ട്. അവളുടെ മാന്ത്രികശക്തിയുടെ വിജയത്തെ ഇല്ലാതാക്കാൻ എനിക്കു കഴിയും ."

"ശരിക്കും അതു സാധിക്കുമോ?"കരുവാൻചോദിച്ചു.

"അത് വളരെ എളുപ്പമാണ്. അവളുടെ തലയുടെ പിൻവശത്തുള്ള മുഴയിൽനിന്നു വളർന്നു വന്നിട്ടുള്ള മുടി വെട്ടി മാറ്റിയാൽ മാത്രം മതി. അവിടെയാണ് അവളുടെ മാന്ത്രികശക്തി കുടികൊള്ളുന്നതും. ആർക്കെങ്കിലും അത് ചെയ്യാനായാൽ അവൾ നമ്മെപ്പോലെയുള്ള വെറും സാധാരണക്കാരിയായി മാറും." ആ സ്ത്രീ മറുപടി പറഞ്ഞു.

പിറ്റേന്നു കരുവാൻ തന്റെ പഴയ വസ്ത്രം ധരിച്ചു. പണ്ട് തന്റെ ഭാര്യ ഉപയോഗിച്ചിരുന്ന പഴയ ഏതാനും തുണികളും എടുത്തു ഒരു സഞ്ചിയിലിട്ട് ആ വീട്ടിലേക്കു യാത്രയായി. മൂർച്ചയേറിയ ഏതാനും കത്രികകളും കയ്യിലെടുക്കാനും മറന്നില്ല. ദൂരത്തുനിന്നു തന്നെ ഭാര്യ അയാൾ നടന്നു വരുന്നതുകണ്ടു. ജാലകത്തിലൂടെയാണ് അയാളെ കണ്ടത്. അവൾ വാതിൽ തുറക്കാൻ ബദ്ധപ്പെട്ടു.

"ശരി, ഒടുവിൽ നിങ്ങളെന്തു തീരുമാനിച്ചു?"

"ആദ്യം നിന്റെ മുറിയിലേക്കു പോകാം. അവിടുന്നു ഞാൻ പറയാം." കരുവാൻ പറഞ്ഞു.

പ്രഭുവിന്റെ ഭാര്യ അയാളെ തന്റെ മുറിയിലേക്കു കൊണ്ടുപോയി. അവർ ഒറ്റയ്ക്കായ നിമിഷത്തിൽ കരുവാൻ തന്റെ ഭാര്യയെ കടന്നു പിടിച്ച് തന്റെ കീശയിൽനിന്ന് കത്രിക പുറത്തെടുത്തു. മിന്നൽ വേഗത്തിൽ മുടി മുറിച്ചു! ഒരു നീണ്ട മുടിക്കെട്ടു അയാളുടെ കൈക്കുള്ളിലായി.

“നിങ്ങളെന്താണീ ചെയ്തത്?” ആ സ്ത്രീ നിലവിളിച്ചു. പക്ഷേ ഒന്നും മിണ്ടാതെ കരുവാൻ വീണ്ടും മുടിമുറിച്ചു. മറ്റൊരു കെട്ട് മുടി താഴെ നിലംപതിച്ചു. അയാളുടെ കൈകൾക്കുള്ളിൽ അവൾ കിടന്നു പിടച്ചു. അയാൾ വിട്ടില്ല. ഒരു കൈകൊണ്ടു അവളെ മുറുകെപ്പിടിച്ചു. മറ്റേകൈകൊണ്ടു ബാക്കിമുടിയും മുറിച്ചിട്ടു.

ആ യുവതിയുടെ അതിമനോഹരമായ ചുരുളൻമുടികൾ അയാൾ വെട്ടിവീഴ്ത്തി. അതോടെ ആ യുവതിയുടെ മുഖഭാവം മാറി. അവളുടെ ചുവന്നുതടിച്ച കവിളുകൾ വിളറി ഒരു മഞ്ഞനിറം പൂണ്ടു. തിളങ്ങിയിരുന്ന ആ കണ്ണുകളുടെ പ്രകാശം നഷ്ടപ്പെട്ടു. ചുവന്ന ചുണ്ടുകളുടെ മൂലയിൽ ചുളിവുകൾ പ്രത്യക്ഷപ്പെട്ടു. അവളുടെ അവസാനത്തെ മുടിയും മുറിച്ചു താഴെവീണപ്പോൾ അവൾ സുന്ദരിയായ യുവതിയല്ലാതായി മാറി.

കരുവാന്റെ മുമ്പിൽനിന്നത് മദ്ധ്യവയസ്കയായ ഒരു ജിപ്സിപ്പെണ്ണാണ്. അവളുടെ തല മൊട്ടയടിച്ചിട്ടുണ്ടെന്നു മാത്രം. അയാൾക്ക് അവളോടൊട്ടും സഹതാപം തോന്നിയില്ല. കാരണം അങ്ങനെ ത്തന്നെയാണ് ഒരു സ്ത്രീ പ്രത്യക്ഷപ്പെടേണ്ടത്. ഒട്ടേറെക്കാലം അയാളൊന്നിച്ചു താമസിച്ച അഞ്ചുമക്കളുടെ അമ്മ. അവൾ അവളുടെ കൈകളിലേക്കു നോക്കി. പട്ടുപോലുണ്ടായിരുന്ന മാർദ്ദവം നഷ്ടപ്പെട്ടിരിക്കുന്നു. ചുളിവുകൾ വീണതും ഞരമ്പുകൾ എഴുന്നുനിൽക്കുന്നതുമായ കൈകൾ. നിറഞ്ഞ കണ്ണുകളോടെ അവൾ തേങ്ങിക്കരഞ്ഞു.

“നിങ്ങൾ എന്റെ സൗന്ദര്യവും എന്റെ സർവ്വശക്തികളും നശിപ്പിച്ചു. ഇനി എനിക്കു നിങ്ങളെ തൃപ്തിപ്പെടുത്താനാവില്ല. ഇപ്പോൾ നിങ്ങളെന്നെ സ്നേഹിക്കില്ല.”

“ഒരു മന്ത്രവാദിനി എന്നതിനേക്കാൾ ഒരു സാധാരണക്കാരിയായ നിന്നെ ഞാൻ കൂടുതൽ സ്നേഹിക്കും.” കരുവാൻ പറഞ്ഞു.

അയാൾ തന്റെ ബാഗ് തുറന്ന് അവളുടെ ആ പഴയവസ്ത്രങ്ങൾ കയ്യിലെടുത്തു കൊടുത്തുകൊണ്ടു അതു ധരിക്കാൻ ആവശ്യപ്പെട്ടു. ഒരു പിറുപിറുക്കലും കൂടാതെ അവൾ അനുസരിച്ചു.

“ഇനി വരൂ. ഞാൻ നിന്നെ വീട്ടിലേക്കു കൊണ്ടുപോകാം.” കരുവാൻ പറഞ്ഞു.

അവർ മുറ്റത്തെത്തിയതേയുള്ളൂ. അവർ പ്രഭുവിനെ കണ്ടുമുട്ടി.

“ഓ, നിങ്ങൾ കരുവാനാണല്ലേ? നിങ്ങൾ വേലിയുടെ കേടുപാടുകൾ തീർത്തോ? എന്റെ ഭാര്യ പറഞ്ഞപോലെത്തന്നെ നന്നാക്കിയിട്ടില്ലേ?”

"എനിക്കു മാപ്പുതരണം പ്രഭോ. പണിക്ക് അൽപ്പം താമസമെടുക്കും. അങ്ങയുടെ ഭവനത്തിലെ വേലക്കാരികൾക്കിടയിൽ എന്റെ ഭാര്യയെ കണ്ടെത്തിയിരിക്കുന്നു. എന്റെ അടുത്തുനിന്നും അവൾ ഒളിച്ചോടിയതാണ്. ഞാനവളെ തിരിച്ചുകൊണ്ടുപോകുന്നു." കരുവാൻ പറഞ്ഞു.

"അതുശരി. സ്ത്രീകളൊരിക്കലും ഭർത്താക്കന്മാരിൽ നിന്നും ഒളിച്ചോടരുത്. അവളെ കൊണ്ടുപോകുക, നാളെ വീണ്ടും വരണം. അല്ലെങ്കിൽ എന്റെ ഭാര്യയ്ക്കു ദേഷ്യംവരും." പ്രഭു സമ്മതിച്ചു.

"ശരി പ്രഭോ." കരുവാൻ ഭാര്യയുടെ കൈ പിടിച്ചു വേഗം സ്ഥലം വിട്ടു.

തന്റെ സുന്ദരിയായ ഭാര്യയെ പിന്നീടൊരിക്കലും പ്രഭു കണ്ടില്ല. ഭൂമി വിഴുങ്ങിയപോലെ അവൾ അപ്രത്യക്ഷയായി. പ്രഭു അവളെ തിരയാത്ത സ്ഥലം ഭൂമിയിലില്ല. പക്ഷേ കണ്ടുകിട്ടിയില്ല. ഒടുവിൽ അയാൾ സമാധാനിച്ചു. ഒരു പടുകിഴവനുമൊത്തു ജീവിക്കുന്നതിൽ മനംമടുത്തു അവൾ ഒളിച്ചോടിയിരിക്കാം. അയാൾ തന്റെ പഴയ ഗൃഹസൂക്ഷിപ്പുകാരിയുടെ അടുത്തേക്കൊരാളെ അയച്ചു വീണ്ടും തിരിച്ചുവരാനും തന്റെ വീട്ടുകാര്യങ്ങളുടെ ചുമതലകൾ ഏറ്റെടുക്കാനും അഭ്യർത്ഥിച്ചു. അവൾക്കതിൽ അതിയായ സന്തോഷമേയുണ്ടായുള്ളൂ.

കരുവാനും അതിസന്തുഷ്ടനായിമാറി. ഭാര്യയെ വീണ്ടും തിരിച്ചുകിട്ടിയതുതന്നെ മഹാഭാഗ്യമായി കരുതി. തന്റെ മക്കൾക്കു സ്നേഹമയിയായ അമ്മയെ കിട്ടി. ഒരു വർഷം കഴിഞ്ഞപ്പോൾ അവർക്കു ആറാമതൊരു കുട്ടി കൂടി പിറന്നു. ഇത്തവണ അയാൾക്കു അതിൽ നിരാശ തോന്നിയില്ല. തന്റെ ഭാര്യയ്ക്കു പ്രഭു സമ്മാനമായി കൊടുത്തവ വിറ്റു അവർക്കു ധാരാളം പണം കിട്ടി. അയാൾക്കു തന്റെ മക്കൾക്കു നല്ല വസ്ത്രങ്ങൾ നൽകാനും ഭക്ഷണം നൽകാനും സാധിച്ചു. അവർ അതിസന്തോഷത്തോടെ അവരുടെ അന്ത്യനാളുകൾവരെ ജീവിച്ചു. ■

വിശ്വസ്തയായ ലാലി

ഇത് നടന്നത് വളരെ പണ്ടാണ്. വളരെ പണ്ടെന്നു പറഞ്ഞാൽ അതിലപ്പുറമൊന്നും ആളുകൾക്കു കേട്ട ഓർമ്മയില്ല. അവിടെ ഒരു വൃദ്ധജിപ്സി ദമ്പതികളുണ്ടായിരുന്നു. അവർ ധനികനായ ഒരു ജിപ്സിയുടെ കൃഷിത്തോട്ടത്തിൽ ജോലി ചെയ്താണ് ഉപജീവനം നടത്തിയത്. അവർക്കു ഒട്ടേറെ മക്കളുണ്ടായി. എല്ലാവരും വീടു വിട്ടുപോകയാൽ അവരുടെ കാര്യങ്ങൾ അന്വേഷിക്കാൻ ആരുമുണ്ടായില്ല. ജീവിതം വിരസം.

മക്കളിലൊരാളെങ്കിലും വരുമെന്ന പ്രതീക്ഷയിൽ നിത്യവും അമ്മ കാത്തിരിക്കും. പക്ഷെ വെറുതെ. ആരും വന്നില്ല. വളരെ കാലത്തിനു ശേഷം അവർക്ക് ഒരു മകൻ പിറന്നു. ദമ്പതികൾക്കു അത്യധികം സന്തോഷമായി. ലെഷ്കോ എന്നാണവന് പേരിട്ടത്. അതേ ദിവസം അതേ മുഹൂർത്തത്തിൽത്തന്നെ കർഷകന്റെ യുവഭാര്യയും ഒരു കുഞ്ഞിനെ പ്രസവിച്ചു. ഒരു പെൺകുട്ടി. അവൾക്കിട്ട പേർ ലാലി.

ഒരേ ദിവസം ഒരേ മുഹൂർത്തത്തിൽ ഒരാൺകുട്ടിയും പെൺകുട്ടിയും ജനിക്കാനിടയായാൽ അവർ ദമ്പതികളാകാൻ വിധിക്കപ്പെട്ടവരാണെന്നാണ് ജനവിശ്വാസം. കുട്ടികൾ ചെറുതായിരുന്നപ്പോൾ അവർ ഒന്നിച്ചുകളിച്ചു. അവർ മുതിർന്നപ്പോൾ ദൂരത്തുള്ള സ്കൂളിലേക്കു ലാലി ഒരുവണ്ടിയിലാണ് പോയിരുന്നത്. അവിടേക്കു തന്നോടൊപ്പം വണ്ടിയിൽ യാത്രചെയ്യാൻ ലാലി ലെഷ്ക്കോവിനെ ക്ഷണിക്കുമായിരുന്നു. തനിക്കുവേണ്ടി കൊണ്ടുപോകുന്ന ഭക്ഷണം അവൾ അവനുമായി പങ്കുവെക്കും.

ഒരുദിവസം കർഷകന്റെ ഭാര്യ ഭർത്താവിനോടു പറഞ്ഞു. “നിത്യവും ലാലി ഭക്ഷണമായി ധാരാളം ബന്നുകൾ കൊണ്ടുപോകുന്നുണ്ട്. പക്ഷേ അവൾ തടിച്ചുകാണുന്നില്ല.”

ഇതുകേട്ട ഭൃത്യ ആശ്ചര്യത്തോടെ പറഞ്ഞു. “അവളെങ്ങനെ

തടിക്കാനാണ്? സ്കൂളിലേക്കു ഒന്നിച്ചു വണ്ടിയിൽ പോകുമ്പോൾ അവൾ അതെല്ലാം ലെഷ്ക്കോവിനു കൊടുക്കുകയല്ലേ."

ഇതുകേട്ട കർഷകനു ദേഷ്യംവന്നു. തന്റെ കുടിയാന്റെ ആ മകനുമായി ആ നിമിഷം മുതൽ യാതൊരു ഇടപെടലും പാടില്ലെന്ന് കർശനമായി അവളെ വിലക്കി. സ്കൂളിൽനിന്നു രക്ഷിതാക്കൾക്കു മക്കളുടെ മാർക്ക്ലിസ്റ്റ് വരേണ്ട സമയമായി. ലെഷ്ക്കോവിന് എല്ലാ വിഷയത്തിലും നല്ല മാർക്ക്. ലാലിക്കു വളരെ കുറച്ചു മാർക്കുകൾ മാത്രം. ഇതവളുടെ അച്ഛനെ ശുണ്ഠി പിടിപ്പിച്ചു.

അയാൾ അവളുടെ അദ്ധ്യാപകനെ കാണാൻ ചെന്നു. "ഇതെങ്ങനെ, എന്റെ കുടിയാന്റെ മകനുള്ളതിനേക്കാൾ വളരെ കുറച്ചു മാർക്കാണല്ലോ എന്റെ മകൾക്കുള്ളത്?"

"ഈയിടെയായി ലാലിക്കു ക്ലാസിൽ തീരെ ശ്രദ്ധയില്ല. തുടക്കത്തിൽ ക്ലാസിൽ അവൾ വളരെ ശ്രദ്ധിച്ചിരുന്നു. ലെഷ്ക്കോവിനെപ്പോലെത്തന്നെ. അവനുമായി ഒരു കൂട്ടുകെട്ടും പാടില്ലെന്ന് നിങ്ങൾ ശഠിച്ചതിനുശേഷം അവൾ ചിരിച്ചുകണ്ടില്ല."

അദ്ധ്യാപകൻ പറഞ്ഞു. വീട്ടിലെത്തിയ കർഷകൻ തന്റെ കുടിയാനെ വിളിച്ചുവരുത്തി.

"എന്റെ മകൾ പഠിക്കുന്നിടത്തുതന്നെ നിങ്ങളുടെ മകനേയും പഠിക്കാനയയ്ക്കുന്നത് എനിക്കിഷ്ടമല്ല. അവനെ ആ സ്കൂളിൽ നിന്നു മാറ്റണം." അയാൾ പറഞ്ഞു.

"അവൻ മറ്റെവിടെ പോകാൻ? അടുത്തൊന്നും മറ്റൊരു സ്കൂളില്ല." വിഷമത്തോടെ ജിപ്സി ചോദിച്ചു.

"അതിലൊന്നും കാര്യമില്ല. ജിപ്സിക്കെന്തിനാണ് സ്കൂൾ?" എന്റെ പാടങ്ങളിൽത്തന്നെ ഇഷ്ടംപോലെ പണിയുണ്ട്. അവനവിടെ സ്കൂൾബെഞ്ചിലിരുന്നു വെറുതെ ഞെരങ്ങുകയല്ലേ? നാളെ തൊട്ട് അവൻ എന്റെ പശുക്കളെ മേയ്ക്കട്ടെ."

വീട്ടിൽ തിരിച്ചെത്തിയ ജിപ്സി കുടുംബാംഗങ്ങളോടു വിവരം പറഞ്ഞപ്പോൾ ജിപ്സി സ്ത്രീ പൊട്ടിക്കരഞ്ഞു.

ലെഷ്ക്കോ പറഞ്ഞു, "സാരമില്ല, എനിക്കു എഴുതാനും വായിക്കാനും അറിയാം. ഞാൻ പശുക്കളെ മേച്ചുകൊള്ളാം."

പിറ്റേന്ന് അവൻ പറഞ്ഞപോലെത്തന്നെ ചെയ്തു. പശുക്കളെ മൈതാനങ്ങളിലേക്കു തെളിച്ചുകൊണ്ടുപോയി.

സംഭവിച്ച കാര്യങ്ങളെല്ലാം ലാലി അറിഞ്ഞപ്പോൾ അവൾ വണ്ടിക്കാരനോടു തന്നെ ലെഷ്ക്കോവിന്റെ അടുത്തേക്കു കൊണ്ടുപോകാൻ ആവശ്യപ്പെട്ടു.

അവൾ അവനരികെ ഇരുന്നുകൊണ്ടു പറഞ്ഞു. “എന്നോടൊപ്പം സ്കൂളിൽ വരാൻ നിന്നെ അനുവദിക്കാത്തപക്ഷം ഞാനും നിന്നോടൊപ്പമിരുന്നു പശുക്കളെ മേയ്ക്കും.”

അവളെ പിന്തിരിപ്പിക്കാൻ ലെഷ്ക്കോ ആവതും ശ്രമിച്ചെങ്കിലും ഫലിച്ചില്ല. എന്തുപറഞ്ഞിട്ടും അവൾ കേൾക്കുന്ന ഭാവമില്ല. സന്ധ്യവരെ അവൾ അവനൊത്തു ആ വയലുകളിൽ തങ്ങിനിന്നു.

പിറ്റേന്നും അതുതന്നെ ആവർത്തിച്ചു. മൂന്നുദിവസം പിന്നിട്ടു. നാലാംദിവസം അദ്ധ്യാപകൻ കർഷകന്റെ വീട്ടിൽവന്ന് ലാലിക്കെന്തു പറ്റിയെന്നന്വേഷിച്ചു. അവൾ സ്കൂളിൽ വരുന്നില്ല. കർഷകൻ വണ്ടിക്കാരനെ വിളിച്ചു. മൂന്നുദിവസവും താൻ ലാലിയെ എവിടേക്കാണ് കൊണ്ടുപോയതെന്ന് അറിയിച്ചു. കർഷകന്റെ കോപത്തിനു തീ പിടിച്ചു.

അയാൾ കുടിയാന്റെ അടുത്തേക്കു ഒരു ദൂതനെ അയച്ചു. “ലെഷ്ക്കോവിനെ ഉടനെത്തന്നെ നാട്ടിൽനിന്ന് പറഞ്ഞയയ്ക്കണം. അതല്ലെങ്കിൽ അയാളുടെ കുടുംബത്തെയൊട്ടാകെ കൃഷിസ്ഥലത്തുനിന്ന് കുടിയിറക്കും.”

ജിപ്സി വീട്ടിൽ വന്നു വിവരം പറഞ്ഞപ്പോൾ അമ്മ പാവം എണ്ണിപ്പെറുക്കി കരച്ചിലായി. ലെഷ്ക്കോ പറഞ്ഞു. “അമ്മ കരയല്ലേ, ഞാൻ വിശാലമായ ഈ ലോകത്തിൽ എന്റെ വഴി കണ്ടെത്തും.”

അമ്മ അവന് ഏതാനും പാൻകേക്കുകൾ ഉണ്ടാക്കിക്കൊടുത്തു, യാത്രയ്ക്കിടയിൽ ഭക്ഷിക്കാൻ. അങ്ങനെ ലെഷ്ക്കോ യാത്രയായി. വഴിമദ്ധ്യേ അവൻ കർഷകന്റെ വണ്ടി കണ്ടു. അതിനുള്ളിൽ ലാലിയുണ്ടായിരുന്നു. ലെഷ്ക്കോവിന്റെ പുറത്ത് ഒരു മാറാപ്പു കണ്ടപ്പോൾ അവൾ ഉറക്കെ നിലവിളിച്ചുചോദിച്ചു.

“ലെഷ്ക്കോ, നീ എങ്ങോട്ടാണ് യാത്ര?”

“വിട ലാലി, ഞാനെന്റെ ഭാഗ്യംതേടി നാടുവിട്ടുപോകയാണ്. നിന്റെ അച്ഛൻ ആവശ്യപ്പെട്ടപ്രകാരം.” അവൻ പറഞ്ഞു.

ഞാൻ നിന്നെ കാത്തിരിക്കും.ഞാൻ വലുതാകുമ്പോൾ നിന്നെയല്ലാതെ മറ്റാരേയും കല്യാണം കഴിക്കില്ല. മറക്കരുതേ.”അവൾ വിളിച്ചു പറഞ്ഞു

അതുകേട്ട വണ്ടിക്കാരൻ ചാട്ടവാറെടുത്തു അതിശക്തിയായി ആഞ്ഞടിച്ചു. അതിവേഗം വാഹനം കൺമറഞ്ഞു. അലഞ്ഞുനടന്നു നടന്ന് ഒടുവിൽ ലെഷ്ക്കോ ഒരു അരുവിയുടെ അടുത്തെത്തിച്ചേർന്നു. അതിനുമീതെ ഒരു നീണ്ട വീതികുറഞ്ഞ പാലം കടക്കാനുണ്ടായിരുന്നു. പാലത്തിലേക്കു കടക്കാൻ തുനിഞ്ഞപ്പോൾ മറുതലയിൽ

ഒരു വൃദ്ധയായ സ്ത്രീയെ കണ്ടു. അവർ വലിയൊരു കൂട്ടം താറാവുകളെ ആട്ടിത്തെളിച്ചുവരുകയാണ്.

"നിങ്ങൾ അൽപ്പം കാക്കണേ, ഞാൻ ഈ താറാവുകൂട്ടത്തെ ഒന്ന് പാലം കടത്തട്ടെ." ആ തള്ള ലെഷ്ക്കോവിനോടു ഉറക്കെ വിളിച്ചുപറഞ്ഞു.

ലെഷ്ക്കോവിനു തിരക്കൊന്നുമില്ല. അവൻ നിലത്തിരുന്നു, ആ തള്ള താറാവുകളെ മുഴുവൻ പാലം കടത്തുന്നതുവരെ. പാലം വളരെ വീതി കുറഞ്ഞതാണ്. താറാവുകൾക്ക് ഒന്നൊന്നായി കടക്കാനേ പറ്റൂ. അതിനാൽ ലെഷ്ക്കോ അടുത്തുള്ള ഒരു മരത്തിൽ തല ചായ്ച്ചു കിടന്നതാണ്. പെട്ടെന്ന് ഉറക്കത്തിലാണ്ടു. താറാവുകളൊട്ടേറെയുണ്ടായിരുന്നു. ഇരുട്ടായി. താറാവുകൂട്ടം പാലം കടന്നു കഴിയുന്നുമില്ല. ലെഷ്ക്കോ കണ്മിഴിച്ചപ്പോൾ നേരം പുലർന്നിരിക്കുന്നു. അപ്പോഴും താറാവുകളൊന്നൊന്നായി പാലത്തിലൂടെ നടന്നു വരുകയാണ്. ലെഷ്ക്കോ അമ്മ തന്ന പൊതിയഴിച്ചു പാൻകേക്കുകൾ തിന്നാൻ തുടങ്ങി. താറാവിന്റെ എണ്ണം പെരുകിപ്പെരുകി വരികയാണ്. എണ്ണം അവസാനിക്കുന്നില്ല.

അതിനാൽ ലെഷ്ക്കോ ആ മരത്തിന്നടിയിൽ നിവർന്നുകിടന്നു വീണ്ടും ഉറക്കമായി. ഉണർന്നപ്പോൾ ഒരൊറ്റ താറാവിനെയും അടുത്തൊന്നും കണ്ടില്ല. തന്റെ അടുത്തൊരു വൃദ്ധ നിൽക്കുന്നത് അവൻ കണ്ടു. അവരുടെ കൈയിൽ ഒരു ചൂരലുണ്ട്.

"എന്റെ താറാവുകളെല്ലാം പാലം കടന്നുകഴിഞ്ഞു. ഇനി നിങ്ങൾക്കു പാലം കടക്കാം. നിന്നെ സമ്മതിക്കുന്നു. അക്കരെ കടക്കാൻ ഇത്രനേരം നിങ്ങൾ ക്ഷമയോടെ കാത്തിരുന്നല്ലോ." അവർ പറഞ്ഞു.

"എനിക്കൊരു തിരക്കുമില്ല. ഞാൻ എന്റെ ഭാഗ്യംതേടി ലോകത്തിലേക്ക് ഇറങ്ങിത്തിരിച്ചിരിക്കുകയാണ്." ചിരിച്ചുകൊണ്ടു ലെഷ്ക്കോവ് പറഞ്ഞു.

"വിജ്ഞാനികളൊരിക്കലും തിരക്കുകൂട്ടുകയില്ല. വിവേകികൾ മുറുമുറുക്കുകയുമില്ല. ഇത്ര ക്ഷമയോടെ കാത്തിരുന്നതിനു തീർച്ചയായും ഒരുസമ്മാനം തരേണ്ടതുണ്ട്."

അവൾ ചൂരൽ ഉയർത്തി ലെഷ്ക്കോവിന്റെ കൈത്തലത്തിൽ ചൂടുള്ള ഒരടി നൽകി.

അപ്രതീക്ഷിതമായുള്ള ആ പ്രഹരമേറ്റു ലെഷ്ക്കോ ഉറക്കെ നിലവിളിച്ചുപോയി.

"ഈ പ്രഹരത്തിനു പ്രതിഫലം നിനക്കുകിട്ടും." ഇന്നുതൊട്ട് നീ

എന്തു ജോലിയിലേർപ്പെട്ടാലും അത് മറ്റാരും ചെയ്യുന്നതിനേക്കാൾ മുൻപന്തിയിലാകും." ഇത്രയും പറഞ്ഞു അവർ അപ്രത്യക്ഷയായി.

ലെഷ്ക്കോ അടികിട്ടിയ കൈത്തലത്തിലേക്കു നോക്കി. കൈത്തണ്ടയിലും കൈത്തലത്തിലും ചുവന്ന പാട്. അതൊരു ദുഷ്ട സ്ത്രീതന്നെ. അവൻ പറഞ്ഞു. അവനെഴുന്നേറ്റു ആ നദിമുറിച്ചു കടന്ന് യാത്ര തുടർന്നു. എത്തിയത് ഒരു വലിയ നഗരത്തിന്റെ കവാടത്തിലാണ്. നഗരത്തിൽ പ്രവേശിച്ചപ്പോൾ അവൻ ആദ്യം ചെന്നുനിന്നത് ഒരു തട്ടാന്റെ വീടിന്റെ മുമ്പിലാണ്. തട്ടാനായാലെന്താ? അയാൾ ചിന്തിച്ചു. ആ വാതിലിൽ മുട്ടി. വാതിൽ തുറന്നത് മൂത്ത തട്ടാൻ തന്നെ.

"കുട്ടീ എന്തുവേണം?" അവനോടു അയാൾ ചോദിച്ചു.

"അങ്ങയുടെ കീഴിൽ സ്വർണ്ണപ്പണി പഠിക്കാനാശിക്കുന്നു." ലെഷ്ക്കോ പറഞ്ഞു.

"എന്തുകൊണ്ട് പറ്റില്ല? അദ്ധ്വാനശീലവും അനുസരണവും ഉണ്ടെങ്കിൽ നീ ഒന്നാന്തരം പണിക്കാരനാകും." തട്ടാൻ പറഞ്ഞു.

അയാൾ ആ ബാലനെ സ്വാഗതം ചെയ്തു. സന്തോഷത്തോടെ ഭക്ഷണവും നൽകി. പിന്നീടവനെ ഒരു ചെറുമുറിയിലേക്കു കൊണ്ടുപോയി, ഉറങ്ങാൻ. രാവിലെ അയാൾ ലെഷ്ക്കോവിനെ തട്ടിയുണർത്തി. തന്റെ പണിശാലയിലേക്കു കൊണ്ടുപോയി. അവിടെ ചെറുപ്പക്കാരായ ശിഷ്യന്മാർ പണിയെടുത്തിരുന്നു.

"നോക്കൂ, എന്റെ ശിഷ്യന്മാർ സ്വർണ്ണത്തിലും വെള്ളിയിലും നിർമ്മിച്ചിട്ടുള്ള അതിമനോഹരമായ ആഭരണങ്ങൾ. പരിശ്രമശാലിയും അനുസരണയുള്ളവനുമാണെങ്കിൽ ഒരു കൊല്ലംകൊണ്ടു നിനക്കും ഇതുപോലെ ചെയ്യാനാകും." തട്ടാൻ പറഞ്ഞു.

പിന്നീട് തട്ടാനവനെ മറ്റൊരു മുറിയിലേക്കു കൊണ്ടുപോയി. അവിടേയും ധാരാളമാളുകൾ പണിയുന്നുണ്ട്.

"കഠിനാദ്ധ്വാനം ചെയ്താൽ മൂന്നുനാലുകൊല്ലം കൊണ്ടു നിനക്കും ഇതുപോലെ ഉണ്ടാക്കാൻ പറ്റും." മൂത്തതട്ടാൻ പറഞ്ഞു.

ഒടുവിൽ അയാൾ ലെഷ്ക്കോവിനെ തന്റെ സ്വന്തം പണിശാലയിലേക്കു കൊണ്ടുപോയി."ഇവിടെയാണ് ഞാൻ പണിചെയ്യുന്നത്. ഇതാണ് ഞാനിപ്പോളേറ്റെടുത്തിട്ടുള്ള പണി."

ഒരു രാജകിരീടത്തിന്റെ പണി ആരംഭിക്കുന്നതെങ്ങനെ എന്ന് തട്ടാൻ ലെഷ്ക്കോവിനു കാണിച്ചുകൊടുത്തു. "രാജാവ് നേരിട്ടെന്നെ ഏൽപ്പിച്ച പണിയാണ്. ഇതുപോലൊന്നു വാർത്തെടുക്കാൻ ഇന്ന് ലോകത്ത് മറ്റൊരാളില്ല. ജീവിതകാലം മുഴുവനിരുന്നു പഠിച്ചാലും ഇതുപോലൊരു കിരീടം ഉണ്ടാക്കാൻ നിനക്കാവില്ല."

“അങ്ങേക്കെങ്ങനെ അതറിയാം? ആ പണി എന്നെ ഏൽപ്പിക്കുക. ഞാനതു പൂർത്തിയാക്കിത്തരാം.” ലെഷ്ക്കോ ചിരിച്ചുകൊണ്ടു ചോദിച്ചു.

ഇതുകേട്ടപ്പോൾ മൂത്തതട്ടാന് കോപംവന്നു.

“എന്റേത് നല്ല മനസ്സായിപ്പോയി. അല്ലെങ്കിൽ നിന്നെ ഞാൻ കൊത്തി ആട്ടിയേനേ. ധിക്കാരി! ഞാനിവിടെ നിന്നെ പൂട്ടിയിടാൻ പോകുന്നു. ഇന്നു വൈകുന്നേരത്തിനുമുമ്പ് കിരീടത്തിന്റെ പണി പൂർത്തിയായില്ലെങ്കിൽ നിന്നെ ഞാനിവിടുന്ന് പുറത്താക്കും.”

ഇത്രയും പറഞ്ഞ് അയാൾ ആ ബാലനെ പണിശാലയിലിട്ടു പൂട്ടി. അയാൾ പുറത്തുപോയി.

ലെഷ്ക്കോ അപൂർണ്ണമായ ആ പണി പരിശോധിച്ചു. വൈരക്കല്ലുകളും വില പിടിച്ച രത്നക്കല്ലുകളും വെട്ടിത്തിളങ്ങി. അവയുടെ പ്രകാശത്തിൽ കണ്ണ് മഞ്ഞളിച്ചുപോയി. അവൻ ഓരോ കല്ലും കയ്യിലെടുത്ത് അതെവിടെ പതിച്ചാലാണ് അനുയോജ്യമാകുക എന്നു പരിശോധിച്ചു. താൻ അനായാസമായി അതിവേഗത്തിൽ പണി നടത്തുന്നതായി ലെഷ്ക്കോവിനു അനുഭവപ്പെട്ടു. പിന്നീടയാൾ തട്ടാന്മാരുടെ വിളക്കുന്ന സാമഗ്രി കയ്യിലെടുത്തു. അതിനുശേഷം ചവണയെടുത്തു. സർവ്വം മറന്നു സ്വയമറിയാതെ അയാളുടെ കൈകൾ ചുറുചുറുക്കോടെ ചലിച്ചുകൊണ്ടിരുന്നു. കിരീടത്തിൽ പതിപ്പിക്കേണ്ട എല്ലാ രത്നക്കല്ലുകളും അതാതിന്റെ സ്ഥാനത്തുതന്നെ പതിപ്പിക്കപ്പെട്ടു. കിരീടത്തിന്റെ പണിപൂർത്തിയായി, ലെഷ്ക്കോവ് അറിയാതെതന്നെ, അത്യത്ഭുതകരമായി.

സന്ധ്യയ്ക്കു ശിൽപ്പികളുടെ തലവൻ വന്നു. സ്വന്തം കണ്ണുകളെ അയാൾക്കു വിശ്വസിക്കാൻ കഴിഞ്ഞില്ല. എത്രയോ ആഴ്ചകളെടുത്തുമാത്രം തനിക്കു പൂർത്തിയാക്കാനാവുന്ന ജോലി ആ ബാലൻ നിഷ്പ്രയാസം ചുരുങ്ങിയ സമയം കൊണ്ടു ചെയ്തുതീർത്തിരിക്കുന്നു. ഇത്രയും തിളങ്ങുന്ന മഹത്തായ സൗന്ദര്യം കിരീടത്തിനു നൽകാൻ തനിക്കാകുമായിരുന്നില്ല. ആ ബാലൻ ചെയ്തതിനേക്കാൾ മികച്ച രീതിയിൽ തനിക്കിതു ചെയ്യാനാകുമെന്നു പറയാൻ സാധ്യമല്ലെന്നു അയാൾ സമ്മതിച്ചു.

“മറ്റാരുടേയും സഹായമില്ലാതെയാണ് നീ ഇതു ചെയ്തതെങ്കിൽ തീർച്ചയായും നീ മഹാനായ കലാകാരനാണ്. എന്റെ ഒരു പങ്കാളിയായി ഇവിടെ താമസിക്കുക. സമ്പാദിക്കുന്ന പണം നമുക്ക് പങ്കിട്ടെടുക്കാം.” അയാൾ ലെഷ്ക്കോവിനോടു പറഞ്ഞു.

ലെഷ്ക്കോ സമ്മതിച്ചു. എന്നാൽ ആ തട്ടാൻ അത്ര മാന്യനൊന്നുമായിരുന്നില്ല. അയാൾ തന്റെ വാക്ക് പാലിച്ചുമില്ല. ഉദാഹരണമായി

കിരീടത്തിന്റെ പേരിൽ രാജാവിൽനിന്നു ലഭിച്ച പ്രതിഫലം അയാൾ മാന്യമായ രീതിയിലല്ല പങ്കിട്ടത്.

ലെഷ്ക്കോവിനു കൊടുത്തതിനേക്കാൾ അധികം അയാൾ തട്ടിയെടുത്തു. എങ്കിലും തട്ടാന്റെ കരവിരുത് ലെഷ്ക്കോവിനെ ആഹ്ലാദിപ്പിച്ചു. അവൻ കിട്ടുന്നതെല്ലാം സമ്പാദിച്ചുവെച്ചു. കൂടുതൽ സമ്പാദിക്കുന്നതിൽ ആഹ്ലാദംപൂണ്ടു. നാട്ടിലേക്കു തിരിച്ചുപോകുമ്പോൾ അച്ഛനമ്മമാർക്കു അത് സഹായകമാവുമല്ലോ.

അൽപ്പകാലം കഴിഞ്ഞു. തന്റെ യജമാനൻ തന്നെ വഞ്ചിക്കുകയാണെന്ന യാഥാർത്ഥ്യം ലെഷ്ക്കോവിനു കാണേണ്ടിവന്നു. അവൻ അവിടം വിടാൻ തീരുമാനിച്ചു. നഗരത്തിൽ തലങ്ങും വിലങ്ങും നടക്കുന്നതിനിടയിൽ മരത്തിൽ കൊത്തുപണികൾ നടത്തുന്ന ഒരാളുടെ വീട് അവന്റെ ശ്രദ്ധയിൽപ്പെട്ടു. മരത്തിൽ കൊത്തുപണികൾ നടത്തുന്നവനാകുന്നതു നല്ല കാര്യംതന്നെ. അവൻ കരുതി. പിന്നീട് ആ വാതിൽക്കൽ മുട്ടി. കൊത്തുപണിക്കാരൻ വാതിൽ തുറന്നു. ഉത്സാഹിയായ ആ ബാലനെ തന്റെ പരിചാരകനായി സ്വീകരിക്കുന്നതിൽ അയാൾ താൽപ്പര്യം കാട്ടി. അയാൾ അവനെ തന്റേതു മാത്രമായ പണിശാലയിലേക്കു കൂട്ടിക്കൊണ്ടുപോയി. അവിടെ പൂർത്തീകരിക്കപ്പെടാത്ത ഒരു ബലിപീഠം കണ്ടു.

"ഈ ബലിപീഠം, രാജാവ് നേരിട്ടു കൽപ്പിച്ചുതന്നതാണ്. രാജാവ് ഒരു പുതിയപള്ളി പണിയുന്നുണ്ട്. രാജകുമാരിക്ക് ദീനംപിടിച്ചു കിടപ്പിലാണ്. അസുഖം ഭേദപ്പെടുന്നില്ല. ഒരു പുതിയ പള്ളി പണിതാൽ അസുഖം ഭേദപ്പെട്ടേക്കുമെന്ന് പാതിരി ഉപദേശിച്ചത്രേ. എന്നെപ്പോലെ മരത്തിൽ കൊത്തുപണി നടത്തുന്ന മറ്റൊരാളും ഈ നഗരത്തിലില്ല. ജീവിതകാലം മുഴുവൻ മെനക്കെട്ടാലും പഠിച്ചാലും നിനക്കിതുപോലൊന്നു മരത്തിൽ കൊത്തിയെടുക്കാനാവില്ല." കരകൗശലക്കാരൻ പറഞ്ഞു,

"എന്നോടു പന്തയം വെക്കാൻ തയ്യാറുണ്ടോ? ഞാനീ ബലിപീഠം പൂർത്തിയാക്കട്ടെ?" ചിരിച്ചുകൊണ്ട് ലെഷ്ക്കോവ് പറഞ്ഞു.

മരശിൽപ്പിക്കു ക്രോധം വന്നു. "എന്താണ് നീ പറഞ്ഞത്. എന്നോടിങ്ങനെ പറയാൻ നിനക്കെങ്ങനെ ധൈര്യം വന്നു? ഇനിയും നീ എന്റെ കീഴിൽ പരിശീലനം തുടങ്ങിയിട്ടു പോലുമില്ല. എനിക്കുള്ള പരിചയം നിനക്കൊട്ടുമില്ലല്ലോ? ശരി. നിന്റെ വാക്കനുസരിച്ചു ഞാൻ പന്തയത്തിൽ ചേരുന്നു. വൈകുന്നേരംവരെ നിന്നെ ഈ മുറിയിൽ പൂട്ടിയിടുന്നതാണ്. അതിനകം ബലിപീഠം പൂർത്തിയാക്കിയില്ലെങ്കിൽ അതിന്റെ തിക്തഫലം നീ അനുഭവിക്കണം."

അയാൾ ആ ബാലനെ മുറിയിലിട്ടു പൂട്ടി പുറത്തുപോയി.

അവൻ ഒറ്റയ്ക്കായപ്പോൾ ദൃഢനിശ്ചയത്തോടെ പണിയിൽ മുഴുകി. മരത്തിൽ അവൻ പുണ്യാളന്മാരേയും മാലാഖമാരേയും കൊത്തി. ജീവനുണ്ടെന്നു തോന്നും അവ കണ്ടാൽ. അവന്റെ ആവേശത്തിനു തീപ്പിടിച്ചു. പ്രതിമകൾ കൊത്തിത്തീർന്നപ്പോൾ പിന്നീടവയെ കസവുള്ള പട്ടുതുണികളാൽ വസ്ത്രം ധരിപ്പിച്ചു. തുണി മുറിച്ചും തുന്നിയും കൊണ്ടിരിക്കുന്നതിനിടയിൽ അവൻ പാട്ടുപാടി. പിന്നീടവൻ പ്രതിമകളുടെ കാലുകളിലും കൈകളിലും സ്വർണ്ണം പൂശി. ഓ, ബലിപീഠത്തിന്റെ പണിതീർന്നു! താൻ ചെയ്ത പണി വീണ്ടും പരിശോധിച്ചു സന്തോഷംപൂണ്ടിരിക്കുകയായിരുന്നു. പെട്ടെന്നവനു തോന്നി, അതിലൊരു മാലാഖ ചലിച്ചില്ലേ? ശരിയാണ്. പെട്ടെന്ന് ആ മാലാഖ വാ തുറന്നു.

“നീ എന്റെരൂപം അതിമനോഹരമായി കൊത്തിയെടുത്തു ലെഷ്കോവ്, മനുഷ്യകരങ്ങളാൽ സൃഷ്ടിക്കപ്പെട്ട എന്റെ ഏറ്റവും മഹത്തായ ശിൽപ്പമിതാണ്. അതിനു ഞാൻ നിനക്കു പ്രതിഫലം തരും. നിന്റെ കത്തി ഒരുനിമിഷം എനിക്കു തരൂ.”

അന്ധാളിച്ചുപോയ ലെഷ്ക്കോ താൻ പ്രതിമകൾ കൊത്താൻ ഉപയോഗിച്ച കത്തി മാലാഖയ്ക്കു കൈമാറി. തന്റെ സ്വർണ്ണംപൂശിയ തള്ളവിരലാൽ കത്തിയുടെ വായ്ത്തല ഒന്നുതൊട്ടശേഷം മാലാഖ കത്തി ലെഷ്ക്കോവിനു തിരിച്ചുകൊടുത്തു പറഞ്ഞു.

“ഈ നിമിഷം മുതൽ ഈ കത്തികൊണ്ടു നീ തൊട്ടാൽ ചത്തുപോയതെല്ലാം വീണ്ടും ജീവിക്കും.”

ഇത്രയും പറഞ്ഞ് അതു മരവിച്ചു മറ്റു പ്രതിമകളെപ്പോലെത്തന്നെയായി.

വെകുന്നേരമായി. മരംകൊത്തുപണിക്കാരൻ തിരിച്ചുവന്നു. ബലിപീഠം പണിതീർത്തു കഴിഞ്ഞതു കണ്ടു അയാൾക്കു വിശ്വാസം വന്നില്ല.

“ഈ ബലിപീഠം ആരാ മുഴുമിപ്പിച്ചത്?” അയാൾ ആശ്ചര്യപ്പെട്ടു.

“ഞാൻതന്നെ.” ലെഷ്ക്കോവ് മറുപടി പറഞ്ഞു.

കരകൗശലമൂപ്പന് വിശ്വാസം വന്നില്ല. അതുകണ്ടപ്പോൾ ലെഷ്ക്കോ ഒരു മരക്കട്ടയെടുത്തു. അതിവേഗത്തിൽ അതിലൊരു പുണ്യവാളന്റെ തല കൊത്തിയുണ്ടാക്കി. അപ്പോൾ കരകൗശലമൂപ്പൻ ലെഷ്ക്കോവിനോടു ഒരു പങ്കാളിയായി കൂടെ താമസിക്കാൻ വീണ്ടും വീണ്ടും അഭ്യർത്ഥിച്ചു. എന്തുകിട്ടിയാലും തുല്യമായി പങ്കിട്ടെടുക്കാമെന്ന് വാക്കും നൽകി. ലെഷ്ക്കോവിനു സമ്മതം.

രാജാവിൽ നിന്നു ആ ബലിപീഠത്തിനു കനത്ത പ്രതിഫലം കിട്ടിയപ്പോൾ അയാൾ ഒരു ചെറിയ ഓഹരി മാത്രമാണ് ലെഷ്ക്കോവിനു കൊടുത്തത്. ഭൂരിഭാഗവും തനിക്കു നീക്കിവെച്ചു.

ഇതിനകം രാജാവ് പള്ളി പണികഴിപ്പിച്ചു. അതിൽ അതിമനോഹരമായ ബലിപീഠവും പ്രതിഷ്ഠിച്ചു. പക്ഷെ വാഴ്ത്തപ്പെടേണ്ട ഈ കർമ്മത്തിലൂടെ പ്രതീക്ഷിച്ചപോലെ രാജകുമാരിയുടെ അസുഖം ഭേദപ്പെട്ടില്ല. അവൾ മരിച്ചു. രാജാവ് പള്ളിപണിയാൻ ഉപദേശിച്ച പാതിരിയെ വിളിച്ചുവരുത്തി, രാജാവ് ഈശ്വരനിന്ദ നടത്തി. മാത്രമല്ല ആ പള്ളി താൻ ഇടിച്ചു നിലം പരിശാക്കുമെന്നും ഭീഷണിപ്പെടുത്തി. പാതിരി പേടി പിടിച്ചു പറഞ്ഞു.

"സ്വർഗ്ഗം അങ്ങയുടെ പ്രാർത്ഥനകേൾക്കാതിരുന്നതിനു കാരണം അവിടെ സ്ഥാപിച്ച ബലിപീഠത്തിന്റെ പണി വേണ്ടവിധത്തിലാവാത്തതാണ്. അതാണ് സത്യം."

മരംകൊത്തുപണിക്കാരനെ വിളിച്ചുവരുത്തി. അയാൾ വന്നപ്പോൾ രാജാവ് അയാളോടു അതിപരുഷമായാണ് സംസാരിച്ചത്. കുറ്റപ്പെടുത്തിക്കൊണ്ടു രാജാവ് പറഞ്ഞു. "സ്വർഗ്ഗം എന്റെ പ്രാർത്ഥന ചെവികൊള്ളാതിരിക്കാനുള്ള കാരണക്കാരൻ മാന്യനല്ലാത്ത നിങ്ങളാണെന്നാണ് പാതിരി പറഞ്ഞത്. ദൈവനിന്ദകനായ നിങ്ങൾ നിങ്ങളുടെ നിർമ്മിതിയാൽ ആ പള്ളിയെ അശുദ്ധമാക്കിയത്രെ."

പേടിച്ചരണ്ട ആശാരി സർവ്വം തുറന്നുപറഞ്ഞു. "താൻ തനിച്ചല്ല ആ ബലിപീഠം പണിതത്. അത് പണിതത് തന്റെ പങ്കാളിയായ ഒരുജിപ്സിയാണ്."

ഉടനെ രാജാവ് ലെഷ്ക്കോവിനെ തന്റെ മുമ്പിൽ ഹാജരാക്കാൻ കൽപ്പിച്ചു.

"ആ പുതിയ പള്ളിക്കുള്ള ബലിപീഠം നീയാണോ കൊത്തിയുണ്ടാക്കിയത്?" അദ്ദേഹം ചോദിച്ചു.

അതെയെന്നു ആ ബാലൻ സമ്മതിച്ചു.

നീ ഒരു സത്യക്രിസ്ത്യാനി തന്നെയോ എന്നായി രാജാവിന്റെ അടുത്ത ചോദ്യം.

"എന്റെ മാതാപിതാക്കളും ഞാനും ക്രിസ്ത്യാനികളാണ്." ലെഷ്ക്കോ മറുപടിപറഞ്ഞു.

"നീ, അല്ലെങ്കിൽ മരംകൊത്തുപണിക്കാരൻ, ഒരാൾ നുണ പറയുകയാണ്. അതല്ലെങ്കിൽ പാതിരി. നിങ്ങൾ മൂവരേയും ഞാൻ കൊന്നുകളയും. അത് നടത്തും."

അപ്പോൾ ലെഷ്ക്കോ പറഞ്ഞു. “മരിച്ച രാജകുമാരി അതിസുന്ദരിയായിരുന്നു എന്നു ഞാൻ കേട്ടിട്ടുണ്ട്. ഒരുനിമിഷം അവരെയൊന്നു കാണാൻ എന്നെ അനുവദിക്കണം. അപേക്ഷയാണ്. അതിനുശേഷം ഞാൻ സന്തോഷപൂർവ്വം മരിച്ചുകൊള്ളാം.”

രാജാവ് സമ്മതിച്ചു. ഒരു സേവകനോട് ആ ബാലനെ രാജകുമാരി മരിച്ചുകിടക്കുന്ന മുറിയിലേക്കു കൊണ്ടുപോയി കാണിക്കാൻ കൽപ്പിച്ചു. അതിനിടെ മൂത്താശാരിയെ ചങ്ങലക്കിട്ടു കഴിഞ്ഞിരുന്നു. അയാൾ ഇടനാഴിയിൽ നിൽപ്പാണ്.

ശവപ്പെട്ടിയിൽ കിടക്കുന്ന രാജകുമാരിയെ കണ്ടപ്പോൾ ലെഷ്ക്കോ സേവകനോടു ഒരുനിമിഷം തന്നെ ഒറ്റയ്ക്കുവിടാൻ ആവശ്യപ്പെട്ടു. സമ്മതംമൂളി സേവകൻ പുറത്തുകടന്നു. പക്ഷേ ലെഷ്ക്കോ ആ മുറിക്കുള്ളിൽ എന്താണ് ചെയ്യുന്നതെന്നറിയാൻ മൂത്താശാരിക്കു ജിജ്ഞാസയായി. അയാൾ വാതിൽക്കലേക്കു നീങ്ങി. താക്കോൽ ദ്വാരത്തിലൂടെ അകത്ത് എന്താണ് നടക്കുന്നതെന്ന് ഒളിഞ്ഞുനോക്കി. ആ ബാലൻ രാജകുമാരിയുടെ ശവശരീരത്തിനടുത്തേക്കു നീങ്ങുന്നതും ഒരു കൊച്ചുപിച്ചാത്തി പോക്കറ്റിൽനിന്ന് എടുക്കുന്നതും ആ കത്തിയുടെ വായ്ത്തലകൊണ്ടു രാജകുമാരിയുടെ വിരലിൽ ഒന്നു കുത്തുന്നതും അയാൾ കണ്ടു. അന്നിമിഷത്തിൽ ശവപ്പെട്ടിയിൽ കിടന്നിരുന്ന രാജകുമാരി എഴുന്നേറ്റിരിക്കുന്നതും അയാൾ അത്ഭുതത്തോടെ കണ്ടു.

“ഞാൻ എവിടെയാണ്. നീയാരാണ്. എനിക്കു നിന്നെ അറിയില്ലല്ലോ? എന്റെ ജീവിതത്തിൽ നിന്നെ ഞാൻ ഇതുവരെ കണ്ടിട്ടുമില്ല.” പേടിച്ചുവിറച്ചു രാജകുമാരി പറഞ്ഞു.

ലെഷ്ക്കോ അവളുടെ കൈപിടിച്ചെഴുന്നേൽപ്പിച്ചു വാതിൽക്കലേക്കു മെല്ലെ നടത്തി. മൂത്താശാരി വാതിൽക്കൽനിന്നു പെട്ടെന്നു പിൻവാങ്ങി. ലെഷ്ക്കോ രാജകുമാരിയെ രാജാവിന്റെ മുമ്പിലെത്തിച്ചു. തന്റെ പുനർജീവിച്ച മകളെ കണ്ടപ്പോൾ രാജാവിനുണ്ടായ സന്തോഷം പറയാൻവയ്യ. രാജാവ് ആ ബാലനു വിലപിടിച്ച സമ്മാനങ്ങൾ നൽകി. അവനോടു രാജാവ് അത്യധികം നന്ദിയും രേഖപ്പെടുത്തി മാത്രമല്ല മൂത്താശാരിയെ ചങ്ങലയിൽനിന്നു മാറ്റാനും കൽപ്പിച്ചു.

അറയ്ക്കുള്ളിൽ താൻകണ്ട, നടന്ന കാര്യങ്ങൾ പറയാൻ മൂത്താശാരി വെമ്പി. പക്ഷേ ഒന്നും പങ്കാളിയായ ആ ബാലനോടു പറഞ്ഞില്ല. രാജാവിൽനിന്നു അവനു ലഭിച്ച വിലപിടിച്ച സമ്മാനങ്ങളിൽ അയാൾക്കു കടുത്ത അസൂയ തോന്നി. പുറമെ സമാധാനം കാണിച്ചെങ്കിലും പൂർവ്വാധികം ശക്തിയോടെ വഞ്ചിക്കാൻതന്നെ തീരുമാനിച്ചു.

അതുകഴിഞ്ഞു ഒട്ടേറെ നാളുകൾ കഴിഞ്ഞപ്പോൾ കൊച്ചുരാജ കുമാരനു ഗുരുതരമായ രോഗം പിടിപെട്ടു. നഗരത്തിൽ മരണത്തിന്റെ മണിനാദങ്ങൾ അലയടിക്കാൻ തുടങ്ങി. കാരണം ആ രാജകുമാരൻ മരണപ്പെട്ടു.

സമയമായി. ഇത്തവണ ഞാൻ തന്നെ പോയി ഭാഗ്യം പരീക്ഷിക്കും. അയാൾ രാജാവിനെ മുഖംകാണിച്ചുകൊണ്ട്, രാജകുമാരന്റെ ശവശരീരത്തോടൊന്നിച്ച് ഏതാനും നിമിഷം ഏകാന്തതയിൽ കഴിയാൻ തന്നെ അനുവദിക്കണമെന്ന് അഭ്യർത്ഥിച്ചു. രാജകുമാരി മരിച്ചപ്പോൾ മൂത്താശാരിയുടെ പങ്കാളി ഇതുപോലെ ആവശ്യപ്പെട്ടപ്പോൾ താൻ അനുവദിച്ചത് ഓർമ്മവന്നു. അന്ന് രാജകുമാരി തിരിച്ചുവന്നു. അതിനാൽ രാജാവ് മൂത്താശാരിയെ അതിനനുവദിച്ചു.

ശവശരീരത്തിനടുത്തു മൂത്താശാരി തനിച്ചായപ്പോൾ അയാൾ പോക്കറ്റിൽനിന്ന് ഒരു കൊച്ചുപിച്ചാത്തി പുറത്തെടുത്തു രാജകുമാരന്റെ കൈയിൽ മുറിവേൽപ്പിച്ചു. പക്ഷേ എന്നിട്ടും രാജകുമാരൻ ഉണർന്നുകണ്ടില്ല.

പേടി പൂണ്ട അയാൾ ഉറക്കെ നിലവിളി തുടങ്ങി. സേവകർ ഓടി അകത്തുവന്നു. എന്താണ് അവിടെ നടന്നതെന്നു കണ്ടറിഞ്ഞപ്പോൾ അവർ അയാളെ ബന്ധിച്ച് രാജാവിനുമുമ്പിൽ ഹാജരാക്കി. എന്താണ് സംഭവിച്ചതെന്നറിഞ്ഞപ്പോൾ രാജാവ് മൂത്താശാരിക്ക് തടവുശിക്ഷ വിധിച്ചു. പരസ്യമായി വധിക്കപ്പെടും. ആരാച്ചാർ രാജകൽപ്പന നടപ്പിലാക്കാൻ തുടങ്ങുന്ന അന്നിമിഷം കറുത്ത തലമുടിയുള്ള ഒരു ബാലൻ ആൾക്കൂട്ടത്തിൽ നിന്നോടിക്കിതച്ചു മുന്നോട്ടുവന്നു. രാജാവിന്റെ കാൽക്കൽവന്നു വീണു.

“ദയ, ദയ പ്രഭോ. ദയ യാചിക്കുന്നു. ഈ മനുഷ്യൻ നിരപരാധിയാണ്. അങ്ങോരുടെ ജീവൻ ദയവായി രക്ഷിക്കണേ ഞാൻ സത്യം ചെയ്യുന്നു. അങ്ങയുടെ മകനെ ഞാൻ ജീവിപ്പിച്ചു തരാം.”

രാജാവ് ആ ബാലനെ തിരിച്ചറിഞ്ഞു. തന്റെ മകളെ ജീവിപ്പിച്ച ആ ബാലൻതന്നെ. അതിനാൽ വധശിക്ഷ നടപ്പിലാക്കുന്നത് മറ്റൊരു ദിവസത്തേക്ക് നീട്ടി. രാജാവുതന്നെ ലെഷ്‌ക്കോവിനെ രാജകുമാരന്റെ ശവപ്പെട്ടിയുടെ അടുത്തേക്കാനയിച്ചു. അവനെ തനിച്ചാക്കേണ്ട എന്നു രാജാവു കരുതി.

അപ്പോൾ ലെഷ്‌ക്കോവ് അദ്ദേഹത്തോടു പറഞ്ഞു. “രാജകുമാരനെ ജീവിപ്പിക്കണമെങ്കിൽ എനിക്കേതാനും സമയം ആ ശവശരീരമൊന്നിച്ച് ഏകാന്തതയിൽ കഴിച്ചുകൂട്ടേണ്ടതുണ്ട്.”

അത്യാവശ്യമാണെന്നു പറഞ്ഞപ്പോൾ ഒടുവിൽ രാജാവ് അറവിട്ടു പുറത്തുപോയി. രാജാവ് വാതിൽക്കൽത്തന്നെ കാത്തുനിന്നു.

പെട്ടെന്ന് ആ ബാലൻ ശവശരീരത്തെ എന്താണ് ചെയ്യുന്നതെന്നു കാണണമെന്ന ദൃഢനിശ്ചയത്തോടെ ആ മുറിയിലേക്കുതന്നെ തിരിച്ചുനടന്നു. അപ്പോൾ ആ വാതിൽ തുറക്കപ്പെട്ടു. സുഖംപ്രാപിച്ച രാജകുമാരനെ കൈപിടിച്ചു ലെഷ്ക്കോ വരുന്നു! ഇത്തവണ രാജാവ് അവനെ സമ്മാനങ്ങൾ കൊണ്ടുമൂടി.

വീട്ടിലേക്കു കൊണ്ടുപോകാൻ വയ്യാത്തത്ര അധികം സമ്മാന ങ്ങൾക്കു പുറമെ പണവും നൽകുകയുണ്ടായി. രാജാവിന് അവ നൊരു കുതിരയെക്കൂടി സമ്മാനിക്കേണ്ടതായിവന്നു. ലെഷ്ക്കോ തനിക്കു ലഭിച്ച വിലപിടിച്ച സമ്മാനങ്ങളും ധനവും കുതിരപ്പുറ ത്തേറ്റി വീട്ടിലേക്കു തിരിച്ചുപോകാൻ തീർച്ചയാക്കി. മൂത്താശാരി യുടെ ജീവൻ രക്ഷിക്കണമെന്നു വീണ്ടും വീണ്ടും ലെഷ്ക്കോ രാജാ വിനോടപേക്ഷിച്ചു. അവൻ കുതിരപ്പുറത്ത് വീട്ടിലേക്കു പോകാനൊ രുങ്ങി.

ചങ്ങലയിൽനിന്ന് മോചിപ്പിക്കപ്പെട്ട മൂത്താശാരി ആ ബാലന്റെ കാൽക്കൽ വീണു കൊണ്ടു കേണപേക്ഷിച്ചു. “എന്നെ വിട്ടു നീ ഇപ്പോൾ പോകരുതേ! എന്റെ മകനായി ഇവിടെ പാർക്കുക. ഞാൻ സമ്പാദിച്ചുകൂട്ടുന്നതെല്ലാം നിനക്കുള്ളതായിരിക്കും. നീ എന്റെ ജീവൻ രക്ഷിച്ചവനാണ്.”

നിഷേധാർത്ഥത്തിൽ ലെഷ്ക്കോവ് തലകുലുക്കി.

“എനിക്കെന്റെ വീട്ടിലേക്കു മടങ്ങണം. അവർക്കെന്റെ സാന്നിദ്ധ്യം അത്യാവശ്യമായിരിക്കുന്നു. നിങ്ങൾ എന്നെ ചതിക്കുക മാത്രമല്ല ഒറ്റുകൊടുക്കുകയും ചെയ്തു. പക്ഷെ എനിക്കു നിങ്ങളോടു ഒട്ടും ദേഷ്യമില്ല, അതിനെച്ചൊല്ലി. നല്ല സുഹൃത്തുക്കളായി നമുക്കു വേർ പിരിയാം.”

“ഒരു ദിവസംകൂടി നീ എന്നോടൊത്തു താമസിക്കണം. എന്റെ നന്ദി രേഖപ്പെടുത്താനാണ്.”

മൂത്താശാരി യാചിച്ചു. ഒടുവിൽ ലെഷ്ക്കോ സമ്മതിച്ചു.

“അതിരാവിലെവരെ ഞാൻ താമസിക്കാം.”

വൈകുന്നേരം മൂത്താശാരി ലെഷ്ക്കോവിന്റെ യാത്രയയപ്പിനോ ടനുബന്ധിച്ചു അതിഗംഭീരമായ ഒരു സദ്യ ഒരുക്കി. ഇഷ്ടംപോലെ കുടിക്കാനും കഴിക്കാനും ആ ബാലനെ അയാൾ നിർബന്ധിച്ചു. തന്റെ ജീവൻ രക്ഷിച്ചതിനുള്ള നന്ദി രേഖപ്പെടുത്തിക്കൊണ്ടു അയാൾ ആ ബാലനെ വീണ്ടും വീണ്ടും ചുംബിക്കുകയും കെട്ടിപ്പിടിക്കു കയും ചെയ്തു. ലെഷ്ക്കോ തന്നെ ശ്രദ്ധിക്കുന്നില്ലെന്നു തോന്നിയ നിമിഷത്തിൽ അയാൾ അതിരഹസ്യമായി ഉറങ്ങാനുള്ള മയക്കു മരുന്നു ആ ബാലന്റെ ചഷകത്തിൽ ഒഴിച്ചു. ആ ബാലന് തന്റെ

യജമാനനിൽ വിശ്വാസമില്ലായിരുന്നു. അതിനാൽ അവൻ തനിക്കു നൽകിയ വൈൻ കുടിച്ചില്ല. മൂത്താശാരി കാണാതെ ഒഴിച്ചുകളഞ്ഞു.

സദ്യ കഴിഞ്ഞു. മൂത്താശാരി ആ ബാലനെ തന്റെ മുറി കാണിച്ചു കൊടുത്തു. താൻ വഞ്ചിക്കപ്പെടാൻ പോകുന്നതായി ആ ബാലനു തോന്നി. അതിനാൽ മൂത്താശാരി സ്ഥലം വിട്ടപ്പോൾ അവൻ കിടക്കാനൊന്നും തുനിഞ്ഞില്ല. അവൻ കിടക്കയിൽനിന്നും ഒരു വിരിപ്പെടുത്തു. അതു ചുരുട്ടി ശരീരാകൃതി വരുത്തി താൻ കിടക്കേണ്ട ഭാഗത്തു അത് കിടത്തി. പിന്നീട് വാതിൽക്കലേക്കു നടന്നു. ഒരു മണിക്കൂർ കഴിഞ്ഞിരിക്കണം. ആ വാതിൽ മെല്ലെ തള്ളിത്തുറക്കപ്പെട്ടു. വാതിലിന്റെ വിടവിലൂടെ മൂത്താശാരിയുടെ താടിയുള്ള മുഖം കാണാനായി. ഒരു നീണ്ട കത്തിപിടിച്ച ഒരു കൈയാണ് പിന്നാലെ കാണാനായത്. ആ ബാലൻ ഉറങ്ങുകയാണെന്നു കരുതി കിടയ്ക്കക്കരികിലേക്കു മൂത്താശാരി ശബ്ദമുണ്ടാക്കാതെ പതുങ്ങിച്ചെന്നു.

പെട്ടെന്നയാൾ കൈയുയർത്തി കഠാരി ആ ആൾരൂപത്തിലേക്കു ആഞ്ഞു കുത്തിയിറക്കി. ഒളിഞ്ഞിരിക്കുകയായിരുന്ന ലെഷ്ക്കോ പെട്ടെന്നു പുറത്തുവന്നു. മൂത്താശാരിയെ വിസ്മയിപ്പിച്ചുകൊണ്ട് അവൻ അയാളുടെ കയ്യിൽനിന്നു കഠാരി വലിച്ചെടുത്ത് അട്ടഹസിച്ചു.

"ഞാൻ കാണിച്ച ദയയ്ക്കു ഇങ്ങനെയാണല്ലേ നീ നന്ദി രേഖപ്പെടുത്തുന്നത്?"

എന്താണു സംഭവിക്കുന്നതെന്നു മൂത്താശാരി മനസ്സിലാക്കുന്നതിനു മുമ്പായി ലെഷ്ക്കോ തന്റെ സഞ്ചിയും പണവും കയ്യിലെടുത്തു മുറിക്കു പുറത്തുചാടി. മൂത്താശാരിയെ മുറിയിലിട്ടു പൂട്ടി. ലായത്തിൽനിന്ന് തന്റെ കുതിരയെ അഴിച്ചെടുത്തു അതിവേഗത്തിൽ സവാരി ചെയ്തു പോയി.

സവാരി ചെയ്തുചെയ്തു ഒടുവിൽ അവൻ തനിക്കു സുപരിചിതമെന്നു തോന്നിയ ഒരു സ്ഥലത്തെത്തി. വീതിയേറിയ ആ അരുവി അവൻ തിരിച്ചറിഞ്ഞു. അതിന്റെ കുറുകെ, മീതെയുള്ള വീതികുറഞ്ഞ ആ പാലവും അവൻ തിരിച്ചറിഞ്ഞു. അപ്പുറത്തുള്ള ആ വലിയ കാടും അവനു സുപരിചിതമാണ്. തന്റെ മാതാപിതാക്കൾ താമസിക്കുന്ന ഗ്രാമത്തിനടുത്തുള്ള കാടാണെന്നു ലെഷ്ക്കോവിനു ഓർമ്മ വന്നു. അവൻ തിരക്കിട്ട് ആ പാലം കടക്കുന്നതിനിടയിൽ താഴെ വെള്ളത്തിലേക്കു നോക്കിയപ്പോൾ തന്റെ പ്രതിബിംബം അതിൽ വ്യക്തമായി കണ്ടു. ഇതിനകം താനെത്ര മാറിയിരിക്കുന്നു എന്നവൻ അത്ഭുതപ്പെട്ടു. വിശാലമായ ലോകത്തിലേക്കു ഭാഗ്യംതേടി താൻ യാത്രതിരിച്ചതിനുശേഷം എന്തെല്ലാം മാറ്റങ്ങളാണ് തനിക്കു സംഭവിച്ചതെന്ന് അവൻ വിസ്മയത്തോടെ ചിന്തിച്ചു. ആ കുടിലനായ

കർഷകൻ നാട്ടിൽ നിന്നടിച്ചോടിച്ച പയ്യനല്ല താനിന്ന്. ഇപ്പോൾ കുതിരപ്പുറത്തിരിക്കുന്നത് അതിസുഭഗനായ, സുശക്തനായ ഒരു യുവാവാണ്. എന്റെ മാതാപിതാക്കൾ എന്നെ തിരിച്ചറിയാനിടയില്ലെന്ന് അവനുതോന്നി. തന്റെ കളിക്കൂട്ടുകാരി ലാലി ഇപ്പോൾ എന്തു ചെയ്യുകയാകും? അവൻ ചിന്തിച്ചു.

അവൻ കാട്ടിലേക്കു സവാരി ചെയ്തുനീങ്ങി. ചിന്താധീനനായി. ശരിയാണ്. അതവന് ഓർമ്മയുണ്ട്. കുട്ടിക്കാലത്ത് പലപ്പോഴും അവൻ കാട്ടുപഴങ്ങൾ പറിക്കാനും കൂണുകൾ ശേഖരിക്കാനും അവിടെ പോകുമായിരുന്നു. പെട്ടെന്നു കടിഞ്ഞാൺ പിടിച്ചു കുതിരയെ നിർത്തി. തന്റെ മുമ്പിൽ ഒരുപ്രത്യേകരീതിയിൽ പണിതിട്ടുള്ള ഒരു വെളുത്ത കെട്ടിടത്തെ അവൻ ശ്രദ്ധിച്ചു. കാഴ്ചയിൽ അതൊരു പള്ളിയാണെന്നേ തോന്നിക്കൂ. പക്ഷേ അതിനു വാതിലുകളില്ല, ജനാലകളുമില്ല.

പെട്ടെന്നു എവിടെ നിന്നെന്നറിയില്ല, അന്നത്തെ ആ തള്ള തന്റെ മുമ്പിൽ നിൽക്കുന്നതായി ലെഷ്ക്കോ കണ്ടു. പാലം കടക്കാനാഞ്ഞപ്പോൾ തടുത്ത തള്ള. ഒരിക്കൽ തന്റെ കയ്യിൽ ആഞ്ഞടിച്ച ആ ചൂരലും അവരുടെ കയ്യിലുണ്ട്.

പല്ലില്ലാത്ത മോണ കാട്ടി ആ തള്ള ലെഷ്ക്കോവിനെ നോക്കി ചിരിച്ചുകൊണ്ടു പറഞ്ഞു. "കുട്ടീ, നീ കാര്യങ്ങളെല്ലാം വളരെ നന്നായി ത്തന്നെയാണ് ചെയ്തത്. നീ കാഴ്ചയിൽ ഒരു പ്രഭുവാണ്. ഒരു ഒന്നാന്തരം കുതിരയും നിനക്കു സ്വന്തമായുണ്ട്. അല്ലാ നിന്റെ സഞ്ചിയിൽ എന്താണ്?"

"ധനം. നിങ്ങളുടെ സഹായത്തോടെമാത്രം മാന്യമായി അദ്ധ്വാനിച്ചു ഞാൻ നേടിയതാണ് മുത്തശ്ശീ." ലെഷ്ക്കോ മറുപടി പറഞ്ഞു.

"നിങ്ങളോടൊപ്പം അത് പങ്കിടുന്നതിലാണെനിക്കു സന്തോഷം."

"എനിക്കു ധനം ആവശ്യമില്ല. നീ നന്ദി കെട്ടവനല്ലെന്നറിയുന്നതിലെനിക്കു അത്യധികം സന്തോഷം തോന്നുന്നു. അതിനാൽ നീ വീട്ടിലെത്തുമ്പോൾ നിന്നെ കാത്തിരിക്കുന്ന ഒരു ദുഃഖവാർത്ത ഞാൻ പറയട്ടെ?" ആ തള്ള പുഞ്ചിരിച്ചു.

"എന്തു സംഭവിച്ചു മുത്തശ്ശീ?" ഭീതിയോടെ ലെഷ്ക്കോ ചോദിച്ചു.

"നീ തിരിച്ചുവരാൻ വല്ലാതെ വൈകി. നിന്റെ അച്ഛനമ്മമാർ മരിച്ചു മണ്ണടിഞ്ഞിട്ടു കാലം ഒട്ടേറെയായി. നിന്റെ മാന്ത്രികക്കത്തികൊണ്ട് അവരെ ജീവിപ്പിക്കുക സാദ്ധ്യമല്ല. പിന്നെ നീ ഇപ്പോൾ ചിന്തിക്കുന്ന നിന്റെ കളിക്കൂട്ടുകാരിയും അൽപ്പംമുമ്പ് മരണപ്പെട്ടു. വൃദ്ധ അറിയിച്ചു, " ലാലീ...അവൾക്കെന്താണ് പറ്റിയത്?" ലെഷ്ക്കോവ് നിലവിളിച്ചു.

''അവളുടെ മാതാപിതാക്കൾ അവളുടെ വിവാഹം നടത്താനുദ്ദേശിച്ചു. നീ തിരിച്ചു വരുന്നതുവരെ കാത്തിരിക്കുവാനാണ് അവൾ തീരുമാനിച്ചത്. അവളുടെ അച്ഛൻ വല്ലാതെ നിർബന്ധം ചെലുത്തിയപ്പോൾ അവൾ വിഷംകഴിച്ചു മരിച്ചു. മരിക്കുന്നതിനുമുമ്പ് അവളെഴുതിയ കത്തിൽ തന്റെ ശവകുടീരം കാട്ടിന്നുള്ളിൽ പണിയണമെന്നാവശ്യപ്പെട്ടിരുന്നു."

ആ തള്ള അടുത്തുള്ള വെളുത്ത കെട്ടിടം ചൂണ്ടിക്കാണിച്ചു കൊണ്ടുപറഞ്ഞു, മൂന്നുദിവസം മുൻപാണ് അവർ അവളെ അടക്കം ചെയ്തതും ശവകുടീരം കെട്ടിപ്പടുത്തതും.

"അകത്തുകടന്നു അവളെ ഒരുനോക്കുകാണാൻ എനിക്കു വല്ല വഴിയുമുണ്ടോ?" ലെഷ്ക്കോ ചോദിച്ചു.

"എനിക്കു നിന്നെ സഹായിക്കാനാകും." ആ തള്ള തന്റെ ചൂരൽ കൊണ്ട് മതിലിലാഞ്ഞടിച്ചു.

അതിടിഞ്ഞു വീണു. നന്ദി പറയാൻ ലെഷ്ക്കോ തിരിഞ്ഞുനോക്കുമ്പോൾ തള്ളയെ എങ്ങും കണ്ടില്ല. ഭൂമി ആ തള്ളയെ വിഴുങ്ങിക്കളഞ്ഞു എന്നപോലെയാണ് അപ്രത്യക്ഷമായത്.

ലെഷ്ക്കോ ശവകുടീരത്തിന്നകത്തേക്കു കടന്നു. അവിടെ മദ്ധ്യത്തിൽ ഒരു മാർബിൾ തറയിൽ വെള്ളികൊണ്ടുള്ള ഒരു ശവപ്പെട്ടി വെച്ചിട്ടുണ്ട്. അത് മൂടിയിട്ടില്ല. ആ ശവപ്പെട്ടിയിലാണ് ലാലി കിടക്കുന്നത്. തന്റെ ഓർമ്മയിലുള്ള ലാലിയെയല്ല അവിടെ കണ്ടത്. ഇപ്പോൾ അവളെന്തു സുന്ദരി! അവൾ ഉറങ്ങുകയാണെന്നേ കാഴ്ചയിൽ തോന്നൂ.

തന്റെ പോക്കറ്റിൽനിന്നു ലെഷ്ക്കോ തന്റെ മാന്ത്രികപേനക്കത്തി പുറത്തെടുത്തു. വായ്ത്തലകൊണ്ട് ആ ചെറിയ വെളുത്ത കൈ തൊടുന്നതിനു മുമ്പ് അവനൽപ്പം ശങ്കിച്ചുനിന്നു. പക്ഷെ തൊട്ട നിമിഷത്തിൽ മരിച്ച ആൾ കൺമിഴിച്ചു. അവൾ അത്ഭുതത്തോടെ ലെഷ്ക്കോവിനെ സൂക്ഷിച്ചുനോക്കി.

അവൾ ചോദിച്ചു. "നിങ്ങൾ ആരാണ്?"

"ലാലീ നീ എന്നെ തിരിച്ചറിഞ്ഞില്ലേ?"

കുറ്റപ്പെടുത്തുന്ന സ്വരത്തിലാണ് അവൻ ചോദിച്ചത് അവളുടെ കവിൾത്തടങ്ങൾ ചുവന്നുതുടങ്ങി. അത്യാഹ്ലാദത്തോടെ അവൾ ആർത്തുവിളിച്ചു.

"തീർച്ചയായും. തിരിച്ചറിഞ്ഞു. നീ എന്റെ പൊന്നു ലെഷ്ക്കോവു തന്നെ. ഒടുവിൽ നീ എന്റെ അടുത്തു തിരിച്ചുവന്നല്ലോ."

പെട്ടെന്നു എന്തോ ഓർത്തു അവൾ ചുറ്റും കണ്ണോടിച്ചു. പെട്ടെന്നു പേടിപിടിച്ചു വിളർത്തു.

“ഈ ഭീകരമായ സ്ഥലം ഏതാണ്. ഇവിടെ നാമെങ്ങനെ എത്തി?

“നമുക്കു പോകാം. എല്ലാം ഞാൻ വിശദമായി പറഞ്ഞുകേൾപ്പിക്കാം.” ലെഷ്ക്കോ പറഞ്ഞു.

അവരിരുവരും പുറത്തുകടന്നതും ആ ചുറ്റുമതിൽ അടഞ്ഞു. തന്റെ മാന്ത്രിക പേനക്കത്തി അതിനുള്ളിൽ പെട്ടുപോയ കാര്യം ലെഷ്ക്കോ അപ്പോഴാണ് അറിഞ്ഞത്. ഒരു നിമിഷം അവൻ അതിൽ ദുഃഖിച്ചു. പക്ഷെ വേഗംതന്നെ സമനില വീണ്ടെടുത്തു. ലാലി വീണ്ടും ജീവിച്ചുവല്ലോ. അതാണ് കാര്യം.

അവനെ മുറുകെപ്പിടിച്ചുകൊണ്ട് അവൾ പറഞ്ഞു. “എല്ലാം നിങ്ങൾ എന്നോടു വിശദീകരിച്ചുതരുകയൊന്നും വേണ്ട. എല്ലാം എനിക്കു മനസ്സിലായി. ഞാൻ പച്ചിലകളെക്കൊണ്ടുള്ള ഒരു കൊടും വിഷം കഴിച്ചു. എന്റെ മാതാപിതാക്കൾ വിശ്വസിച്ചത് ഞാൻ മരിച്ചു എന്നാണ്. അവരാണ് എന്നെ ഈ ശവകുടീരത്തിൽ അടക്കം ചെയ്തത്, ഞാൻ അഭ്യർത്ഥിച്ചതുപ്രകാരം. പക്ഷേ നിങ്ങളെന്നെ കണ്ടെത്തി. അത്യാനന്ദമനുഭവിച്ചുകൊണ്ടാണ് ഞാൻ ജീവിതത്തിലേക്കു തിരിച്ചുവന്നത്.”

“ശരിയാണ്. ഇനി ഞാൻ തീർച്ചയായും നിന്റെ അച്ഛന്റെ അടുത്തു പോകും. അദ്ദേഹത്തിന്റെ അനുഗ്രഹം യാചിക്കും.” ലെഷ്ക്കോ സമ്മതിച്ചു.

ലാലി നിഷേധാർത്ഥത്തിൽ തലകുലുക്കി.

“അദ്ദേഹം ഒരിക്കലും നമ്മുടെ വിവാഹം സമ്മതിക്കില്ല മാത്രമല്ല എനിക്കു വീട്ടിലേക്കു തിരിച്ചുപോകാൻ ഒട്ടും താൽപ്പര്യമില്ല. എനിക്കു നിങ്ങളോടൊത്തു ജീവിക്കണം. ഞാൻ മരിച്ചു എന്നാണ് എന്റെ മാതാപിതാക്കളുടെ വിശ്വാസം. അവരെന്നെച്ചൊല്ലി വിലപിച്ചുകഴിഞ്ഞു. അവരെ അവരുടെ വിശ്വാസത്തിനു വിട്ടുകൊടുത്തു നമുക്ക് പോകാം. ആരുംതന്നെ നമ്മെ അറിയാത്ത ഒരു നാട്ടിലേക്ക്.” ദുഃഖസ്വരത്തിൽ ലാലി പറഞ്ഞു,

അതുതന്നെ സംഭവിച്ചു. ലെഷ്ക്കോവും അവന്റെ വിശ്വസ്തയായ ലാലിയും കുതിരപ്പുറത്ത് അവിടെനിന്ന് അതിവിദൂരതയിലുള്ള നാട്ടിലേക്കു സവാരി ചെയ്തുപോയി. അവർ വലിയൊരു കൃഷിസ്ഥലം വാങ്ങി. ഒട്ടേറെക്കാലം ഒന്നിച്ചു സുഖമായി ജീവിച്ചു.

■

ഭീകരനായ അംഗുലീമാല

വളരെ ജിജ്ഞാസുവായ ഒരു ജിപ്സിപ്പയ്യനായിരുന്നു നലു. അവന്റെ സാന്നിദ്ധ്യം മാതാപിതാക്കളേയും സുഹൃത്തുക്കളേയും ബന്ധുജനങ്ങളേയും പേടിപിടിപ്പിച്ചു. കാരണം അവനവരോടു തുരുതുരാ ചോദ്യങ്ങൾ ചോദിച്ചുകൊണ്ടിരിക്കും. എന്തുകൊണ്ടാണ് വെള്ളത്തിനു തണുപ്പ് എന്നവനറിയണം. മേലോട്ട് ആകാശത്തിലേക്കു എറിയുന്ന കല്ല് എന്തുകൊണ്ടാണ് താഴെ വീഴുന്നതെന്നും അവനറിയണം. എന്തുകൊണ്ടാണ് മരങ്ങളും പുല്ലുകളും പച്ചച്ചു നിൽക്കുന്നത്? എന്തുകൊണ്ടാണ് സൂര്യൻ പകൽമാത്രം പ്രകാശിക്കുന്നത്? അതുപോലെ ചന്ദ്രനും നക്ഷത്രങ്ങളും എന്തുകൊണ്ട് രാത്രിമാത്രം പ്രകാശിക്കുന്നു? എല്ലാം അവനറിയണം.

ഒരു ദിവസം അവന്റെ അമ്മ അവനോടു പറഞ്ഞു, "ജിജ്ഞാസയോടെ നീ ഇങ്ങനെ ചോദ്യങ്ങൾ ചോദിച്ചുകൊണ്ടിരുന്നാൽ ഭീകരനായ അംഗുലീമാല നിന്നെത്തേടി വരും."

"അതാരാണ്?" നലു ചോദിച്ചു.

"ക്രൂരനായ ഒരു രാക്ഷസൻ. നീളംകുറഞ്ഞു തടിച്ച തള്ളവിരൽ പോലുള്ള ആറുവിരലുകൾ ഇരുകൈകളിലും പാദങ്ങളിലും ഉള്ള ഒരു രാക്ഷസൻ. നെറ്റിയിൽ ഒരു വലിയ മുഴയുണ്ട്. അതിൽ അയാളുടെ തൃക്കണ്ണുണ്ട്. ഭൂമിയിൽ നടക്കുന്ന സർവ്വകാര്യങ്ങളും അയാൾക്കു ആ കണ്ണുവഴി കാണാം."

"ഈ കുടിലനായ രാക്ഷസൻ താമസിക്കുന്നതെവിടെയാണ്?" നലുവിനതറിയണം.

"ലോകത്തിലെ ഏറ്റവും വലിയ പർവ്വതത്തിനുമുകളിൽ." അവന്റെ അമ്മ മറുപടിപറഞ്ഞു.

"ലോകത്തിലെ ഏറ്റവും വലിയ പർവ്വതമെവിടെയാണ്?"

"ഈ ഭൂമിയുടെ അറ്റത്ത്."

"ഭൂമിയുടെ അറ്റം വളരെയകലെയാണോ?"

"തീർച്ചയായും വളരെ വളരെയകലെയാണ്."

"അതവിടെ എങ്ങനെയുണ്ടാകും?"

"അവിടെ സർവ്വത്ര ഹിമമാണ്. ഹിമവും പാറകളും മാത്രം.

"ഈ രാക്ഷസൻ താമസിക്കുന്നതെവിടെയാണ്? അവനവിടെ എന്തുചെയ്യുന്നു?"

"ഒരു ഗുഹയ്ക്കുള്ളിലാണ് താമസം. അവിടെ ഒട്ടേറെ വില പിടിച്ച രത്നക്കല്ലുകളുണ്ട്. വിഡ്ഢിച്ചോദ്യങ്ങൾ ചോദിച്ചു അച്ഛനമ്മമാരെ വെറുപ്പിക്കുന്ന കുട്ടികളെ തിന്നാണ് ആ രാക്ഷസൻ ജീവിക്കുന്നത്."

ഇത്രയും പറഞ്ഞു ആ ജിപ്സിത്തള്ള നലുവിനെ വീട്ടിന്നു പുറത്താക്കി വാതിലടച്ചു.

ഏതാനും സമയം നലു പുറത്തു ചുറ്റിക്കറങ്ങി. ഒരിടത്ത് നിലത്ത് വൃദ്ധനായ ഒരു ജിപ്സി ഇരിക്കുന്നതു കാണാനിടവന്നു. അയാൾ ഒരു കുടം നന്നാക്കിക്കൊണ്ടിരിക്കുകയാണ്.

"അമ്മാവാ, ഈ ഭൂമിയുടെ അറ്റം എവിടെയാണ്?" അവൻ അയാളോടു ചോദിച്ചു.

"വഴിയിലുടനീളം നീ നിന്റെ മൂക്കിനെ മാത്രം നോക്കി പിന്തുടരുക. നീ അവിടെ എത്തിച്ചേരും." വൃദ്ധൻ മുരണ്ടു.

നലു ആ ഉപദേശം സ്വീകരിച്ചു, കാര്യമായിത്തന്നെ. അവൻ നടന്നുനടന്നു നീങ്ങി, മൂക്കിനെ നോക്കി. ഒടുവിലൊരു അരുവിയിലെത്തിച്ചേർന്നു. പെട്ടെന്നു ഒരു വലിയ ഈൽപക്ഷി വെള്ളത്തിൽ നിന്നുയർന്നു പറന്നുപോകുന്നതവൻ കണ്ടു. അത് കരയിൽ പറന്നിരുന്നു. വരണ്ട മണ്ണിൽ കിടന്നു അതു പിടഞ്ഞുകൊണ്ടിരുന്നു. പൂർവ്വസ്ഥിതിയിലാവാൻ എത്ര പാടുപെട്ടിട്ടും അതിനു കഴിഞ്ഞില്ല. നലു അതിന്റെ അടുത്തേക്കു കുതിച്ചുചെന്നു തന്റെ ശരീരംകൊണ്ട് അതിനെ മണ്ണിൽ അമർത്തിപ്പിടിച്ചു. ഒരു നല്ല അത്താഴത്തിനുള്ള വകയായി. അവൻ സന്തോഷിച്ചു.

പക്ഷേ പെട്ടെന്ന് ഈ ഈൽപ്പറവ അവനോടു മനുഷ്യസ്വരത്തിൽ പറഞ്ഞു. "എന്നെ വിട്ടയയ്ക്കുക." ഞാനൊരു സാധാരണ ഈൽ പക്ഷിയല്ല. ഞാൻ ഈൽ രാജാവിന്റെ മകനാണ്. എന്റെ കല്യാണം അടുത്തു. ഞാൻ എന്റെ വധുവിനുവേണ്ടി നീന്തുകയായിരുന്നു. ഇപ്പോളവൾ അക്ഷമയോടെ കാത്തിരിക്കുന്നുണ്ടാകണം. എന്നെ നിങ്ങൾ കൊന്നാൽ അവൾ പൊട്ടിക്കരയും." അത് കേണിരന്നു.

നലു ദയാലുവായിരുന്നു. ഈൽപ്പക്ഷിയുടെ കല്യാണം മുടക്കാനൊന്നും അവൻ ഇഷ്ടപ്പെട്ടില്ല. അവൻ ആ പക്ഷിയെ സ്വതന്ത്രയാക്കി.

"എന്റെ ജീവൻ രക്ഷിച്ചതിനാൽ നിങ്ങൾ എന്നെന്നും എന്നെപ്പോലെ ചുറുചുറുക്കുള്ളവനും വഴങ്ങുന്നവനുമായിത്തീരും." ഇത്രയും പറഞ്ഞു അതു വീണ്ടും വീണ്ടും വാൽ വെള്ളത്തിലടിച്ചു. ഒടുവിൽ പറന്നുപോയി.

നലു വീണ്ടും മൂക്കിനെ പിന്തുടർന്ന് യാത്രയായി. ഒടുവിലൊരു വലിയ പർവ്വതത്തിലെത്തിച്ചേർന്നു.

"നീയാണോ ലോകത്തിൽ വച്ചേറ്റവും വലിയ പർവ്വതം?" അവനതിനോടു അത്യുച്ചത്തിൽ ചോദിച്ചു.

"അല്ല പൊന്നേ!" അവജ്ഞാസ്വരത്തിൽ ഒരു മാറ്റൊലിയായിരുന്നു മറുപടി.

"ലോകത്തിലെ ഏറ്റവും വലിയ പർവ്വതത്തിലേക്കു ഇനിയുമൊട്ടേറെ ദൂരമുണ്ടോ?"

"ഉവ്വ്. ഇനിയും കുറെ പോണം."

"പർവ്വതമേ, ഒന്നെന്നോടു പറയൂ. നീയെന്താ ചുവചുവന്നിരിക്കുന്നത്?" ജിജ്ഞാസയോടെ നലു ചോദിച്ചു.

"ചുവപ്പോ?" പർവ്വതം ചോദിച്ചു. അതെന്തെന്നോ? എന്നിൽ ധാരാളം ഇരുമ്പുള്ളതിനാൽ."

"ഇരുമ്പ് വിലപിടിച്ച കല്ലാണോ?" നലുവിനതറിയണം.

"കുട്ടീ, ഇരുമ്പ് ഒരു കല്ലല്ല. അതൊരു ലോഹമാണ്. വിലപിടിച്ച രത്നക്കല്ലുകളേക്കാൾ അതിനു വിലകൂടും. കാരണം അതുകൊണ്ട് കലപ്പയും കലപ്പനാക്കുമുണ്ടാക്കാം. എന്നിലുള്ള ഇരുമ്പ് കൂടുതൽ വിലപിടിച്ചതാണ്. കാരണം അതുകൊണ്ട് ഒന്നാന്തരം വാളുകൾ ഉണ്ടാക്കാൻ പറ്റിയതാണ്. ഈ ലോകത്തിലെ ഏറ്റവും വലിയ ശക്തിമാനേയും അതുകൊണ്ട് കീഴ്പ്പെടുത്താനാകും." പർവ്വതം മറുപടി പറഞ്ഞു.

"ലോകത്തിലെ ഏറ്റവും വലിയ പർവ്വതത്തിനു മുകളിൽ താമസിക്കുന്ന അംഗുലീമാല എന്ന രാക്ഷസനേയും തോൽപ്പിക്കാനാകുമോ?" നലു ചോദിച്ചു.

"അയാളെയും തോൽപ്പിക്കാം."

"എങ്കിൽ ദയവുചെയ്തു എനിക്കൊരു കഷ്ണം ഇരുമ്പു തരണം. അതുകൊണ്ടു ഞാനൊരു വാളുണ്ടാക്കും. ആ വാളുകൊണ്ടു ഞാനാ രാക്ഷസനെ കൊല്ലും." നലു പറഞ്ഞു.

“വളരെ സന്തോഷം.” പർവ്വതം സമ്മതിച്ചു. പക്ഷേ കുട്ടീ, അതിനു നിനക്കുണ്ടോ ഇരുമ്പു കുഴിച്ചെടുക്കാനും അതുകൊണ്ടു വാളുണ്ടാക്കാനും അറിയുന്നു?”

“ശരിയാണ്. അതെനിക്കറിയില്ല.”നലു സമ്മതിച്ചു.

നലു പർവ്വതത്തോടു നന്ദി പറഞ്ഞു യാത്ര തുടർന്നു. കുറച്ചു ദൂരം പോയപ്പോൾ തനിക്കെതിരെ വളരെ ചെറിയ ഒരു കുള്ളൻ നടന്നു വരുന്നതു കണ്ടു. അയാൾ അടുത്തേക്കെത്തി. ഒരു മനുഷ്യ ത്തലയോളം വലുപ്പമുള്ള ഒരു വലിയ കല്ല് അയാളുടെ ചുമലി ലുണ്ട്.

“അതെയ്,” ആ മനുഷ്യനെ അഭിവാദ്യം ചെയ്തു “നിങ്ങൾക്ക് അതു വഹിക്കാൻ ശക്തിയില്ലെന്നു തോന്നുന്നു. എനിക്കു തരൂ. ഞാനതു നിങ്ങൾക്കു വേണ്ടി വഹിക്കാം.”

“വളരെ നന്ദി.” അയാൾ ആ കല്ല് നിലത്തിട്ടു നലുവിനു കൊടുത്തു.”

“ഇതെന്റെ വീടുവരെ വഹിക്കുന്നപക്ഷം ഞാൻ തക്ക പ്രതി ഫലം തരാം.” കുള്ളൻ പറഞ്ഞു.

നല്ല ഭാരമുണ്ടായിരുന്നു ആ കല്ലിന്. പക്ഷേ അത് പുറത്തേറ്റി നടന്ന് കുള്ളന്റെ വീട്ടിലെത്തിച്ചുകൊടുത്തു. വളരെ ദൂരമൊന്നുമു ണ്ടായിരുന്നില്ല. ആ കുള്ളൻ ഒരു ഗുഹയിലാണ് താമസിക്കുന്നത്. അതിന്റെ മുമ്പിൽ ആളിക്കത്തുന്ന ഒരു അഗ്നികുണ്ഡം.

ആ കല്ല് നിലത്തിട്ടപ്പോൾ കുള്ളൻ പറഞ്ഞു.“വളരെ വളരെ നന്ദി മോനേ. ഈ കല്ലിൽ നിറയെ സ്വർണ്ണമാണ്. അതാണിത്ര കനം. ഞാനിതു ഉരുക്കും. എനിക്കു വേണ്ടി ബുദ്ധിമുട്ടിയതല്ലേ. പകുതി സ്വർണ്ണം ഞാൻ നിനക്കുതരാം.”

“സ്വർണ്ണമുരുക്കാൻ നിങ്ങൾക്കറിയുമോ?” നലു ചോദിച്ചു.

അത്യധികം ആരാധനാഭാവത്തിൽ, “തീർച്ചയായും. അപ്പോൾ നിങ്ങൾക്കു ഇരുമ്പ് ഉരുക്കാനും പറ്റും. അതിൽനിന്ന് ഒരുവാൾ വാർ ത്തെടുത്തു തരാനും കഴിയും. തീർച്ചയായും. അതിനൊന്നും ഒട്ടും വിഷമമില്ല കുട്ടീ. ഞാനൊരു രക്ഷസ്സ് ആണ്. അത്തരം കാര്യങ്ങ ളൊക്കെ എനിക്കു നന്നായി അറിയാം.” രക്ഷസ്സ് വീമ്പ് പറഞ്ഞു.

“ശരി. എങ്കിൽ ഈ സ്വർണ്ണത്തിനു പകരം ആ ചെമ്പൻ പർവ്വത ത്തിൽനിന്ന് അൽപ്പം ഇരുമ്പെടുത്തു തരൂ. അതുകൊണ്ട് എനിക്ക് ഒരു വാളുണ്ടാക്കിത്തരണം.”

കുട്ടി വീണ്ടും വീണ്ടും അഭ്യർത്ഥിച്ചപ്പോൾ ഒടുവിൽ കുള്ളൻ സമ്മതിച്ചു. രക്ഷസ്സ് ആ ബാലന് ഒരു കൊട്ട കാട്ടുപഴങ്ങളും പലതരം

സ്വാദിഷ്ഠമായ പരിപ്പുകളും കൊടുത്തു. അത്താഴം കഴിഞ്ഞപ്പോൾ രണ്ടുപേരും ഉറങ്ങി. പക്ഷേ നേരം പുലർന്നപ്പോൾ, കൺമിഴിച്ചപ്പോൾ ആ കുട്ടി എന്താണ് കണ്ടത്. തന്റെ മുമ്പിൽ ആ കുള്ളൻ ചിരിച്ചു നിൽക്കുന്നു. കയ്യിൽ ഒരൊന്നാന്തരം വാളുണ്ട്."

"നിനക്കു ഞാൻ വാക്കുതന്ന ഖഡ്ഗം ഇതാ. ഈ വാൾ നിനക്കെന്തിനാണ് കുട്ടി?"

"എനിക്ക് ആ ഭീകരനായ അംഗുലീമാല എന്ന രാക്ഷസനെ കൊല്ലണം. ആളുകൾ പറയുന്നു, അയാൾ താമസിക്കുന്ന ഗുഹയിൽ ഒട്ടേറെ വിലപിടിച്ച രത്നക്കല്ലുകളുണ്ട്. എനിക്കവ വേണം. ഞാൻ യാചിച്ചാലൊന്നും അവനവ എനിക്കു തരില്ല." നലു മറുപടി പറഞ്ഞു.

"ഇക്കാര്യത്തിൽ നിന്നോട് എനിക്കൊരു അഭ്യർത്ഥനയുണ്ട്. നിന്റെ ഉദ്യമത്തിൽ നീ വിജയിക്കുന്നപക്ഷം ആ രാക്ഷസന്റെ നെറ്റിയിലെ മുഴയിലുള്ള തൃക്കണ്ണ് എനിക്കു കൊണ്ടുവന്നു തരണം." കുള്ളൻ പറഞ്ഞു.

"എന്തുകൊണ്ടില്ല.? ഞാൻ വാക്കുതരുന്നു. തീർച്ചയായും ഞാൻ തരും." നലു സമ്മതിച്ചു.

"നീ വാക്കുപാലിക്കുമെന്നു ഞാൻ വിശ്വസിക്കുന്നു. ആ രാക്ഷസനോടു എതിരിട്ടു വിജയിക്കുന്നതിനു സഹായകമായ ചില ഉപദേശങ്ങൾ ഞാൻ തരാം. അംഗുലീമാലയ്ക്കു ആറുതള്ളവിരലുകൾ കൈകളിലും കാലുകളിലുമുണ്ട്. ആ ആറുവിരലുകളിലാണ് അവന്റെ ശക്തിയും വലുപ്പവും കുടികൊള്ളുന്നത്. നീ അവനെ ആക്രമിക്കുമ്പോൾ ആദ്യം നാലുവിരലുകൾ മുറിച്ചുകളയണം. അതിലൂടെ അവൻ അശക്തനാകും. നിനക്കാ രാക്ഷസനെ എളുപ്പം കൊല്ലാനും പറ്റും." കുള്ളൻ പറഞ്ഞു.

നലു കുള്ളനോടു വളരെ നന്ദിപറഞ്ഞു. വാളുമെടുത്തു തന്റെ യാത്ര തുടർന്നു. പോകുമ്പോൾ കുള്ളൻ ഒന്നുകൂടി പറഞ്ഞു. "ഓർക്കുക, എനിക്കു തന്ന വാക്കു മറക്കരുത്. വാക്കു പാലിക്കണം. ഇല്ലെങ്കിൽ നാം ആജന്മശത്രുക്കളായി മാറും."

"സത്യം ചെയ്തത് ഞാൻ എങ്ങനെയും നടപ്പിലാക്കും." ഉറപ്പു തരുന്നു.

നലുവിന്റെ യാത്ര ആഴ്ചകളല്ല മാസങ്ങളല്ല കൊല്ലങ്ങളോളം തന്നെ നീണ്ടുപോയി. ഇതിനകം താനൊരു സുഭഗനായ യുവാവായി വളർന്നതു അവനറിഞ്ഞില്ല. ഒരുദിവസം അയാൾ വെളുത്ത പുഷ്പങ്ങളാലലങ്കരിച്ച ഒരു നഗരത്തിലെത്തിച്ചേർന്നു. വീടുകളുടെ മേൽക്കൂരകളിൽ പതാകകൾ പറക്കുന്നു. സർവ്വത്ര സംഗീതം

അലതല്ലി. ജനങ്ങൾ ആഘോഷിക്കുന്ന ഈ ഉത്സവം എന്താണെന്നു നലു നാട്ടുകാരോടു ചോദിച്ചു. രാജകുമാരിയുടെ പതിനെട്ടാം പിറന്നാളാണ് ജനങ്ങൾ ആഘോഷിക്കുന്നതെന്നവർ മറുപടി പറഞ്ഞു. ലക്ഷ്മി എന്നാണ് രാജകുമാരിയുടെ പേര്. രാജാവ് ഒരു ഗംഭീര ഉത്സവം സംഘടിപ്പിച്ചിട്ടുണ്ട്. അവസാനത്തെ ദിവസമാണ് വിശുദ്ധ പന്തുകളിയുണ്ടാവുക.

ഇതെന്തു പന്തുകളിയാണെന്ന് നലുവിനറിയണം. ആ കളിയെപ്പറ്റി വിവരിച്ചു കൊടുക്കാൻ ഒട്ടേറെ ചെറുപ്പക്കാർ മുന്നോട്ടുവന്നു. ഒരു തെങ്ങിൻതോപ്പിലെ വലിയൊരു പുൽത്തകിടിയിലാണ് അവരെത്തിയത്. ഓരോരുത്തരുടേയും കൈയിൽ ഒരു സ്വർണ്ണപ്പന്തുണ്ട്. നലുവും ഒരു പന്ത് സ്വീകരിച്ചു.

"ആദ്യമായി ഓരോ കളിക്കാരനും താന്താങ്ങളുടെ കൈയിലുള്ള പന്ത് നിലത്തേക്കെറിയണം. പന്തുയരുമ്പോൾ അവർ തങ്ങളുടെ കൈയിന്റെ പിൻഭാഗം കൊണ്ട് അതിനെ അടിച്ച് അന്തരീക്ഷത്തിലേക്കുയർത്തണം. അത് വീണ്ടും താഴോട്ടു വീഴുമ്പോൾ അവൻ അത് കടന്നുപിടിക്കണം. മാത്രമല്ല ഇടതുകൈകൊണ്ടു ആ പന്ത് സമർത്ഥമായി മേലോട്ടെറിയുകയും വേണം. ചുരുക്കത്തിൽ പന്ത് സ്ഥിരമായി മേലോട്ടും താഴോട്ടും പറന്നുകൊണ്ടിരിക്കണം. ക്രമേണ അതിന്റെ വേഗത ഇരട്ടിച്ചുകൊണ്ടുമിരിക്കണം. ആരെങ്കിലും പന്ത് പിടിച്ചെടുക്കുന്നതിൽ പരാജയപ്പെട്ടാൽ, അതല്ലെങ്കിൽ പന്ത് താഴെ വീണാൽ അയാൾ കളിയിൽനിന്നു പുറത്താകും. മറ്റുള്ളവർ കളി തുടർന്നുകൊണ്ടേയിരിക്കും."

ഈ കളിക്കു നല്ല കരവിരുതും ചുറുചുറുക്കും ഏകാഗ്രതയും വേണ്ടതുണ്ട്. നലു എളുപ്പത്തിൽ എല്ലാം പഠിച്ചു. ആദ്യത്തെ തവണ നലുവാണ് വിജയിയായത്. കൂടെ കളിച്ചവർക്കെല്ലാം വല്ലാത്ത അത്ഭുതം തോന്നി. അവൻ കളി നന്നായി പഠിച്ചിട്ടുണ്ടെന്നു അവർ പറഞ്ഞു. അതിനാൽ രാജകുമാരിയുമായി പന്തുകളിക്കാനുള്ളവരുടെ കൂട്ടത്തിൽ കൂടണമെന്ന് അവനോടവർ ആവശ്യപ്പെട്ടു. അങ്ങനെ അവൻ കളിസംഘത്തോടൊപ്പം രാജകൊട്ടാരത്തിലേക്കു പോയി.

ചുറ്റും തുല്യദൂരത്തിൽ സ്ഥാപിക്കപ്പെട്ട വെളുത്ത സ്തംഭങ്ങളാൽ വലയംചെയ്ത വലിയൊരു കളിസ്ഥലത്തുവെച്ചാണ് പന്തുകളി നടന്നത്. രത്നഖചിതമായ ഒരു പ്ലാറ്റ്ഫോം പണിതിട്ടുണ്ട് പ്രത്യേകമായി. ആ പ്ലാറ്റ്ഫോറത്തിൽ ഇരിപ്പുറപ്പിച്ചിട്ടുള്ള ആൺകുട്ടികളും പെൺകുട്ടികളും വെളുത്ത വസ്ത്രങ്ങളാണ് അണിഞ്ഞത്. അവർക്കിടയിലാണ് നലുവും ലക്ഷ്മിരാജകുമാരിയും. അതിസുന്ദരിയായ

രാജകുമാരി ലക്ഷ്മിയിൽനിന്നു നലുവിനു കണ്ണെടുക്കാനായില്ല. തിളങ്ങുന്ന ടാഫെറ്റ പട്ടുവസ്ത്രങ്ങളാണ് അവൾ ധരിച്ചിരുന്നത്. തലയിൽ വെളുത്ത ശിരോവസ്ത്രം ധരിച്ചിരുന്നു. അത് പവിഴ ങ്ങളാലും രത്നങ്ങളാലും അലങ്കരിച്ചിരുന്നു. സ്വർണ്ണംകൊണ്ടുള്ള കങ്കണങ്ങളും പാദസരങ്ങളും വെട്ടിത്തിളങ്ങി.

രാജകുമാരിയുടെ സംഘം കളിതുടങ്ങി. അവരിൽ ഏറ്റവും നന്നായി കളിച്ചത് ലക്ഷ്മിതന്നെ. വിറയ്ക്കുന്ന പന്തിനെ അവൾ മേലോട്ടും താഴോട്ടും അന്തരീക്ഷത്തിൽ വളരെ വളരെ വേഗത്തിൽ എറിഞ്ഞു. വീണ്ടും വീണ്ടും കടന്നുപിടിച്ചു. ഒടുവിൽ പ്ലാറ്റ്ഫോമിൽ രാജകുമാരിയും നലുവും മാത്രം കളിയിൽ ബാക്കിയായി. ഒട്ടേറെ നേരം മത്സരിച്ചു മത്സരിച്ചു അവർ നിന്നു, സ്വർണ്ണഇടിമിന്നൽപോലെ. ഒടുവിൽ രാജകുമാരിയുടെ കൈയിൽനിന്നു പന്തു വഴുതിവീണ് തൂണുകൾക്കിടയിലേക്കു ഉരുണ്ടുപോയി. നിരാശയാൽ രാജകുമാരി ഉറക്കെ നിലവിളിച്ചു. ഒരു ഈൽപക്ഷിയുടെ വേഗതയിൽ നലു ചാടി ആ പന്ത് തൂണുകൾക്കിടയിൽനിന്ന് എടുത്തു രാജകുമാരിക്ക് എറിഞ്ഞുകൊടുത്തു. അവളത് ഒട്ടുംപ്രതീക്ഷിച്ചില്ല. അതിനാൽ പന്ത് വീണ്ടും നിലത്തുവീണു. രാജകുമാരിക്കു പന്ത് തിരിച്ചു കൊടുത്ത നലുവാണ് കളിയിൽ ജയിക്കാനിടയായത്.

കളിയിലെ തോൽവി രാജകുമാരിക്ക് സഹിക്കാനായില്ല. കളി കളിൽ തോറ്റു പരിചയമില്ലാത്ത അവൾക്കു തന്റെ എതിരാളിയോട് ഒട്ടും ദയ തോന്നിയില്ല. അവൾ പരുഷസ്വരത്തിൽ അവൻ ആരാ ണെന്നുചോദിച്ചു. അവൻ ഒരു പരദേശിയാണെന്നും വളരെ അടു ത്താണ് ഈ കളി പഠിച്ചതെന്നും കേട്ടപ്പോൾ അവർക്കു നീരസ മായി. ഒരു അപരിചിതനോടു താൻ അപമര്യാദയായി പെരുമാറി എന്ന പേരുദോഷം വരാതിരിക്കാൻ അവൾ അനുനയസ്വരത്തിൽ അവനെവിടേക്കാണ് പോകുന്നതെന്നു ചോദിച്ചു. ഭീകരനായ അംഗുലീ മാലന്റെ പേരുകേട്ടപ്പോൾ അവളുടെ മുഖം പ്രകാശിച്ചു. അവൾ ആശ്ചര്യസൂചകമായി പറഞ്ഞു.

“ആ രാക്ഷസനെ കൊല്ലുന്നതിൽ നിങ്ങൾ വിജയിക്കുന്നപക്ഷം എനിക്കു നിങ്ങളോടൊരപേക്ഷയുണ്ട്. അയാളുടെ നെറ്റിത്തടത്തിലെ രത്നക്കല്ല് എനിക്കു കൊണ്ടു വന്നു തരണം. ആളുകൾ പറയു ന്നത് അവിടെ ഒരു ദശയ്ക്കുള്ളിലാണ് അത് സൂക്ഷിച്ചിട്ടുള്ളതെ ന്നാണ്.”

നലു നിഷേധാർത്ഥത്തിൽ തലകുലുക്കി.

“ഞാൻ ദുഃഖിക്കുന്നു. ഭവതിയുടെ ഈ ആവശ്യം എനിക്കു നിറ വേറ്റാനാവില്ല. അംഗുലീമാലന്റെ നെറ്റിത്തടത്തിലുള്ള ദശയിലുള്ളത്

മൂന്നാം കണ്ണാണ്. ഞാനത് മറ്റൊരാൾക്ക് നൽകാമെന്ന് വാക്കു കൊടുത്തിരിക്കുന്നു."

താൻ അപമാനിക്കപ്പെട്ടതായി ലക്ഷ്മിക്കു തോന്നി. കാരണം ജീവിതത്തിൽ ഇതുവരേയും ഒരാളും അവളുടെ ആവശ്യങ്ങൾ നിരസിച്ചിട്ടില്ല. ഇക്കാര്യത്തിൽ നലുവിനും അതിയായ ദുഃഖംതോന്നി. അവൻ മറ്റെന്തു ചെയ്യാനാണ്? തന്റെ സാമഗ്രികളെല്ലാം എടുത്തു അവിടെനിന്നും സ്ഥലംവിട്ടു. ഭാഗ്യത്തിനു ലോകത്തിലെ ഏറ്റവും വലിയ പർവ്വതം അത്രയൊന്നും അകലെയല്ലെന്നു മനസ്സിലായി. നലു അതിന്റെ അടുത്തു എത്തിച്ചേർന്നു. അത് കയറുന്നത് വിചാരിച്ചതുപോലെ ഒരു കുട്ടിക്കളിയല്ലെന്നു മനസ്സിലായി. അത് വളരെ ഉയരമുള്ളതും കുത്തനെയുള്ളതുമാണ്. അവന്റെ ദൃഢനിശ്ചയവും ചുറുചുറുക്കും ഒന്നു കൊണ്ടുമാത്രം ഒടുവിൽ നലു അതിന്റെ മുകളിലെത്തി. രാക്ഷസന്റെ ഗുഹ അവൻ കണ്ടെത്തി.

അത്യുച്ചത്തിൽ അവനോടു വിളിച്ചുപറഞ്ഞു. "പുറത്തു വാടാ ഭീകരനായ രാക്ഷസാ! അംഗുലീമാലാ, ഒന്നു കാണട്ടെ. ഉശിരുണ്ടെങ്കിൽ എന്നോടു യുദ്ധത്തിനു വാ."

രാക്ഷസൻ പുറത്തുവന്നു. നലുവിനേക്കാൾ ഉയരമുള്ള അവനു നാലു തലകളുണ്ട്. നെറ്റിത്തടത്തിൽ കോഴിക്കുഞ്ഞിന്റെ വലിപ്പമുള്ള ഒരു മുഴയുണ്ട്. അവന്റെ മൂന്നാംകണ്ണ് അതിൽ ഒരു വലിയ വൈരക്കല്ല് പോലെ നീന്തിത്തുടിക്കുന്നു. കൈകളിലും കാലുകളിലും ആറാറു വിരലുകളുണ്ട്.

നലു അതിവേഗത്തിൽ തന്റെ വാളെടുത്തു ഒരൊറ്റവെട്ട്. രാക്ഷസന്റെ വലതു കൈപ്പത്തിയിലെ ആറുവിരലുകളും അറ്റുപോയി. നലു മിന്നലിന്റെ വേഗത്തിൽ അവന്റെ ഒരു തല വെട്ടിയെടുത്തു. ആ ജന്തു അത്യുഗ്രമായി അലമുറയിട്ടു. അത് ഒന്ന് ചെറുതായി. ഇപ്പോൾ മൂന്ന് തലകൾ ബാക്കി. നലു വീണ്ടും വെട്ടിയപ്പോൾ ആ ജന്തുവിന്റെ ഇടതുകൈപ്പത്തിയിലെ വിരലുകളറ്റു പോയി. കണ്ണടച്ചു തുറക്കുന്നതിനുമുമ്പ് മൂന്നാമത്തെ തലയും വെട്ടിയിട്ടു. ഇപ്പോൾ രണ്ടുതലമാത്രം ബാക്കി. അത് അലറിക്കൊണ്ടേയിരുന്നു.

ഇടിമിന്നലിന്റെ വേഗതയിലാണ് നലു വലതുപാദത്തിലെ വിരലുകൾ വെട്ടിയകറ്റിയത്. ഇപ്പോൾ അംഗുലീമാല, നലുവിനേക്കാൾ അൽപ്പം മാത്രമേ ഉയരമുണ്ടായുള്ളൂ. നലു വീണ്ടും ആഞ്ഞുവെട്ടി. അവശേഷിച്ച ഇടതുപാദത്തിലെ വിരലുകളും രണ്ടാമത്തെ തലയും വെട്ടിമാറ്റി. അതോടെ ആ രാക്ഷസൻ ചുരുങ്ങിച്ചുരുങ്ങി ഒരു കൊച്ചു മനുഷ്യനായി മാറി. പിന്നീടെല്ലാം എളുപ്പം കഴിഞ്ഞു. നലു രാക്ഷസനെ കൊന്നു. അവൻ അംഗുലീമാലന്റെ മൂന്നാംകണ്ണ് ചൂഴ്ന്നെടുത്തു.

അവൻ അതിലേക്കു ഉറ്റു നോക്കിയപ്പോൾ കണ്ടതെന്താണ്? അതിലൊട്ടേറെ ചിത്രങ്ങൾ തെളിഞ്ഞുകാണായി.

ആ കണ്ണ് കൊടുക്കാമെന്നേറ്റ കുള്ളനെ ഓർമ്മവന്നു. അവനെപ്പറ്റി ചിന്തിച്ചതും കണ്ണിലെ രൂപംതന്നെ മാറി. തീജ്ജ്വാലക്കടുത്തിരുന്നു കുള്ളൻ സ്വർണ്ണമുരുക്കുന്നതു വ്യക്തമായികണ്ടു. അപ്പോളിതാണ് കാര്യം. പിന്നീടവനാലോചിച്ചത് രാജകുമാരിയെപ്പറ്റിയാണ്. പെട്ടെന്ന് കൃഷ്ണമണിയിലെ ചിത്രം മറഞ്ഞു. കുള്ളന്റെ സ്ഥാനത്തു നലു ഇപ്പോൾ ലക്ഷ്മിയെയാണ് കാണുന്നത്. അവൾ പുരുഷന്മാരുടെ വേഷമണിഞ്ഞു ഒരു കുതിരപ്പുറത്തിരിക്കുന്നു. തലയിലൊരു ഉരുക്കുശിരോകവചം ധരിച്ചിട്ടുണ്ട്. അതിൽനിന്ന് ഒരു നീണ്ടു വെളുത്ത തൂവൽ ഇളകിക്കളിക്കുന്നു. അവൾ കയ്യിൽ ഒരു വാൾ ഊരിപ്പിടിച്ചിട്ടുണ്ട്. അവളുടെ പിന്നിൽ ആയുധധാരികളായ പടയണികൾ നിരന്നുനിൽക്കുന്നു. അത്യത്ഭുതം തന്നെ. നലു ചിന്തിച്ചു. ആ വലിയ പർവ്വതത്തിന്റെ മുകളിൽ കൂടുതൽ നേരം നിൽക്കാൻ അവൻ ഇഷ്ടപ്പെട്ടില്ല. അതിനാൽ ആ വൈരക്കൽകണ്ണ് പിഴുതെടുത്ത് തന്റെ പോക്കറ്റിലിട്ടു. രാക്ഷസന്റെ ഗുഹയിലേക്കു നലു കടന്നു.

ആ ഗുഹയ്ക്കകവും വിലപിടിച്ച രത്നങ്ങളാലും കല്ലുകളാലും അലങ്കരിച്ചിട്ടുണ്ട്. വൈരക്കല്ലുകൾ, മാണിക്യക്കല്ല്, ഇന്ദ്രനീലം, പിന്നെ പവിഴങ്ങൾ. നലു തനിക്കെടുക്കാവുന്നത്ര രത്നക്കല്ലുകൾ വാരിയെടുത്തു. താഴോട്ടിറങ്ങി അവൻ വീണ്ടും റോഡിലെത്തിയതേയുള്ളൂ. തനിക്കെതിരെ ഒരു സേന മാർച്ച് ചെയ്തു വരുന്നതാണ് നലു കണ്ടത്. ആ പടയെ നയിച്ചുവരുന്നത് പുരുഷവേഷം ധരിച്ച ഒരു സ്ത്രീയാണെന്നു നലുവിനു മനസ്സിലായി. പടച്ചട്ട അണിഞ്ഞവൾ. ശിരോകവചത്തിൽ നീണ്ട ഒരു വെളുത്ത തൂവൽ അലങ്കാരമായി പിടിപ്പിച്ചിട്ടുണ്ട്. അത് ലക്ഷ്മിതന്നെയായിരുന്നു. അംഗുലീമാല എന്ന രാക്ഷസനെ കൊല്ലാനുറച്ചു ഇറങ്ങിപ്പുറപ്പെട്ട പുരുഷനെ എതിരിടാൻതന്നെയാണ് അവൾ വന്നത്. ഇഷ്ടത്തോടെ തനിക്കു തരാൻ വിസമ്മതിച്ച ആ വൈരക്കൽകണ്ണ് ബലംപ്രയോഗിച്ച് അവനിൽനിന്ന് പിടിച്ചടക്കാനും.

പടയാളികൾ ഊരിപ്പിടിച്ചവാളുമായി നലുവിന്റെമേൽ ചാടിവീണു. നലുവും തന്റെ വാൾ വലിച്ചൂരി പുറത്തെടുത്തു. പടയാളികളെ നിഷ്പ്രയാസം അരിഞ്ഞുവീഴ്ത്തിക്കൊണ്ടു അവൻ എതിരാളികളുടെ പടത്തലവിയുടെ അടുത്തെത്തി. എതിരാളികളുടെ പടയാളികൾക്കു അവനിൽ ഒരുപോറൽപോലും ഏൽപ്പിക്കാനായില്ല. കുതിരക്കാരിയുടെ അടുത്തെത്തിയ നലു ഒരു കൈകൊണ്ട് കുതിരയുടെ പുറത്തു തൊട്ടു. മറ്റേകൈകൊണ്ടു രാജകുമാരിയുടെ

അരക്കെട്ടു ചുറ്റി കുതിരപ്പുറത്തു ചാടിക്കയറി. രാജകുമാരിയുടെ പിന്നിൽ ഇരിപ്പായി. അന്തംവിട്ട രാജകുമാരി എന്താണ് സംഭവിച്ച തെന്നു മനസ്സിലാകുന്നതിനുമുമ്പ് അതിവേഗത്തിൽ അവൻ കുതി രയെ പറപറപ്പിച്ചു.

രാജാവിന്റെ പട വളരെ പിന്നിലാണ്. തന്നെ പടയിൽ കീഴട ക്കാനാവില്ലെന്നു തീർച്ചയായപ്പോൾ നലു കടിഞ്ഞാൺ പിടിച്ചു ഓട്ടം നിർത്തി.

"നിന്റെ പട്ടാളക്കാരെക്കൊണ്ടു എന്നെ കൊല്ലിച്ച് എന്നിൽനിന്ന് ആ രാക്ഷസന്റെ നെറ്റിയിലെ വൈരക്കൽകണ്ണ് തട്ടിയെടുക്കുകയാ യിരുന്നു നിന്റെ ലക്ഷ്യം. അതുകൊണ്ടുതന്നെയാണ് ഞാൻ നിന്നെ തട്ടിക്കൊണ്ടുപോകുന്നത്. ഇനി നീ എന്റെ ഭാര്യയാണ്. നീ ഇഷ്ട പ്പെട്ടാലും ഇഷ്ടപ്പെട്ടില്ലെങ്കിലും."

ലക്ഷ്മി അവനെ നോക്കി മന്ദഹസിച്ചുകൊണ്ടു പറഞ്ഞു.

"ഞാൻ സ്വന്തം ഇഷ്ടത്തോടെത്തന്നെ നിങ്ങളുടെ ഭാര്യയാകാം. അതിനു എന്നെ തട്ടിക്കൊണ്ടുപോകേണ്ട കാര്യമൊന്നുമില്ല. എന്നെ പന്തുകളിയിൽ അന്നുതോൽപ്പിച്ച നിമിഷംമുതൽ എനിക്കു നിങ്ങളെ അത്യധികം ഇഷ്ടമാണ്. നിങ്ങൾ വൈരക്കൽകണ്ണ് കൊടുക്കാമെന്ന് വാക്കുകൊടുത്തത് ആർക്കായാലും വേണ്ടില്ല. ഒന്നുപറയട്ടെ. നിങ്ങൾ അതാർക്കും കൊടുക്കാതെ നിങ്ങൾതന്നെ സൂക്ഷിക്കുന്ന താണ് നല്ലത്. ലോകത്തു നടക്കുന്നതെല്ലാം നിങ്ങൾക്കതിൽ കാ ണാമല്ലോ. അവിടെ ഓരോരുത്തരും എന്തു ചിന്തിക്കുന്നുവെന്നും നിങ്ങൾക്കതിലൂടെ മനസ്സിലാക്കാനും സാധിക്കില്ലേ."

എന്തായാലും ആ കുള്ളനോടുള്ള പ്രതിജ്ഞ ലംഘിക്കാൻ നലു വിനു സാധ്യമല്ല. അതിനാൽ അവൻ ലക്ഷ്മിയോടു കാര്യം പറഞ്ഞു.

"ഏതോ ഒരു കുള്ളനെപ്പറ്റി ചിന്തിച്ചു തല പുണ്ണാക്കേണ്ട. നിങ്ങ ളൊരു കാര്യം ചെയ്യുക. നിങ്ങളെന്നെ കല്യാണം കഴിക്കുക. അങ്ങനെ രാജാവാകൂ. നിങ്ങൾക്കു പിന്നെ ആരെയും പേടിക്കേണ്ടിവരില്ല. എനിക്കും ഇക്കാര്യത്തിൽ വളരെ താൽപ്പര്യമുണ്ട്. ഈ വൈരക്കൽ കണ്ണ് നിങ്ങൾതന്നെ സൂക്ഷിക്കുന്നതാണ് എനിക്കിഷ്ടം. നമുക്കൊ ന്നിച്ച് അതു നോക്കിയിരിക്കാം."

ഒടുവിൽ നലുവിനെ പ്രേരിപ്പിക്കുന്നതിൽ രാജകുമാരി വിജയിച്ചു. അവർ കൊട്ടാരത്തിലേക്കു മടങ്ങി. അതിഗംഭീരമായി അവരുടെ കല്യാണം ആഘോഷിക്കപ്പെട്ടു. ആ യുവദമ്പതികൾ അവരുടെ സമയം മുഴുവൻ പലതരം വിനോദങ്ങളിൽ മുഴുകി. പലപ്പോഴും സ്വർണ്ണപ്പന്തുകൾകൊണ്ടും കളിച്ചിരുന്നു. അതുപോലെത്തന്നെ അത്യാനന്ദം പകരുന്ന ആ വൈരക്കണ്ണിലേക്കും നോക്കിയിരിക്കും.

ആരെപ്പറ്റിയെങ്കിലും എന്തെങ്കിലും ചിന്തിക്കുന്ന നിമിഷത്തിൽ ത്തന്നെ ആ രത്നക്കണ്ണിൽ ഒരു ചിത്രം തെളിഞ്ഞുവരും. അതവരെ അത്യധികം രസിപ്പിച്ചു.

കുറെകഴിഞ്ഞപ്പോൾ എന്താണിനി ചിന്തിക്കേണ്ടതെന്ന കാര്യം എന്നവർക്കറിയാതെയായി. ലോകത്തിൽ ഒട്ടേറെ വൈരൂപ്യവും ദാരിദ്ര്യവും ഉണ്ടല്ലോ. ഒരിക്കലവർ മഹാമാരി പിടിപെട്ടു നശിച്ച ഒരു നഗരത്തെയാണ് കണ്ടത്. ജനങ്ങൾ ചത്തൊടുങ്ങുന്ന കാഴ്ച. മറ്റൊരിക്കൽ ഒരു ഭയങ്കര വെള്ളപ്പൊക്കംകൊണ്ട് നാടുകൾ നശിക്കുന്ന കാഴ്ച. നിസ്സഹായരായി ആളുകൾ ഒഴുകിപ്പോകുന്ന ദുരന്ത കാഴ്ചകൾ കാണും. അതല്ലെങ്കിൽ ഭൂകമ്പംകൊണ്ടു തകരുന്ന ഒരു നഗരത്തെയായിരിക്കും നോക്കിക്കാണുക. ഒരു ദിവസം ലക്ഷ്മി തന്റെ ഭർത്താവിനോടു പറഞ്ഞു. "ഇത്തരം ഭീകരമായ കാഴ്ചകൾ കാണാൻ തനിക്കുവയ്യ. ആ കണ്ണ് വലിച്ചെറിഞ്ഞു കളയൂ."

അവസാനമായി ഒന്നുകൂടി അതിൽനോക്കാൻ നലുവിനു ഉൽക്കടമായ ആശ. തന്റെ മാതാപിതാക്കളുടെ സ്ഥിതി ഇപ്പോൾ എന്താകും എന്ന ചിന്തയുദിച്ചു. തന്റെ വീടിനെപ്പറ്റി വീണ്ടും വീണ്ടും ഓർമ്മ വന്നു. അവൻ ആകാംക്ഷയോടെ ആ കണ്ണിലേക്കു നോക്കി. അമ്മയെപ്പറ്റി ചിന്തിച്ചാണ് കണ്ണിലേക്കു നോക്കിയത്. ദയനീയമായ മുഖത്തോടെ അമ്മ കിടക്കുന്നതാണ് കണ്ടത്. ആ കാഴ്ചകണ്ടു അവൻ പേടിച്ചു.

"എനിക്ക് ഇപ്പോൾത്തന്നെ എന്റെ വീട്ടിലേക്കു പോകണം. എന്റെ അമ്മ ദീനക്കിടക്കയിലാണ്."

അവൻ ഭാര്യയോടു പറഞ്ഞു. അതുകേട്ടു ലക്ഷ്മി കരച്ചിലായി. "നിനക്കെന്നെ വിട്ടുപോകണം അല്ലേ?"

പോകാതിരിക്കാൻ അവൾ നലുവിനെ നിർബന്ധിച്ചു. അമ്മയ്ക്കു ആവശ്യമായ മരുന്നുകൾ വാങ്ങിക്കൊടുത്തു താൻ വേഗംതന്നെ തിരിച്ചുവരാമെന്ന് അവൻ ലക്ഷ്മിയെ ആശ്വസിപ്പിക്കാൻ ശ്രമിച്ചു.

"ഞങ്ങൾ ദരിദ്രരാണ്. അമ്മയ്ക്കു മരുന്നു വാങ്ങാനാവശ്യമായ പണമൊന്നും അവിടെയില്ല. ഇങ്ങനെ ദുരിതമനുഭവിച്ചു അമ്മയെ മരിക്കാൻ വിടാൻ എനിക്കുവയ്യ."

ലായത്തിൽ ചെന്നു തന്റെ വേഗതയേറിയ കുതിരയെ അഴിച്ചു. അതിവേഗത്തിൽ വീട്ടിലേക്കു കുതിച്ചു. ചെമ്പൻമലയുടെ അടുത്തെത്തിയപ്പോൾ അവൻ വിളിച്ചുപറഞ്ഞു., "പർവ്വതമേ അഭിവാദ്യങ്ങൾ!"

പക്ഷേ പർവ്വതം പ്രത്യഭിവാദ്യം ചെയ്തില്ല. എങ്കിലും അവൻ യാത്ര തുടർന്നു. പെട്ടെന്നു എവിടെനിന്നെന്നറിയില്ല അവന്റെ

മുമ്പിൽ ആ കുള്ളൻ പ്രത്യക്ഷപ്പെട്ടു. അയാൾ വഴി തടുത്തുകൊണ്ടു പറഞ്ഞു.

"ഒടുവിൽ നലു, നീ എന്റെ അടുത്തുതന്നെ തിരിച്ചെത്തി. എനിക്കു തരാമെന്നു വാഗ്ദാനം ചെയ്തതു കൊണ്ടുവന്നിരിക്കും ഇല്ലേ?"

"എന്റെ വഴിയിൽനിന്നു മാറ്, എന്നെ താമസിപ്പിക്കരുതേ! എന്റെ അമ്മ അത്യാസന്നസ്ഥിതിയിലാണ്." അക്ഷമനായ നലു പറഞ്ഞു.

"അതെനിക്കറിയാം. ഞാനാണ് അവരെ രോഗിയാക്കി മാറ്റിയത്. നിന്നെ ശിക്ഷിക്കാൻതന്നെ. രാക്ഷസന്റെ നെറ്റിത്തടത്തിൽ നിന്നെടുത്ത രത്നക്കല്ല് നീ സ്വന്തമാക്കിവെച്ച കുറ്റത്തിന്. നിന്റെ അമ്മയുടെ സുഖക്കേട് മാറില്ല. ആ രത്നക്കല്ല് എനിക്കു തരാത്ത പക്ഷം നിന്റെ അമ്മ മരിക്കും തീർച്ച." കുള്ളൻ പറഞ്ഞു,

"കള്ളക്കഴുവേറി! എന്റെ കൈയിൽ ഇഷ്ടംപോലെ പണമുണ്ട്. എത്ര വിലകൂടിയ മരുന്നും അമ്മയ്ക്കുവേണ്ടി വാങ്ങാൻ ഇന്നെനിക്കു കഴിയും. നിന്റെ ശാപമൊന്നും അവർക്കു ഫലിക്കില്ല." നലു അട്ടഹസിച്ചു.

"നിന്നോടു ഞാനൊരിക്കൽ ആവശ്യപ്പെട്ടതും നീ തരാമെന്നേറ്റതുമായ ആ രത്നക്കല്ല് എനിക്കു തരാത്തപക്ഷം നിന്റെ അമ്മ ഇപ്പോൾ മരിക്കും. ഈ നിമിഷംതന്നെ. അവരെ നീ ഒരിക്കലും കാണാനുമിടയാകില്ല." കുള്ളൻ മുറുമുറുത്തു.

"ശരി. ഇതാ പിടിച്ചോളൂ."

തന്റെ കീശയിൽനിന്ന് ആ രത്നക്കല്ല് പുറത്തെടുത്ത് അത് കുള്ളന് എറിഞ്ഞുകൊടുത്തു. വായുവിലൂടെ പറന്ന അതിനെ കരവിരുതോടെ കുള്ളൻ കടന്നുപിടിച്ചു. അവന്റെ കണ്ണുകൾ സന്തോഷംകൊണ്ടു വെട്ടിത്തിളങ്ങി. "ഇനി നിനക്കു പോകാം. വേണമെങ്കിൽ എനിക്കും നിന്നെപ്പോലെ വാക്ക് പാലിക്കാതിരിക്കാം പക്ഷേ നിങ്ങളുടെ അമ്മ വളരെ നല്ലവളാണ്. അവർക്കു ദോഷം വരുത്താൻ ഞാനിഷ്ടപ്പെടുന്നില്ല. ഒരു ആണിനെപ്പോലെ പെരുമാറാൻ നിന്നെ പഠിപ്പിക്കാതിരുന്നതിന്റെ പേരിൽ ഞാനവർക്കു ഒരിക്കലും ദോഷം വരുത്തില്ല. ആണൊരുത്തൻ ഒരു വാക്കു നൽകിയാൽ അതയാൾ പാലിച്ചിരിക്കണം. അല്ലെങ്കിൽ അവൻ കൊള്ളരുതാത്തവനാകും. അവൻ പറഞ്ഞു. കുള്ളൻ അപ്രത്യക്ഷനായി. സവാരിചെയ്തു ചെയ്ത് ഒടുവിൽ നലു തന്റെ വീട്ടിലെത്തി. വീടിന്റെ വാതിൽക്കൽ മുട്ടിയപ്പോൾ ചുക്കിച്ചുളിഞ്ഞ ഒരു തള്ള വാതിൽ തുറന്നു. അതവന്റെ അമ്മ തന്നെയായിരുന്നു. പക്ഷേ അവർ മകനെ തിരിച്ചറിഞ്ഞില്ല.

"ആരാണ് നിങ്ങൾ?" അവർ ചോദിച്ചു

“ഇതു ഞാനാണമ്മേ നലു. അമ്മയ്ക്കെന്നെ മനസ്സിലായില്ലേ?

അവർ ഒട്ടേറെ നേരം സൂക്ഷിച്ചുനോക്കിനിന്നു. വികാരതീവ്രതയോടെ അവനെ തെരുതെരെ ചുംബിച്ചു. വാരിപ്പുണർന്നു.

അവൻ വീടുവിട്ടുപോയതിനുശേഷമുണ്ടായ കാര്യങ്ങളെല്ലാം അവർ അവന് വിവരിച്ചു പറഞ്ഞു കേൾപ്പിച്ചു.

“ഞാൻ ദീനം പിടിച്ചു കിടപ്പിലായിരുന്നു. ചത്തു പോകുമെന്നു തന്നെ വിചാരിച്ചു. പക്ഷേ അടുത്തിടെ പെട്ടെന്ന് എനിക്കു സുഖം തോന്നി. ഞാൻ എഴുന്നേറ്റു. അതിനുശേഷം എനിക്കു പൂർണ്ണസുഖം കിട്ടി. ഞാനിപ്പോൾ പണികളെല്ലാം നന്നായി ചെയ്യുന്നുണ്ട്.”

കുള്ളൻ കള്ളം പറയുകയായിരുന്നില്ലെന്നു നലുവിനു ബോധ്യമായി. കുള്ളൻ തന്റെ വാക്കുപാലിച്ചിരിക്കുന്നു. വീണ്ടും കണ്ടുമുട്ടിയപ്പോൾ കുള്ളനോടു അപമര്യാദയായി പെരുമാറിയതിൽ അതിയായ ലജ്ജതോന്നി. ഭീകരനായ അംഗുലീമാലനിൽ നിന്നു താൻ നേടിയ വിലപിടിച്ച രത്നക്കല്ലുകളെല്ലാം അവൻ അമ്മക്കു സമ്മാനിച്ചു. അച്ഛനോടും അമ്മയോടും സഹോദരന്മാരോടും സഹോദരികളോടുമൊത്തു ഏതാനും ദിവസം സന്തോഷത്തോടെ ജീവിച്ചശേഷം നലു തന്റെ ഭാര്യയുടെ അടുത്തേക്കു തിരിച്ചു പോയി. ഇതിനകം ലക്ഷ്മി രാജകുമാരി സുന്ദരിയായ ഒരു കുഞ്ഞിനെ പ്രസവിച്ചിരുന്നു.

■

ഓറിയുടെ ഖഡ്ഗം

ഒരിക്കൽ ഒരിടത്ത് ഒരു കൊച്ചുരാജ്യമുണ്ടായിരുന്നു. തീരെ ചെറിയ രാജ്യമായതിനാൽ ലോകത്തിന്റെ മറ്റുഭാഗത്തുള്ളവർ അതിനെ ഒട്ടും ശ്രദ്ധിച്ചില്ല. ആ രാജ്യത്തിലെ ധനികരായവരുടെ എണ്ണം വിരലിലെണ്ണിത്തീർക്കാവുന്നതേയുള്ളൂ. ദരിദ്രരാണ് നാട് നിറയെ. അവരിൽ ഏറ്റവും ദരിദ്രനായവൻ ഒരു വിറകുവെട്ടിയായിരുന്നു. അയാൾ കാട്ടിന്നുള്ളിലാണ് താമസിച്ചിരുന്നത്. അയാളുടെ ഭാര്യ ഒരു ജിപ്സിയായിരുന്നു. തന്റെ ഭർത്താവിനു സ്ത്രീധനമായി അവൾക്കു നൽകാനുണ്ടായിരുന്നത് ഒരു കൊച്ചു ബാലനെ മാത്രമായിരുന്നു. ഒരു വിചിത്രമായ പേരാണ് അവന്റേത്. ഓറി. അവന്റെ യഥാർത്ഥ അച്ഛൻ ആരാണെന്ന് ആർക്കും അറിഞ്ഞുകൂടാ.

ഓറി തന്റെ സമപ്രായക്കാരായ മറ്റു കുട്ടികളിൽ നിന്നു വളരെ വ്യത്യസ്തനായിരുന്നു. അവൻ മറ്റു കുട്ടികളുമായി കൂട്ടുചേർന്നു കളിച്ചിരുന്നില്ല. വീട്ടിൽ അടുപ്പിന്റെ പിന്നിൽ എപ്പോഴും ചുരുണ്ടു കിടക്കും. പതിനെട്ടു വയസ്സായപ്പോൾ അവനൊരു തടിമാടനായി. അവന്റെ മുഖം ചീർത്തു തുടുത്തു. അവന്റെ കൈകൾ മൺവെട്ടികളെപ്പോലെയായിരുന്നു. അവൻ ഏകാകിയായിരുന്നു. സംസാരവും കുറവായിരുന്നു.

അടുത്ത ഗ്രാമത്തിൽ ഒരു പള്ളിയുണ്ടായിരുന്നു. ആ പള്ളിയുടെ അടുത്തായി ഒട്ടേറെ കൊല്ലങ്ങളായി ഒരു കൂറ്റൻ കല്ല് കിടപ്പുണ്ടായിരുന്നു.

ഒരു ദിവസം പള്ളിയിൽ നിന്നും മടങ്ങുകയായിരുന്ന ഏതാനും കുട്ടികൾ ആ കൂറ്റൻകല്ല് ഉരുട്ടിക്കളയാൻ മാത്രം ശക്തി തങ്ങളിലാർക്കാണുള്ളത് എന്ന് പറഞ്ഞ് തർക്കമായി.

ഓരോരുത്തരായി കല്ല് ഉരുട്ടാൻ മുന്നോട്ടുവന്നു. എല്ലാം നിഷ്ഫലം. ഒടുവിൽ അവരെല്ലാംകൂടി ഒത്തുപിടിച്ച് ആ കല്ല് ഉരുട്ടി നീക്കി. കല്ലിനു താഴെ ഭയപ്പെടുത്തുന്ന വലിയ ഒരു കുഴി.

അതിൽനിന്നും ഇരുതലയുള്ള ഒരു ഡ്രാഗൺ പുറത്തേക്ക് വന്ന് അവർക്കു നേരെ കോട്ടുവായിട്ടു. പേടിച്ച കുട്ടികൾ അവിടെനിന്നും പറപറന്നു. പക്ഷേ അവരിലൊരുത്തന് ഓടിപ്പോകാനായില്ല. ഡ്രാഗൺ ആ കുട്ടിക്കു നേരെ നീണ്ട് മൂർച്ചയേറിയ നഖങ്ങളോടു കൂടിയ കൈപ്പത്തി നീട്ടി. അവനെ കടന്നു പിടിച്ചു ധൃതിയിൽ കടിച്ചു തിന്നു.

അന്നുതൊട്ട് ആരും ആ പള്ളിയിലേക്ക് പോകാതായി. തുറന്നു കിടന്നിരുന്ന ആ കുഴിയിൽ ഡ്രാഗൺ അതിലെ കടന്നു പോകുന്ന വരെ ചാടിപ്പിടിക്കാൻ കാത്തിരിപ്പായി. ആ കുഴിക്കരികെ പോകാനിടയായവരൊന്നും പിന്നീട് തിരിച്ചുവന്നില്ല.

നാട്ടിലുടനീളം കടുത്ത ഭീതി പരന്നു. നടന്ന ദുരന്തങ്ങളെപ്പറ്റി രാജാവിനെ അറിയിക്കാൻ ദൂതന്മാർ പോയി. തങ്ങളെ രക്ഷിക്കണേയെന്നവർ യാചിച്ചു. രാജാവിനു ഒരു മകളേ ഉണ്ടായിരുന്നുള്ളൂ. ആ കുട്ടി ജനിച്ചപ്പോൾ നാട്ടിലെ ദൈവജ്ഞർ ഒരു പ്രവചനം നടത്തി. "അത്ഭുതാവഹമായ കരുത്തുള്ള ഒരുവനായിരിക്കും രാജകുമാരിയെ കല്യാണം കഴിക്കുക."

രാജകുമാരിക്കു പതിനെട്ടു വയസ്സായി. അവൾ അതിസുന്ദരിയായിരുന്നു. ഒട്ടേറെ പ്രഭുകുമാരന്മാർ അവളെ വിവാഹം കഴിക്കാൻ മുമ്പോട്ടു വന്നു പക്ഷേ ആരും അസാധാരണ ബലവാന്മാരായിരുന്നില്ല. അതിനാൽ അവരുടെ വിവാഹാഭ്യർത്ഥനകൾ രാജകുമാരി തള്ളിക്കളഞ്ഞു. ആ ഡ്രാഗനെപ്പറ്റി കേൾക്കാനിട വന്ന രാജകുമാരി തന്റെ പിതാവിനോട് ഒരു വിളംബരം നടത്താൻ അഭ്യർത്ഥിച്ചു.

"നാട്ടിൽ ഭീതി പരത്തിയിട്ടുള്ള ആ ഡ്രാഗനെ കൊല്ലുന്ന വീരനെയായിരിക്കും ഞാൻ കല്യാണം കഴിക്കുക."

രാജാവ് അക്കാര്യം വിളംബരം ചെയ്തു.

"ആ ഭീകരജന്തുവിനെ കൊല്ലുന്നവൻ ആരായാലും അയാളെ തന്റെ ജാമാതാവായി സ്വീകരിക്കുന്നതായിരിക്കും. അയാളായിരിക്കും തന്നെ പിന്തുടർന്നു രാജാവാകുക."

വിവരം മരംവെട്ടിയുടെ കുടിലിലുമെത്തി. അടുപ്പിന്റെ പിന്നിൽ കിടന്ന് കൂർക്കം വലിച്ചുറങ്ങുകയായിരുന്ന ഓറി പാതി മയക്കത്തിലാണ് ആ വിളംബരം കേൾക്കാനിടയായത്. അവൻ ഞെട്ടിയുണർന്നു അമ്മയോടു പറഞ്ഞു. "അമ്മേ വേഗം രാജാവിന്റെ അടുത്തു ചെന്നു ബോധിപ്പിക്കുക. ഞാനാ ഡ്രാഗനെ കൊല്ലും. അതിന് രാജാവ് എനിക്ക് പത്തുമീറ്റർ നീളവും രണ്ടുമീറ്റർ വീതിയുമുള്ള ഒരു വാൾ നിർമ്മിച്ചുതരണം."

ഇതുപറഞ്ഞശേഷം അവൻ വീണ്ടും കിടന്നു ഉറക്കത്തിലായി.

അമ്മ എഴുന്നേറ്റു. നേരെ രാജാവിനെ കാണാൻ രാജധാനിയിലേക്കു യാത്രയായി. രാജാവിനോടു തന്റെ മകന്റെ സന്ദേശം ബോധിപ്പിച്ചപ്പോൾ രാജാവ് ചോദിച്ചു.

"നിന്റെ മകനാരാണ്?"

"ഒരു സാധാരണക്കാരനല്ല പ്രഭോ, അവന്റെ അച്ഛനാരെന്നു വെളിപ്പെടുത്താൻ എനിക്കധികാരമില്ല. പക്ഷേ ഒരു സത്യം പറായം. ഇന്നാട്ടിലെ ഏറ്റവും ശക്തനായവനേക്കാൾ ശക്തനാണെന്റെ മകൻ." ജിപ്സിത്തള്ള മറുപടിപറഞ്ഞു.

"ശരി, ആവശ്യപ്പെട്ടപ്രകാരമുള്ള വാൾ ഞാൻ വാർപ്പിക്കാം. പക്ഷേ ആ ഡ്രാഗനെ കൊല്ലുന്ന കാര്യത്തിൽ പരാജയപ്പെട്ടാൽ അവന്റെ തല നഷ്ടപ്പെടും." രാജാവ് പറഞ്ഞു.

തന്റെ നാട്ടിലെ ഏറ്റവും പ്രഗത്ഭരായ കരുവാന്മാരായ വാൾ നിർമ്മിക്കുന്നവരെ രാജാവ് വിളിച്ചുവരുത്തി. പത്തുമീറ്റർ നീളവും കൈപ്പിടിയിൽ രണ്ടുമീറ്റർ വീതിയുമുള്ള ഒരുവാൾ വാർത്തെടുക്കാൻ കൽപ്പിച്ചു. അതിഭീകരമായ ഒരായുധംതന്നെ. അതൊന്നു പൊന്തിക്കാൻ പോലും ആർക്കുമാവില്ല. ഇത്തരമൊരു വാൾ വാർത്തുതരാൻ രാജാവിനോടഭ്യർത്ഥിച്ച ആളെ കാണാൻ സർവ്വരും കൊതിച്ചു. ഏറ്റവുമധികം ജിജ്ഞാസ രാജകുമാരിക്കായിരുന്നു. തന്റെ ഭർത്താവാകാൻ നിശ്ചയിച്ച വീരപുരുഷൻ തന്നെയാകണം. അവൾ കരുതി.

ആവശ്യപ്പെട്ടപ്രകാരമുള്ള ഖഡ്ഗം തയ്യാറാക്കിയ വിവരം ഓറിയെ അറിയിക്കാൻ രാജാവ് ദൂതന്മാരെ അയച്ചു. കൽപ്പന കേട്ടപാടെ അടുപ്പിന്റെ പിന്നിൽ കിടക്കുകയായിരുന്ന ഓറി അലസഭാവത്തിൽ എഴുന്നേറ്റു കൈകളും കാലുകളും ഒന്നു കുടഞ്ഞു. പെട്ടെന്നവൻ ഭീമാകാരം പൂണ്ടു.

മച്ചിൽ തല മുട്ടാതിരിക്കാൻ അവനു വല്ലാതെ കുനിയേണ്ടിവന്നു. വീടിനു പുറത്തു വന്നു. കുളിക്കാതെ, മുടി ചീകാതെ, നഗ്നപാദനായി അതേപടിതന്നെ കൊട്ടാരത്തിലേക്ക് യാത്രയായി.

കൊട്ടാരാങ്കണത്തിൽ വാൾ പ്രദർശിപ്പിച്ചിരുന്നു. അത് പണിതെടുക്കുന്നതിൽ പങ്കാളികളായ കരുവാന്മാരും ഖഡ്ഗനിർമ്മാതാക്കളും സർവ്വശക്തിയുമെടുത്തു താങ്ങിപ്പിടിച്ചാണ് അത് കൊട്ടാരത്തിലെത്തിച്ചത്. ആ വാളെടുക്കാൻ വരുന്ന അപരിചിതനായ വീരപുരുഷനെ അക്ഷമയോടെ കാത്തിരിക്കുകയായിരുന്നു രാജാവും രാജകുമാരിയും കൊട്ടാരം മട്ടുപ്പാവിൽ. കരുത്തനെങ്കിലും കീറിപ്പറിഞ്ഞ ട്രൗസർ ധരിച്ച, വൃത്തികെട്ട ആ രൂപത്തെ കണ്ടപ്പോൾ അവർക്ക് അതിയായ നിരാശ തോന്നി. പക്ഷേ ഒരു പക്ഷിത്തൂവലിനെയെന്നോണം ഓറി ആ ഭീമമായ വാൾ കയ്യിലെടുത്ത് ഉയർത്തുന്നതു കണ്ടപ്പോൾ അവർ അത്ഭുതസ്തബ്ധരായി.

ഓറി ആരെയും ശ്രദ്ധിക്കാൻ പോയില്ല. അവൻ ആ ഖഡ്ഗം തന്റെ ചുമലിൽ വെച്ചു വളരെ ശാന്തനായി നടന്നുപോയി.

ഡ്രാഗൺ കിടന്നിരുന്ന കുഴിയുടെ അടുത്തു ഓറി ചെന്നപ്പോൾ അതിനെ കണ്ടില്ല. അത് നല്ല ഉറക്കം.

"ഹേ... പുറത്തുവാ."

കുഴിയിലേക്ക് കുനിഞ്ഞുകൊണ്ടു ഓറി അത്യുച്ചത്തിൽ അട്ടഹ സിച്ചു. ശബ്ദം കേട്ട് ഡ്രാഗൺ ഉണർന്നു. ഭീതിജനകമാംവിധം പിടച്ചു കൊണ്ട് അത് പുറത്തുചാടി. പക്ഷേ തന്റെ നീണ്ട വാളുമായി ഓറി തന്നെ കാത്തുനിൽക്കുന്നതു കണ്ടപ്പോൾ ഡ്രാഗൺ പേടിച്ചു. അത് വീണ്ടും കുഴിക്കുള്ളിലേക്ക് ഇഴഞ്ഞുപോകാൻ തുനിഞ്ഞു. ഓറി മിന്നൽവേഗത്തിൽ വാൾ ചുഴറ്റിക്കൊണ്ട് അതിനെ ആഞ്ഞുവെട്ടി. ആ ഭീകരജന്തുവിന്റെ പേടിപ്പിക്കുന്ന ഒരു തല അറ്റുപോയി. അപ്പോൾ അവശേഷിക്കുന്ന തല കരഞ്ഞുകൊണ്ടു യാചിച്ചു. "എന്നെ രക്ഷി ക്കണേ! കൊല്ലരുതേ! ഞാൻ വാക്കു തരുന്നു. ഞാൻ ആ കുഴിയി ലേക്കുതന്നെ തിരിച്ചു പൊയ്ക്കൊള്ളാം. ഒരിക്കലും ഇനി പുറത്തു വരില്ല. ഉറപ്പ്."

"അത് സാദ്ധ്യമല്ല. എനിക്കു നിന്നെ വിട്ടുകളയാൻ സാധ്യമല്ല. കാരണം എനിക്കുവേണ്ടി പ്രത്യേകമായി ഈ വാൾ രാജാവ് നിർ മ്മിച്ചുതന്നത് നിന്നെ കൊല്ലുന്നതിനാണ്. ഞാനത് ചെയ്തില്ലെങ്കിൽ എന്റെ തല തെറിക്കും. എന്റെ ജീവൻ നഷ്ടപ്പെടും." ഓറി പറഞ്ഞു.

"എങ്കിൽ അങ്ങനെ. പിന്നെ എനിക്കുവേണ്ടി ചെറിയ ഒരു കാര്യം ചെയ്യണം. എന്നെ രണ്ടു കഷ്ണമാക്കി വെട്ടിമുറിച്ച് അവയെ ആ കുഴിയിൽ തള്ളിയിടണം. വീണ്ടും ആ വലിയ കല്ല് ഉരുട്ടി പഴയ പോലെ ആ കുഴി മൂടണം." ഡ്രാഗൺ കേണപേക്ഷിച്ചു.

"ശരി. അതു ഞാൻ ചെയ്യാം." ഓറി സമ്മതിച്ചു.

അതിന്നായി അയാൾ വീണ്ടും വാൾ ചുഴറ്റാൻ ആഞ്ഞപ്പോൾ ഡ്രാഗൺ ആകാംക്ഷയോടെ വീണ്ടും പറഞ്ഞു. "എന്നോടു സത്യം ചെയ്യൂ. ഇന്നുതൊട്ട് ഒരുകൊല്ലം തികയുമ്പോൾ, വീണ്ടും നിങ്ങൾ ഇവിടെ വന്ന് ഈ കല്ല് ഉരുട്ടിക്കളയുമെന്ന് എനിക്കുറപ്പുതരുക."

"സ്വപ്നത്തിൽപോലും ഞാനതു ചെയ്യില്ല." പരുഷസ്വരത്തി ലാണ് ഓറി മറുപടി പറഞ്ഞത്.

"അങ്ങനെയെങ്കിലും നിങ്ങൾ എന്റെ ആത്മാവിനെ രക്ഷിക്കണം. ഒരു കൊല്ലത്തിനകം എന്റെ ശരീരം പൂർണ്ണമായും ജീർണ്ണിക്കും. എനിക്കാരേയും ഉപദ്രവിക്കുവാൻ ശക്തിയുണ്ടാവില്ല. പക്ഷേ എന്റെ ആത്മാവ് അതിൽ കുടുങ്ങിക്കിടക്കുന്നുണ്ടാവും. നിങ്ങളതിനെ

പുറത്തുവിടണം. എനിക്കതൊരു സഹായമാകും. അത് നിങ്ങളെ ഒരിക്കലും ഉപദ്രവിക്കില്ല." ഡ്രാഗൺ വീണ്ടും വീണ്ടും അഭ്യർത്ഥിച്ചു.

"ശരി. ശരി. നിന്റെ ഇഷ്ടം ഞാൻ നിറവേറ്റാം." ഓറി സമ്മതിച്ചു.

"എനിക്കുതന്ന വാക്ക് ഒരിക്കലും മറക്കരുത്."

"ഞാൻ ഒരു വാക്കു തന്നാൽ അത് വാക്കുതന്നെ." ഓറി മുരണ്ടു.

വാൾ ചുഴറ്റി അവൻ ഡ്രാഗനെ വെട്ടി രണ്ടു കഷ്ണമാക്കി. വാളു കൊണ്ടുതന്നെ അവ കുത്തിയിറക്കി മൺവെട്ടിയാലെന്നപോലെ കുഴിയിലേക്കെറിഞ്ഞു. ആ വലിയ കല്ല് ഉരുട്ടി ആ കുഴി മൂടിയ ശേഷം വീട്ടിലേക്കു തിരിച്ചുപോയി.

ഡ്രാഗന്റെ കഥ കഴിഞ്ഞ വാർത്തയറിഞ്ഞു രാജ്യവാസികൾ അത്യധികം ആഹ്ലാദിച്ചു. പക്ഷേ ഒരാൾ മാത്രം ദുഃഖിച്ചു. വിളംബരം ചെയ്തതുപോലെ മകളെ കല്യാണം കഴിച്ചു കൊടുക്കേണ്ട ആ മനുഷ്യനെപ്പറ്റി ചിന്തിച്ച് രാജാവാണ് ദുഃഖത്തിലാണ്ടത്. രാവും പകലും അയാൾ ചിന്തയിലാണ്ടു. ആ ജിപ്സി, രാജകുമാരിയെ കല്യാണം കഴിക്കാൻ വരുമ്പോൾ എങ്ങനെ അതൊഴിവാക്കാമെന്നതിനെപ്പറ്റിയാണ് ചിന്തയിൽ മുഴുകിയത്. ദിവസങ്ങൾ കഴിഞ്ഞിട്ടും വിളംബരത്തിൽ സത്യം ചെയ്തപോലെ തനിക്കവകാശപ്പെട്ട സമ്മാനം സ്വീകരിക്കാനായി ഓറി കൊട്ടാരത്തിലേക്കു ചെന്നില്ല.

ഇതിനകം മറ്റൊന്നു സംഭവിച്ചു. അതിശക്തനായ അയൽരാജാവ് നമ്മുടെ രാജാവിനോട് യുദ്ധം പ്രഖ്യാപിച്ചു. അയൽരാജാവ് തന്നേക്കാൾ കരുത്തനും തന്റെ പടയേക്കാൾ വലിയൊരു പടയുടെ ഉടമയുമാകയാൽ രാജാവ് അങ്കലാപ്പിലായി. തന്റെ നാട്ടിലെ പുരുഷന്മാരെല്ലാവരും ആയുധം കയ്യിലെടുക്കാൻ രാജാവ് കൽപ്പിച്ചു. ഓറിക്കും കൂട്ടത്തിൽ കൂടേണ്ടിവന്നു. വിവരം അടുപ്പിനു പിന്നിൽ കിടന്നുറങ്ങുകയായിരുന്ന ഓറിയോട് വിളിച്ചുപറഞ്ഞത് അമ്മയാണ്. കേട്ടപാട് അവൻ ചാടിയിറങ്ങി പുറത്തുപോയി. വീടിന്റെ പിന്നിൽ നിലത്ത് കിടന്നിരുന്ന തന്റെവാൾ അവൻ കയ്യിലെടുത്തു. ആ ഡ്രാഗനെ കൊന്നതിനുള്ള പ്രതിഫലമായി ഓറിയുടെ കയ്യിലുള്ളത് ആ വാൾ മാത്രം. രാജകുമാരിയിൽ ഓറിക്ക് ഒട്ടും താൽപര്യമില്ലായിരുന്നു. അതുകൊണ്ടാണ് വിളംബരപ്രകാരം തനിക്കർഹതപ്പെട്ട രാജകുമാരിയെ സ്വീകരിക്കാൻ പോകാതിരുന്നത്.

വിരൽകൊണ്ട് അവൻ വാളിന്റെ മൂർച്ച പരിശോധിച്ചു. വീണ്ടും മൂർച്ച കൂട്ടി. പെട്ടെന്നു തന്റെ മുമ്പിൽ ഒരു അപരിചിതമനുഷ്യൻ നിൽക്കുന്നത് ഓറി കണ്ടു. അയാൾ ഓറിയോടു ചോദിച്ചു.

"എന്റെ മോനേ, നീ യുദ്ധത്തിനു പോകുകയാണോ?"

"ആരാ നിങ്ങളുടെ മകൻ?" ഓറി മുരണ്ടു.

"നീ തന്നെ. കാരണം ഞാനാണ് നിന്റെ അച്ഛൻ." അപരിചിതൻ മറുപടി പറഞ്ഞു.

"സത്യമായും! എങ്കിൽ എന്തേ ഇത്രനാളും നിങ്ങളെന്നോട് പറയാതിരുന്നത്?" യുവാവ് ചോദിച്ചു.

"കാരണം, ഞാനൊരു സാധാരണക്കാരനല്ല. അതിശക്തനായ ഓറിയസ് എന്ന പിശാചാണ് ഞാൻ. ഇപ്പോൾ നീ യുദ്ധത്തിനു പോകുകയാണെന്നു ഞാൻ കണ്ടു. നിനക്കു ഒരു കവചവും കുതിരയും ഞാൻ തരാം. ഞാൻ തന്ന വാൾ നിന്റെ കയ്യിലുണ്ട്." വളരെ ശാന്തസ്വരത്തിൽ അയാൾ പറഞ്ഞു.

"അത് രാജാവാണ് എനിക്കുവേണ്ടി നിർമ്മിച്ചു തന്നത്." ഓറി തിരുത്തി.

"പക്ഷേ നിനക്കു പേരിടുമ്പോൾ ഞാൻ നിന്നിൽ പകർന്ന ശക്തിയില്ലായിരുന്നെങ്കിൽ നിനക്ക് ആ വാൾ പൊക്കാൻ കഴിയുമായിരുന്നില്ല." ഓറിയസ് പറഞ്ഞു.

ഇതു പറഞ്ഞു അയാൾ കൈകൾ കൂട്ടി അടിച്ചു. എവിടെനിന്നു വന്നുവെന്നറിയില്ല. പെട്ടെന്ന് അവർക്കു മുമ്പിൽ ഒരു ഒന്നാന്തരം കുതിര പ്രത്യക്ഷപ്പെട്ടു. സ്വർണ്ണക്കോപ്പുകളണിഞ്ഞ കുതിര. കുതിരപ്പുറത്തുള്ള ഇരിപ്പിടം വിചിത്രചിത്രപ്പണികളോടു കൂടിയത്.

"നിന്റെ കുതിരയുടെ പേര് സിർക്ക. ഇതിനു കാറ്റിനേക്കാൾ വേഗതയിൽ ഓടാനാകും. ഒരു പക്ഷിയെപ്പോലെ നിഷ്പ്രയാസം ആകാശത്തിൽ പറക്കാനും പറ്റും. കുതിരപ്പുറത്തു ഇരിപ്പിടത്തിനു താഴെ ഒരു ചെറുസഞ്ചിയിൽ കാണുന്ന വസ്ത്രം നീ നിശ്ചയമായും ധരിക്കണം. സമയമായി. എനിക്കിനിയും ഇവിടെ നിൽക്കാനാവില്ല." ഇത്രയും പറഞ്ഞു തീർന്നില്ല, ആ പിശാച് പുകപടലംപോലെ അന്തരീക്ഷത്തിൽ വിലയം പ്രാപിച്ചു.

അതിമഹത്തായ ആ കുതിര ഓറിയെ അത്യധികം ആഹ്ലാദിപ്പിച്ചു. ഇരിപ്പിടത്തിനു താഴെനിന്നു കണ്ടെടുത്ത വസ്ത്രങ്ങൾ അലക്കി വൃത്തിയാക്കി സ്വയം അണിഞ്ഞു. വീരയോദ്ധാക്കൾ അണിയുന്ന കവചമായിരുന്നു അത്.

ആ സഞ്ചിയിൽ സവാരി ചെയ്യുമ്പോൾ ധരിക്കുന്ന രണ്ടു അതിമനോഹരമായ പാദുകങ്ങളുണ്ടായിരുന്നു. കുതിരയെ ഉത്തേജിപ്പിക്കാൻ പാദുകങ്ങളുടെ ചുവട്ടിൽ ഉറപ്പിച്ചിട്ടുള്ള പല്ലുകൾ സ്വർണ്ണത്തിന്റേതായിരുന്നു. കവചമണിഞ്ഞപ്പോൾ അവനെ ആരും തിരിച്ചറിഞ്ഞില്ല. അവൻ കുതിരപ്പുറത്തു ചാടിക്കയറി. നീണ്ട വാൾ കയ്യിലേന്തി സവാരി ചെയ്തു പോയി.

ശത്രുസേന വളരെ അടുത്തെത്തി എന്നറിഞ്ഞപ്പോൾ രാജാവ് തിരക്കിട്ടു വിളിച്ചുകൂട്ടിയ പടയുമായി ശത്രുവിനെ എതിരിടാൻ മുന്നോട്ടുചെന്നു. അതിദുഃഖിതയായ രാജകുമാരി ഒരു വാഹനത്തിലേറി അച്ഛനെ പിന്തുടർന്നു. യുദ്ധത്തിൽ തന്റെ പിതാവ് തോൽക്കുമെന്നവൾ പേടിച്ചു. ഒരു വഴിത്തിരിവിലെത്തിയപ്പോൾ അവൾ അച്ഛനോടു യാത്ര പറഞ്ഞ് കൊട്ടാരത്തിലേക്കുതന്നെ കണ്ണീരോടെ മടങ്ങി. പെട്ടെന്ന് ഒരസാധാരണ കുതിരപ്പുറത്തു ഒരു വീരയോദ്ധാവ് തന്റെ നേരെ പാഞ്ഞുവരുന്നതു കണ്ട രാജകുമാരി നിൽക്കാൻ ആജ്ഞാപിച്ചു. ആ സവാരിക്കാരൻ അടുത്തെത്തിയപ്പോൾ രാജകുമാരി അയാളോടു ചോദിച്ചു.

"വീരയോദ്ധാവേ നിങ്ങളെവിടേക്കാണ് പോകുന്നത്?"

"യുദ്ധക്കളത്തിലേക്ക്. നമ്മുടെ രാജാവിനെ സഹായിക്കാൻ തന്നെ." ഓറി മറുപടി പറഞ്ഞു.

രാജകുമാരിക്ക് സന്തോഷമായി. അവൾ ഓറിയുടെ കയ്യിലെ ഖഡ്ഗം ശ്രദ്ധിച്ചു. പെട്ടെന്നുതന്നെ അവൾ ആളെ തിരിച്ചറിഞ്ഞു.

"ഇതെങ്ങനെ, തീർച്ചയായും ഇതെന്റെ അച്ഛൻ ആ ഡ്രാഗനെ കൊല്ലാൻ വേണ്ടി പണിയിപ്പിച്ച ഖഡ്ഗം തന്നെ." അത്ഭുതത്തോടെ അവൾ ആർത്തുവിളിച്ചു.

അപ്പോഴാണ് വാസ്തവത്തിൽ താൻ സംസാരിക്കുന്നത് രാജകുമാരിയോടാണെന്ന് ഓറിക്ക് മനസ്സിലായത്. ഇതിനുമുമ്പ് കൊട്ടാരത്തിൽ ചെന്നപ്പോൾ അവൻ അവളെ കാണാനിടയായില്ല. അതിനാൽ രാജകുമാരി എത്രമാത്രം സുന്ദരിയാണെന്നും അവനറിയാമായിരുന്നില്ല. വിളംബരത്തിൽ പറഞ്ഞപോലെ ഡ്രാഗനെ കൊന്നയാൾ രാജകുമാരിയെ സ്വീകരിക്കാൻ പോകാതിരുന്നതിൽ അവന് ദുഃഖം തോന്നി.

"അങ്ങാണോ ആ ഡ്രാഗനെ കൊന്നത്?" രാജകുമാരി ചോദിച്ചു.

അത് വിവരിക്കാൻ ഓറിക്ക് വാക്കുകൾ കിട്ടിയില്ല. അവൻ അതെ എന്ന അർത്ഥത്തിൽ തലയാട്ടുകമാത്രം ചെയ്തു. അപ്പോൾ രാജകുമാരി തന്റെ ബാഗിൽനിന്ന് ഒരു പട്ടുറുമാൽ പുറത്തെടുത്തു. അത് ഓറിക്ക് കൊടുത്തുകൊണ്ടു പറഞ്ഞു.

"ഇതൊരു വാഗ്ദാനമായാണ് ഞാൻ അങ്ങേക്കു തരുന്നത്. നിങ്ങളുടെ സഹായത്തോടെ എന്റെ അച്ഛൻ യുദ്ധത്തിൽ ജയിച്ചാൽ, അച്ഛനൊത്ത് തിരിച്ചുവന്ന് ഈ പട്ടുറുമാൽ എന്നെ കാണിക്കണം. അപ്പോൾ എനിക്കു മനസ്സിലാക്കാനാകും, എനിക്കു വിധിച്ച വിധി എന്താണെന്ന്." ഇത്രയും പറഞ്ഞ് അവൾ ഓറിയോട് വിടവാങ്ങി.

രാജകുമാരിയെ വഹിച്ച വാഹനം അതിവേഗത്തിൽ ഓടിമറഞ്ഞു. ഓറിക്ക് കണ്ണെടുക്കാനായില്ല. കാഴ്ചയിൽനിന്നു ആ വാഹനം മറയുന്നതുവരെ അവൻ നോക്കിനിന്നു. ഒടുവിൽ അവൻ സ്വയം നിയന്ത്രിച്ചു. പിന്നെ ആഞ്ഞു ചവിട്ടിയപ്പോൾ ആ കുതിര അന്തരീക്ഷത്തിലേക്കു ഒരു പറവയെപ്പോലെ ഉയർന്നു പറക്കാനാരംഭിച്ചു.

പെട്ടെന്ന് താഴെ രാജകുമാരിയുടെ അച്ഛൻ നയിക്കുന്ന സേനയെ കണ്ടു. ദൂരെനിന്നു കറുത്ത ഒരു കാർമേഘംപോലെ ശത്രുസേന അതിനു നേരെ വരുന്നതും ഓറി കണ്ടു. ശത്രുവിന്റെ സേനയ്ക്കാണ് എണ്ണത്തിൽ ബലം കൂടുതൽ.

ഇരുസേനകളും അടുത്തടുത്തു വന്നു. അപ്പോൾ ഓറി അത്യുച്ചത്തിൽ കൽപ്പിച്ചു.

“സിർക്കാ താഴോട്ട്.”

പെട്ടെന്ന് അവർ ഭൂമിയിലെത്തി. ഓറി ഒരൊറ്റക്കുതിപ്പിന് ശത്രുസേനയുടെ പടത്തലവന്റെ നേരെ മുന്നിൽ എത്തിച്ചേർന്നു. അതിശക്തനായ അയൽരാജ്യക്കാരൻതന്നെ. ഓറി തന്റെ രാക്ഷസാകാരമാർന്ന വാൾ ആഞ്ഞുവീശി. ശത്രുരാജാവിന്റെ തല മണ്ണിൽ വീണുരുണ്ടു. പിന്നീടവൻ വാൾ ഇടതും വലതുമായി മാറിമാറി വീശി. പാകമായ പിയർപഴങ്ങൾ മരത്തിൽനിന്നു വീഴുന്നപോലെ സേനാംഗങ്ങൾ തെരുതെരെ വെട്ടേറ്റു മരിച്ചു വീണു.

തങ്ങളുടെ രാജാവ് യുദ്ധത്തിൽ തോറ്റമ്പിയെന്നുകണ്ടു ശേഷിച്ച സൈനികർ കുതിരകളെ തിരിച്ചു പടക്കളത്തിൽ നിന്നു പിന്തിരിഞ്ഞോടി. ഓറി അവരെ പിന്തുടർന്നില്ല. കുതിരയെ തിരിച്ചു. സാവധാനം അവൻ രാജകുമാരിയുടെ അച്ഛനെ മുഖം കാണിക്കാൻ മടങ്ങി.

പടക്കളത്തിൽ നടന്നതെല്ലാം കണ്ട രാജാവ് അമ്പരപ്പിലായിരുന്നു. അജ്ഞാതനായ തന്റെ സംരക്ഷകൻ അടുത്തെത്തിയപ്പോൾ രാജാവ് മുന്നോട്ടുചെന്നു കൈ പിടിച്ചു സ്വീകരിച്ചു. വികാരാധീനനായിരുന്നു രാജാവ്.

“നന്ദി. വീരയോദ്ധാവേ നന്ദി. നിങ്ങൾ എന്നെ രക്ഷിച്ചു. രാജ്യത്തെയും സംരക്ഷിച്ചു. പറയൂ. നീ ആരാണ്? വിവാഹിതനല്ലെങ്കിൽ ഞാനെന്റെ ഏകമകളെ കല്യാണം കഴിച്ചുതരുന്നതാണ്. എന്റെ പിന്തുടർച്ചക്കാരൻ നീയായിരിക്കും.”

അപ്പോൾ നെറ്റി ചുളുക്കി നീരസസ്വരത്തിൽ ഓറിപറഞ്ഞു.

“ഞാൻ കേട്ടിട്ടുള്ളത് അങ്ങ് അങ്ങയുടെ മകളെ ആ ഡ്രാഗനെ കൊന്നവന് ഇതിനകം കല്യാണം കഴിച്ചുകൊടുത്തിട്ടുണ്ടെന്നാണല്ലോ. ശരിയല്ലേ.”

“ഞാനോർക്കുന്നില്ലല്ലോ.” രാജാവ് പറഞ്ഞു.

“അപ്പോൾ അങ്ങേയ്ക്കു ഓർമ്മശക്തി കുറവാണല്ലേ?”

“പറഞ്ഞത് ശരിയാണ്. ഞാനിപ്പോൾ ഓർക്കുന്നു. ഞാനവനു കല്യാണം കഴിച്ചു കൊടുക്കാമെന്നു സത്യം ചെയ്തത് വാസ്തവം.” ചിന്താക്കുഴപ്പത്തിലാണ്ട രാജാവ് തുടർന്നു. “പക്ഷേ ഒരു എരപ്പാളിക്കു കൊടുത്ത വാക്ക് അത്ര കാര്യമായെടുക്കേണ്ടതില്ല. ഒരു പക്ഷേ അവൻ അത് തിരിച്ചറിഞ്ഞിരിക്കണം. കാരണം ഈ ദിവസം വരെ അവൻ വിളംബരത്തിൽ പറഞ്ഞവിധം രാജകുമാരിയെ സ്വീകരിക്കാൻ വന്നിട്ടില്ല.”

“രാജാവേ, അഥവാ അവൻ അവകാശമുന്നയിച്ചു വന്നാൽ?”

“അവനു ഞാനെന്റെ മകളെ കൊടുക്കില്ല. സത്യം.” രാജാവ് പ്രഖ്യാപിച്ചു.

“അപ്പോൾ രാജകീയവചനങ്ങൾ?

“അത്തരമൊരു ജിപ്സിക്കു കൊടുത്ത വാക്കോ?”

കൂടുതലൊന്നും രാജാവിനു പറയാനായില്ല. അപ്പോൾ കോപാധീനനായ ഓറി വാൾ ചുഴറ്റിക്കൊണ്ടു അത്യുച്ചത്തിൽ ചോദിച്ചു.

“അങ്ങ് ഈ ഖഡ്ഗത്തെ തിരിച്ചറിയുമോ?”

ആ വാൾ അപ്പോഴേ രാജാവിന്റെ ശ്രദ്ധയിൽപ്പെട്ടുള്ളൂ. ആ ഡ്രാഗനെ കൊന്ന ജിപ്സിയും കവചമണിഞ്ഞു മുന്നിൽ നിൽക്കുന്ന യുവാവും ഒരേയാളാണെന്നു രാജാവിനു മനസ്സിലായില്ല.

“എനിക്കു മനസ്സിലാകുന്നില്ല. ഈ ആയുധം എങ്ങനെ നിങ്ങളുടെ കയ്യിലെത്തി? ആ ഡ്രാഗനെ കൊന്നവനെ നിങ്ങൾ കാലപുരിക്കയച്ച് അയാളുടെ കൈയിൽ നിന്ന് ഈ ആയുധം തട്ടിയെടുത്തതാകാം. എന്തായാലും ഞാനെന്റെ മകളെ നിങ്ങൾക്കു കല്യാണം കഴിച്ചു തരുന്നതാണ്. എന്റെ പിൻഗാമി നിങ്ങളായിരിക്കും.”

കോപാധീനനായ ഓറിയുടെ കൈകൾ വിറപൂണ്ടു. കയ്യിൽനിന്നു വാൾ വഴുതിപ്പോയി. താഴെ വീഴുന്നതിനിടയിൽ അതിന്റെ മൂർച്ചയേറിയ ഭാഗം രാജാവിന്റെ മുട്ടിന്മേൽ തട്ടാനുമിടയായി. വേദന കൊണ്ടു പിടഞ്ഞ രാജാവ് അത്യുച്ചത്തിൽ നിലവിളിച്ചു. ഓറിയും ഞെട്ടിപ്പോയി. രാജാവ് സംസാരത്തിൽ അവനെ ഒട്ടേറെ അധിക്ഷേപിച്ചെങ്കിലും രാജാവിനെ മുറിപ്പെടുത്തണമെന്ന് അവനൊട്ടും ആഗ്രഹിച്ചിരുന്നില്ല. ചോരയൊലിക്കുന്ന രാജാവിനെ കണ്ടപ്പോൾ പോക്കറ്റിൽനിന്നു രാജകുമാരി കൊടുത്ത പട്ടുറുമാൽ പുറത്തെടുത്തു.

രാജകുമാരി കൊടുത്ത പട്ടുറുമാലിന്റെ ഒരു മൂലയിൽ രാജകിരീടത്തിന്റെ ചിത്രം സ്വർണ്ണംകൊണ്ടു ചിത്രീകരിച്ചിട്ടുണ്ട്. ഓറി ഉറുമാൽ

രണ്ടായിക്കീറി. ഒരു പകുതി രാജാവിനു നേരെ നീട്ടി. മറ്റേപാതി തന്റെ പോക്കറ്റിൽതന്നെ ഇട്ടു.

"പ്രഭോ, ഈ തുണിക്കഷ്ണംകൊണ്ട് അങ്ങ് മുറിവു കെട്ടുക. രാജാവേ, മകളോടു ഇതുകൂടി പറയണം. അവളുടെ കൈപിടിക്കാനുള്ള അധികാരം ആദ്യം നേടിയവനെത്തന്നെയാണ് കല്യാണം കഴിക്കാൻ അവൾ ആഗ്രഹിക്കുന്നതെങ്കിൽ അവന്റെ അടുത്തു ചെല്ലണമെന്ന്."

ഇത്രയും പറഞ്ഞു തന്റെ സ്വർണ്ണപാദുകങ്ങളാൽ കുതിരയെ ഉത്തേജിപ്പിച്ചുകൊണ്ട് അതിവേഗത്തിൽ സവാരി ചെയ്തു പോയി.

കൊട്ടാരത്തിലെത്തിയപ്പോൾ ഉണ്ടായ സംഭവങ്ങളെപ്പറ്റിയെല്ലാം രാജാവ് രാജകുമാരിയോടു വിശദമായി പറഞ്ഞു. അച്ഛന്റെ കാൽമുട്ടിലെ മുറിവിൽ വെച്ചുകെട്ടിയ പകുതി ഉറുമാൽ തിരിച്ചറിഞ്ഞു. എന്തുചെയ്യണമെന്ന് അവൾക്കു മനസ്സിലായി. ഏറ്റവും വിശിഷ്ടമായ വസ്ത്രങ്ങളണിഞ്ഞു. തന്റെ വാഹനം വരുത്തി വണ്ടിക്കാരനോടു തന്നെ ഉടനെത്തന്നെ ആ ഡ്രാഗനെ കൊന്ന ജിപ്സി താമസിക്കുന്ന വീട്ടിലെത്തിക്കണമെന്നു കൽപ്പിച്ചു.

വീടിന്റെ മുമ്പിലിരുന്നു ഓറി മരംകീറുകയായിരുന്നു. അപ്പോൾ അവൻ ധരിച്ചിരുന്നത് തന്റെ വളരെ പഴകിയതും കീറിപ്പറിഞ്ഞതുമായ വസ്ത്രങ്ങളായിരുന്നു. അപ്പോൾ അവൻ നഗ്നപാദനും ചപ്രത്തലയനുമായിരുന്നു. പക്ഷേ തൊട്ടടുത്ത് നിലത്ത് അവന്റെ ആ വലിയ ഖഡ്ഗം കിടന്നിരുന്നു. അവന്റെ കുതിരയായ സിർക്കയെ മുറ്റത്ത് കെട്ടിയിട്ടിരിക്കുന്നു. രാജകുമാരി നേരെ അവനുനേരെ ചെന്നു കൈനീട്ടിക്കൊണ്ടു പറഞ്ഞു.

"അങ്ങയുടെ സന്ദേശം അച്ഛൻ എനിക്കു തന്നിരിക്കുന്നു. അതാണ് ഞാൻ വന്നത്."

തന്റെ മുഖം ഒന്ന് തുടച്ചു വൃത്തിയാക്കണമെന്ന് ഓറി ആഗ്രഹിച്ചു. പക്ഷേ കയ്യിൽ തുണിയില്ല. കിരീടത്തിന്റെ ചിത്രം സ്വർണ്ണനൂലുകളാൽ ഒരു മൂലയിൽ തുന്നിച്ചേർത്ത രാജകുമാരിയുടെ ഉറുമാലിന്റെ കഷ്ണം അവൻ പുറത്തെടുത്തു. അതു കാണാനിടയായപ്പോൾ രാജകുമാരി ചിരിച്ചുകൊണ്ടു പറഞ്ഞു.

"എനിക്കതറിയാമായിരുന്നു. നിങ്ങളാണാ ഡ്രാഗനെ കൊന്നത്. എന്റെ അച്ഛനെ യുദ്ധത്തിൽ സഹായിച്ചതും നിങ്ങൾ തന്നെ. നിങ്ങളുടെ കൈയിലെ വാൾ കണ്ടപ്പോൾതന്നെ ഞാനതൂഹിച്ചു. ആ വാൾ ചുഴറ്റി യുദ്ധം ചെയ്യാൻ ഈ ഭൂമിയിൽ ഒരാൾക്കേ പറ്റൂ. ശക്തന്മാരിൽ ശക്തനായ അങ്ങേയ്ക്കുതന്നെ. എനിക്കു വിധിച്ച പുരുഷൻ

അങ്ങുതന്നെയാണ്. വരൂ. എന്നോടൊപ്പം വരൂ. എന്റെ പ്രതിശ്രുത വരനെന്ന നിലയിൽ ഞാൻതന്നെ അച്ഛനെ പരിചയപ്പെടുത്താം."

പക്ഷേ ഓറി വിസമ്മതഭാവത്തിൽ തലകുലുക്കി.

"നിങ്ങളുടെ അച്ഛൻ എന്നെ വൃത്തികെട്ട ജിപ്സി എന്നാണ് അധിക്ഷേപിച്ചത്. ഒരിക്കലും നിന്നെ എനിക്കു കല്യാണം കഴിച്ചു തരില്ലെന്നും തീർത്തു പറഞ്ഞു."

"എല്ലാം എനിക്കു വിട്ടുതരിക." രാജകുമാരി പറഞ്ഞു. അവൾ അവന്റെ കൈപിടിച്ചു വാഹനത്തിന്റെ അടുത്തേക്കു നീങ്ങി.

അവർ കൊട്ടാരത്തിലെത്തി. രാജാവിനെ കണ്ടു. രാജാവ് പുറത്തു ഉലാത്തിക്കൊണ്ടിരിക്കുകയായിരുന്നു, തന്റെ മകളുടെ വരവും കാത്ത്. വണ്ടിയിൽ മകളോടൊത്തു ആ കീറിപ്പറിഞ്ഞ വസ്ത്രങ്ങളണിഞ്ഞ ഓറിയെ കണ്ടപ്പോൾ അയാൾ ആർത്തട്ടഹസിച്ചു.

"നിനക്കു ഭ്രാന്തുപിടിച്ചോ? നിന്നോടൊത്ത് വണ്ടിയിലുണ്ടായിരുന്ന അവൻ ആരാണ്?"

"വീരാധിവീരൻ, ശക്തരിൽ ശക്തൻ. വിധി എനിക്കു സമ്മാനിച്ചവൻ." രാജകുമാരി ശാന്തസ്വരത്തിൽ മറുപടിപറഞ്ഞു.

രാജാവിന്റെ കോപം കെട്ടടങ്ങിയില്ല. ആളിക്കത്തി.

"ഒരു എരപ്പാളിയുമായുള്ള നിന്റെ വിവാഹത്തിനു ഞാൻ സമ്മതിക്കില്ല. ഇത്തരമൊരു ജിപ്സിയുമൊത്ത് ഒരു ഉത്തരത്തിൻ കീഴിൽ ഞാൻ പാർക്കില്ല."

വാഹനത്തിൽനിന്ന് രാജകുമാരി കൊട്ടാരാങ്കണത്തിലേക്കിറങ്ങി. കൈപിടിച്ചിറക്കിയ ഓറിയെ രാജകൊട്ടാരത്തിന്റെ എതിരായുള്ള സ്ഥലത്തുള്ള മരംകൊണ്ടുണ്ടാക്കിയ വീട്ടിലേക്കു നയിച്ചു.

ആ വീട്ടിൽ രാജകുമാരി ഓറിയുമൊത്തു താമസം തുടങ്ങി. സന്തുഷ്ടമായ ജീവിതമായിരുന്നു അവരുടേത്. ഒരു കൊല്ലം കഴിഞ്ഞു. രാജകുമാരി ഒരാൺകുഞ്ഞിനെ പ്രസവിച്ചു. അവനു കറുകറുത്ത കണ്ണുകളും സ്വർണ്ണത്തലമുടിയുമാണുണ്ടായിരുന്നത്. അവനെ പ്രസവിച്ച അന്ന് പെട്ടെന്ന് ഓറി ഒരു കാര്യം ഓർക്കാനിടയായി.

ആ ഡ്രാഗനെ കൊന്നിട്ട് അന്നേക്ക് ഒരു കൊല്ലം തികയുന്നു. ഡ്രാഗന് നൽകിയ വാക്കും ഓറി ഓർത്തു. അയാൾ ഭാര്യയോടു പറഞ്ഞു.

"ദേഷ്യപ്പെടരുത്. ഒരത്യാവശ്യകാര്യം നിറവേറ്റുന്നതിന് എനിക്കു നിന്നെവിട്ടു പോകേണ്ടതുണ്ട്."

"എന്തുകാര്യം?"

“ഒരു കൊല്ലംമുമ്പ് ഞാൻ ഒരാളോടു സത്യം ചെയ്തിട്ടുണ്ട്. അയാളോടേറ്റ കാര്യം നിർവഹിക്കാൻ ഇന്നു മാത്രമേ പറ്റൂ.” ഓറി പറഞ്ഞു. “ഞാൻ വാക്കുപാലിക്കാത്തവരുടെ കൂട്ടത്തിൽപ്പെട്ടവനല്ല. അതിനാൽ എനിക്കു പോയേ പറ്റൂ. വളരെവേഗം ഞാൻ തിരിച്ചു വരാം.”

മരക്കുടിലിൽനിന്നും ഓറി പള്ളിയുടെ അടുത്തേക്കുചെന്നു. വലിയ ആ കല്ല് ഉരുട്ടിനീക്കി. കുഴിക്കുള്ളിൽ രണ്ടുകഷ്ണങ്ങളായി കിടന്നു ജീർണ്ണിച്ച ശരീരത്തിൽനിന്ന് ഡ്രാഗന്റെ ആത്മാവിനു രക്ഷ നൽകേണ്ടതുണ്ടല്ലോ. പക്ഷേ അങ്ങനെ സംഭവിക്കുന്നതിനുപകരം ബീഭത്സമായ, നരഭോജിയായ ഒരു രാക്ഷസൻ പുറത്തുചാടി ഓറിയുടെ കഴുത്തിൽ പിടികൂടിക്കൊണ്ട് അലറി.

“എടാ പമ്പര വിഡ്ഢി! നിന്നിൽനിന്നും ഞാൻ തട്ടിയെടുത്ത പ്രതിജ്ഞയാൽ നിന്റെ ജീവൻ നഷ്ടപ്പെടും.”

തന്നേക്കാൾ ശക്തനാണ് ഈ രാക്ഷസനെന്ന കാര്യം ഓറിക്ക് മനസ്സിലായി. അവനോട് പൊരുതിനിൽക്കാനുള്ള കരുത്തും തനിക്കില്ലെന്നറിയാം. തന്റെ വാൾ കയ്യിലെടുക്കാതിരുന്നതിന് അയാൾ സ്വയം ശപിച്ചു.

രാക്ഷസൻ ഓറിയെ ആകാശത്തിലേക്കു വലിച്ചെറിഞ്ഞു. അതിശക്തിയായി അവൻ താഴെവന്നു നിലത്തടിച്ചുവീണു. നിർഭാഗ്യവശാൽ ഒരു കല്ലിൽ തലയിടിച്ചാണ് വീഴാനിടയായത്. അതുകണ്ടു രാക്ഷസൻ പൈശാചികമായി പൊട്ടിച്ചിരിച്ചു. ജീവനറ്റനിലയിൽ കണ്ടപ്പോൾ ഓറിയെവിട്ട് അതോടിപ്പോയി. വൻനദികളെ കൊച്ചുതോടുകളെന്നോണമാണ് രാക്ഷസൻ മുറിച്ചു നീന്തിയത്. വൻപർവ്വതങ്ങൾ ആ രാക്ഷസനു വെറും ചിതൽപ്പുറ്റുകൾ മാത്രം.

ഒട്ടേറെ സമയം കഴിഞ്ഞു. ഓറി തിരിച്ചു വരാത്തതുകണ്ടു രാജകുമാരിക്കു അങ്കലാപ്പായി. അവൾ കൊച്ചുമകനെ പുതപ്പിച്ചു കയ്യിലെടുത്ത് ആ മരംവെട്ടിയുടെ വീട്ടിലേക്കു കുതിച്ചു. തന്റെ ഭർത്താവ് അവിടെ കാണുമെന്നാണ് അവൾ കരുതിയത്. പക്ഷെ ജിപ്സിത്തള്ള അവളോടു പറഞ്ഞു.

“നീ എന്റെ മോനെ കൊണ്ടുപോയതിനു ശേഷം ഞാനവനെ കണ്ടിട്ടില്ല. നീ വീണ്ടും ഞങ്ങളെ കാണാൻ വരാതിരുന്നത് ഒട്ടും നന്നായില്ല. അവനെ ഒരുനോക്കുകാണാൻ ഞങ്ങൾ ആർത്തിപിടിച്ചിരിപ്പാണ്.”

മുറ്റത്ത് കെട്ടിയിട്ടിരുന്ന കുതിര സിർക്ക തന്റെ യജമാനന്റെ പേർ പറയുന്നതു കേട്ടു. അത് കൂടെക്കൂടെ ചിനച്ചുകൊണ്ടിരുന്നു, ദുഃഖഭാവത്തിൽ. ആ മൃഗംപോലും അവനെ കാണാൻ കൊതിക്കുന്നു.

അമ്മ പറഞ്ഞു. അവർ പുറത്തു വന്നു ആ കുതിരയുടെ പുറംതലോടിക്കൊണ്ട് ചോദിച്ചു.

“നിന്റെ യജമാനന് എന്തുപറ്റി കുതിരേ? നിനക്ക് വല്ലവിവരവുമുണ്ടോ?”

സിർക്ക വീണ്ടും ചിനച്ചു. ഇത്തവണ അത്യാഹ്ലാദത്തോടെയാണെന്നുമാത്രം.

“ഞാനവനെ കെട്ടഴിച്ചുവിടാം. നമുക്കവനെ പിന്തുടരാം. ചിലപ്പോൾ അവൻ നമ്മെ ഓറിയുടെ അടുത്തെത്തിക്കും.” ജിപ്സിത്തള്ള പറഞ്ഞു.

അവൾ കുതിരയെ കെട്ടഴിച്ചുവിട്ടു. അത് കുതിച്ചു ചാടി. മുറ്റത്തുനിന്ന് അതിവേഗം കുളമ്പടിച്ചു നീങ്ങി. ആ രണ്ടു സ്ത്രീകൾ അതിവേഗം അതിനെ പിന്തുടർന്നു. കയ്യിൽ കുഞ്ഞിനെത്താങ്ങിയാണ് രാജകുമാരി ഓടിയിരുന്നത്. അവൾക്ക് ശ്വാസം വലിക്കാനാകാതെ വന്നു. അപ്പോൾ അമ്മ കുഞ്ഞിനെ രാജകുമാരിയിൽ നിന്ന് കയ്യിലെടുത്തു. കുതിര അധികദൂരമൊന്നും പോയില്ല. പള്ളിയുടെ അടുത്തെത്തിയപ്പോൾ അത് ഓട്ടം നിർത്തി. അത്യഗാധമായ ആ കുഴി ആ സ്ത്രീകൾ കണ്ടു. അതിന്നടുത്ത് ഓറി നിലത്തു കിടക്കുന്നതും അവർ കണ്ടു. ഓറിയുടെ തല തകർന്നിരിക്കുന്നു. രാജകുമാരി മുട്ടുകുത്തി നിലവിളിച്ചുകൊണ്ടു തന്റെ ഭർത്താവിന്റെ ജീവനറ്റ ശരീരം വാരിപ്പുണർന്നു.

“ഓറി! എന്റെ പൊന്നേ!! ഒന്നു കണ്ണുമിഴിക്കൂ.” പക്ഷേ അയാളനങ്ങിയില്ല.

ജിപ്സിത്തള്ള കുഞ്ഞിനെ പുൽമൈതാനത്ത് കിടത്തി. അവൾ തന്റെ മകനെ പേർത്തു പേർത്തുവിളിച്ച് അലമുറയിട്ടു. ഒന്നുമറിയാത്ത കുഞ്ഞ് എന്തെല്ലാമോ ശബ്ദിച്ചുകൊണ്ടു പുൽപൂക്കളൊത്തു കളിച്ചു. പെട്ടെന്നു തിളങ്ങുന്ന ചെറിയ രണ്ടു പാമ്പുകൾ കുഴിയിൽ നിന്ന് ഇഴഞ്ഞു പുറത്തുവന്നു. ഒന്നിന്റെ വായിൽ എന്തോ പച്ചമരുന്നുണ്ട്. മറ്റേ പാമ്പ് അത് തട്ടിപ്പറിക്കാൻ കൂടെക്കൂടെ ശ്രമിക്കുന്നു. പച്ചമരുന്നിനുവേണ്ടി തല്ലുകൂടുന്ന ആ സർപ്പങ്ങൾ കുഞ്ഞിന്റെ ശ്രദ്ധയിൽപ്പെട്ടു. അത്ഭുതശക്തിയുള്ളതായിരുന്നു ആ കുഞ്ഞ്. ഭൂമിയിൽ പിറന്നിട്ട് അധിക സമയമൊന്നുമായിട്ടില്ലെങ്കിലും അത് ചുറ്റും നടക്കുന്ന കാര്യങ്ങൾ വളരെ ശ്രദ്ധയോടെ നോക്കുന്നുണ്ടായിരുന്നു. ആ കുട്ടി പാമ്പുകളെ ശ്രദ്ധിക്കുക മാത്രമല്ല ചെയ്തത്. അതിനു പാമ്പുകളുടെ ഭാഷയും വശമായിരുന്നു.

“ദയവുചെയ്തു അതെനിക്കു തരൂ.” പച്ചമരുന്നു കടിച്ചുപിടിച്ചിരുന്ന പാമ്പിനോട് മറ്റേ പാമ്പ് ചീറ്റി.

“ഇല്ല. എന്റെ മോനുവേണ്ടി ഞാൻ കട്ടെടുത്തതാണ് ഇത്. ഒരു കല്ലിൽ വീണ് അവൻ മരിച്ചുപോയിരിക്കുന്നു.”

“മരിച്ചുപോയ എന്റെ സഹോദരിക്കും അതു വേണം. എനിക്കതുവേണം വേണം.” മറ്റേ പാമ്പ് ചീറ്റിക്കൊണ്ടിരുന്നു.

അപ്പോൾ ആ കുഞ്ഞ് ഒരുപിടി മണ്ണെടുത്ത് അന്യോന്യം കടികൂടുന്ന പാമ്പുകളുടെ മേൽ ഇട്ടു. അവ ഞെട്ടി. കടിച്ചുപിടിച്ചിരുന്ന പാമ്പിന്റെ വായിൽനിന്ന് പച്ചമരുന്നു താഴെ വീണു. മിന്നൽവേഗത്തിൽ അത് കുഴിയിലേക്കിഴഞ്ഞു പോയി. പിന്നാലെ മറ്റേ പാമ്പും ഇഴഞ്ഞു നീങ്ങി. കുഞ്ഞ് ആ പച്ചമരുന്നു കയ്യിലെടുത്തു അത്യുച്ചത്തിൽ പൊട്ടിച്ചിരിച്ചു. വിസ്മയം പൂണ്ട രാജകുമാരി ചുറ്റും കണ്ണോടിച്ചു. ചിരിക്കുന്ന മകനെ നോക്കിക്കൊണ്ട് അവൾ അത്ഭുതത്തോടെ പറഞ്ഞു.

“എന്റെ മകനെ പ്രസവിച്ചിട്ട് ഒരു ദിവസമേ ആയിട്ടുള്ളൂ. അത്ഭുതം! അവൻ ചിരിക്കുന്നു. അവൻ ചിരിച്ചുകൊണ്ടേയിരിക്കുന്നു. അവന്റെ തൊട്ടടുത്ത് അവന്റെ അച്ഛൻ ചത്തുകിടക്കുകയും ചെയ്യുന്നു.” ദുഃഖിതയായി അവൾ ആർത്തലച്ചു.

ആ കുഞ്ഞു കയ്യിലെ പച്ചമരുന്നു നീട്ടിക്കാണിച്ചു. അവൾ പച്ചമരുന്നുകൊണ്ടു മരിച്ചുകിടക്കുന്ന ഓറിയുടെ മുഖത്ത് പതുക്കെ തലോടി. ആ നിമിഷത്തിൽ ഓറി കണ്ണുമിഴിച്ചു. തന്റെ ഭാര്യയേയും മകനേയും കണ്ട മാത്രയിൽ അയാൾ ചാടിയെഴുന്നേറ്റ് അവരെ ആലിംഗനം ചെയ്തു. ഒരുനിമിഷം ചിന്തിച്ചുകൊണ്ട് അവരോടു ചോദിച്ചു. “എന്താണ് സംഭവിച്ചത്? ഞാൻ വിചാരിച്ചത് ആ കുഴിയിൽ നിന്ന് താൻ മോചിപ്പിച്ച രാക്ഷസൻ എന്നെ കൊന്നുവെന്നാണ്. പക്ഷേ ഇപ്പോളെനിക്കു പൂർവ്വാധികം ശക്തി കൈവന്നതായി തോന്നുന്നു.”

തന്റെ ഭർത്താവ് ജീവിതത്തിലേക്കു തിരിച്ചുവന്നതിൽ രാജകുമാരിക്കുണ്ടായ സന്തോഷം അവർണ്ണനീയം. നടന്ന കാര്യങ്ങളെല്ലാം അവൾ ഓറിയെ പറഞ്ഞു കേൾപ്പിച്ചു. ഓറിയുടെ അമ്മയ്ക്കും അത്യധികം സന്തോഷമായി. പക്ഷേ അവർ കുഞ്ഞിന്റെ കൈയിൽ നിന്നു ശ്രദ്ധയോടെ പച്ചമരുന്നെടുത്തു മാറ്റിക്കൊണ്ടു പറഞ്ഞു.

“ഇത് അത്യപൂർവ്വമായ ഒരു പച്ചമരുന്നാണ്. ഇത് ഭൂമിക്കടിയിൽ വളരെ വളരെ താഴെയാണ് വളരുന്നത്. ജീവനറ്റു പോകുന്ന എന്തിനേയും വീണ്ടും ജീവിപ്പിക്കാനുള്ള ദിവ്യശക്തി ഇതിനുണ്ട്. ഇതെങ്ങനെ നിന്റെ കൊച്ചുമകന്റെ കയ്യിൽ എത്തിയെന്നാണ് ഞാനത്ഭുതപ്പെടുന്നത്. എനിക്കുറപ്പാണ്. ഈ മരുന്നാണ് നിന്നെ ജീവിപ്പിച്ചത്.”

ഇത്രയും പറഞ്ഞ് അവർ ആ പച്ചമരുന്നു പൊതിഞ്ഞു തന്റെ വസ്ത്രത്തിലൊളിപ്പിച്ചു.

ഓറി തന്റെ കുതിര സിർക്കയെ കണ്ടു. അവൻ അതിന്റെ പുറത്തു ചാടിക്കയറിക്കൊണ്ടു പറഞ്ഞു.

“ഉടനെ വീട്ടിലെത്തണം. ഞാൻ അവനെ പിടികൂടും.”

എന്താണ് സംഭവിച്ചതെന്നറിയുന്നതിനു മുമ്പ് ഓറിയും കുതിരയും ദൃഷ്ടിയിൽ അപ്രത്യക്ഷരാവുകയും ചെയ്തു. ഏതാനും ചുവടുകൾ അവർ വെച്ചതേയുള്ളൂ. അവൻ തിരിച്ചുവന്നതാണ് കണ്ടത്. പക്ഷേ തികച്ചും വ്യത്യസ്തനായ ഓറിയായിട്ടാണ് തിരിച്ചുവന്നത്.

വീരയോദ്ധാവിന്റെ വസ്ത്രങ്ങളണിഞ്ഞാണ് വന്നിരിക്കുന്നത്. കയ്യിൽ നീണ്ട ആ ഖഡ്ഗം ധരിച്ചിട്ടുണ്ട്. അവരുടെ അടുത്തെത്തിയപ്പോൾ അവൻ കുതിരപ്പുറത്തുനിന്നും താഴെയിറങ്ങി. ഭാര്യയേയും കുഞ്ഞിനേയും കുതിരപ്പുറത്തേറ്റി. തന്റെ മുമ്പിൽ നിൽക്കുന്ന അമ്മയോടു പറഞ്ഞു, “അമ്മേ! വിട തരൂ. അച്ഛനേയും അമ്മയേയും കാണാൻ ഞാനുടനെ വരുന്നുണ്ട്.” അയാൾ പാദുകങ്ങൾകൊണ്ടു കുതിരയെ ഉത്തേജിപ്പിച്ചു. അവർ കൊട്ടാരത്തിലേക്കാണ് തിരിച്ചു പറന്നത്.

രാജാവ് കൊട്ടാരത്തിലെ ആ ജാലകത്തിനരികെ തന്റെ ആകെക്കൂടിയുള്ള മകൾ തന്നെയുപേക്ഷിച്ചു ജിപ്സിയുവാവുമായി താമസിച്ചിരുന്ന വീടിനെ നോക്കിക്കൊണ്ടു ദുഃഖചിന്തകളിലാണ്ടു നിൽക്കുകയായിരുന്നു. അവർക്കൊരു മകൻ പിറന്ന കാര്യം രാജാവ് കേട്ടറിഞ്ഞിരുന്നു. തന്റെ മകളോട് കോപം പൂണ്ടു അതിപരുഷമായി പെരുമാറിയതോർത്തു രാജാവിനു ദുഃഖം തോന്നി. എന്തെല്ലാം പറഞ്ഞു. നടന്നതൊക്കെ നടന്നു. എന്തായാലും ആ കുഞ്ഞ് തന്റെ പേരക്കിടാവാണ്. തന്റെ സിംഹാസനത്തിന്റെ അവകാശിയും അവനാണ്. അവരുമായി സ്നേഹബന്ധം പുലർത്താൻ സമയമായി. രാജാവ് സ്വയം പറഞ്ഞു.

അപ്പോൾ ദൂരെനിന്നും കുതിരക്കുളമ്പടികൾ കൊട്ടാരത്തിനടുത്തേക്കു അടുത്തടുത്തു വരുന്നത് രാജാവ് ശ്രദ്ധിച്ചു. ഒരു നിമിഷം പിന്നിട്ടപ്പോൾ പടച്ചട്ടകളണിഞ്ഞ ഒരു വീരയോദ്ധാവ് ഒരൊന്നാന്തരം കുതിരപ്പുറത്ത് തന്റെ കൊട്ടാരാങ്കണത്തിൽ രാജാവിന്റെ മുമ്പിൽ പ്രത്യക്ഷപ്പെട്ടു.

കൈയിൽ കുഞ്ഞിനെയേന്തിയ തന്റെ മകളെ ചേർത്തുപിടിച്ചാണ് വീരയോദ്ധാവ് കുതിരപ്പുറത്തിരിക്കുന്നതെന്നു കണ്ടപ്പോൾ രാജാവിനു വിശ്വാസം വന്നില്ല. രാജാവ് ജാലകത്തിലൂടെ പുറത്തേക്കു ആവേശം പൂണ്ടു നീങ്ങി. ഭാഗ്യംകൊണ്ടാണ് താഴോട്ടുവീഴാതിരുന്നത്.

രാജാവ് അത്യുച്ചത്തിൽ വിളിച്ചു പറഞ്ഞു.“വീരയോദ്ധാവേ ഇങ്ങോട്ടു വരിക. നിങ്ങൾക്കു സ്വാഗതം.”

കുതിരപ്പുറത്തിരുന്നുകൊണ്ടു സവാരിക്കാരൻ മേലോട്ടുനോക്കി. കടുത്ത ഭാഷയിൽ മറുപടി പറഞ്ഞു.

"പ്രഭോ, അങ്ങെന്നെ മറ്റാരോ ആണെന്ന് തെറ്റിദ്ധരിച്ചിരിക്കുകയാണ്. ഇത് ആ വൃത്തികെട്ട ജിപ്സിയുവാവാണ്. ഒരുത്തരത്തിൻ കീഴിൽ ഒന്നിച്ചുകഴിയാൻ അങ്ങ് ഒട്ടും ആഗ്രഹിക്കാത്തവനാണ് ഞാൻ. അതിനാൽ ഞാനൊരിക്കലും അങ്ങയുടെ കൊട്ടാരത്തിനുള്ളിലേക്ക് കടക്കില്ല. പക്ഷേ അങ്ങയ്ക്കു താൽപര്യമുള്ളപക്ഷം ഞങ്ങളോടൊത്തു താമസിക്കാം. ഒരു സുഹൃത്തെന്ന നിലയിൽ ഞങ്ങളുടെ ഭവനത്തിലേക്ക് അങ്ങയെ സ്വാഗതംചെയ്യുന്നതിൽ സന്തോഷമുണ്ട്."

ഇത്രയും പറഞ്ഞ് അയാൾ കുതിരപ്പുറത്തുനിന്നും ചാടിയിറങ്ങി. കുതിരപ്പുറത്തുനിന്നു താഴെയിറങ്ങാൻ രാജകുമാരിയേയും കുഞ്ഞിനേയും സഹായിച്ച് അവർ ആ കൊച്ചുമരക്കുടിലിലേക്ക് നടന്നു ചെന്നു.

രാജാവ് ചവിട്ടുപടികൾ ഓടിയിറങ്ങിക്കൊണ്ട് കൊട്ടാരാങ്കണത്തിലെത്തി. എന്താണ് കണ്ടത്? കൊട്ടാരാങ്കണത്തിന്റെ മൂലയിൽ നിന്നിരുന്ന ആ മരക്കുടിൽ അപ്രത്യക്ഷമായിരിക്കുന്നു. പകരം അവിടെ അതിമനോഹരമായ ഒരു വലിയ മാളിക കാണുന്നു. തന്റെ പഴയ കൊട്ടാരത്തേക്കാൾ ആറുമടങ്ങുവിശിഷ്ടമായ ഒരു വലിയ മാളിക.

രണ്ട് കെട്ടിടങ്ങളുടേയും മദ്ധ്യത്തിലുണ്ടായിരുന്ന കൊട്ടാരാങ്കണവും പെട്ടെന്നു അപ്രത്യക്ഷമായിരിക്കുന്നു. പകരം അത്യഗാധമായ, ഭീതിജനകമായ ഒരു കിടങ്ങ് പ്രത്യക്ഷപ്പെട്ടിരിക്കുന്നു. അന്യോന്യം ബന്ധിപ്പിച്ചുകൊണ്ട് ഉയരത്തിൽ ഒരു ഇരുമ്പുപാലവും കാണായി. പാലത്തിനു എല്ലായിടത്തും ഒരേ വീതിയില്ല. കൊട്ടാരത്തിനടുത്തെത്തിയപ്പോൾ അതിന്റെ വീതി വളരെ ചെറുതാണ്. എതിർവശത്തുള്ള വന്മാളികയുടെ ബാൽക്കണിയുമായി ബന്ധിപ്പിക്കുന്നിടത്ത് പാലത്തിനു നല്ല വീതിയുണ്ട്. അത് ഒരു സാധാരണ പാലമല്ലെന്നും രാജാവിന് മനസ്സിലായി. അവൻ തന്റെ വാളിനെത്തന്നെയാണ് പാലമാക്കിപ്പണിതിട്ടുള്ളത്.

പെട്ടെന്നു തന്റെ മുമ്പിൽ പ്രത്യക്ഷപ്പെട്ട ആ വലിയ മാളികയുടെ ബാൽക്കണിയിൽ ഒരു സ്ത്രീയും കുഞ്ഞും പ്രത്യക്ഷപ്പെട്ടു. അവൾ കൈകൾ വീശി വിളിച്ചുപറഞ്ഞു.

"അച്ഛാ, ഇങ്ങോട്ടുവരിക. തന്റെ കൊട്ടാരത്തോടുബന്ധിപ്പിച്ചിട്ടുള്ള വാളിന്റെ വീതി കുറഞ്ഞ ഭാഗത്തു ചവിട്ടുമ്പോൾ രാജാവ് വിഭ്രാന്തിപൂണ്ടു. ഒടുവിൽ ധൈര്യം സംഭരിച്ചു കാലെടുത്തുവെച്ചു. രാജാവിന്റെ ഭാരത്താൽ വാൾ ഒന്നുലഞ്ഞു. രാജാവ് നല്ല തടിയനായിരുന്നു. പക്ഷേ ധൈര്യത്തോടെ മുന്നോട്ടുനീങ്ങി. എങ്ങനെയും

മറുവശത്തെത്തണമെന്നു രാജാവുറപ്പിച്ചിരുന്നു. ഒടുവിൽ വന്മാളിക യുടെ ബാൽക്കണിയിലെത്തിയപ്പോൾ രാജകുമാരി അച്ഛനെ വാരി പ്പുണർന്നു ഉമ്മവെച്ചു. അവൾ തന്റെ മകനെ അച്ഛനു കാണിച്ചു കൊടുത്തു. അതിയായ കൗതുകം തോന്നിക്കുന്ന അതിസുന്ദരനായ ഒരു പേരക്കിടാവിനെ കിട്ടിയതിൽ രാജാവ് അത്യധികം സന്തോ ഷിച്ചു. പിന്നീട് കുമാരി തന്റെ പിതാവിനെ അകത്തേക്കു കൊണ്ടു പോയി തന്റെ മാളിക വിശദമായി കാണിച്ചുകൊടുത്തു. അതിഗം ഭീരമായി അലങ്കരിച്ചിരുന്നു ആ വന്മാളിക.

"ഇത്രവേഗം ഇത്ര മനോഹരമായ ഒരു മാളിക നീയെങ്ങനെ പണിതു?" രാജാവ് മകളോടു ചോദിച്ചു. "ആദ്യം ഞാൻ ജാലക ത്തിലൂടെ നോക്കുമ്പോൾ ഇതിവിടെ ഇല്ലായിരുന്നു. മുകളിൽനിന്ന് പടികൾ ഓടിയിറങ്ങി താഴെ എത്തുമ്പോഴേക്കും ഇതിന്റെ പണി എങ്ങനെ കഴിഞ്ഞു?"

"അച്ഛാ, എനിക്കൊന്നും മനസ്സിലാകുന്നില്ല." രാജകുമാരി രാജാ വിനെ അറിയിച്ചു. "പക്ഷേ എനിക്കു തോന്നുന്നത് ഓറിയുടെ പിതാവ് ഓറിയാസ് തന്റെ മാന്ത്രികശക്തികൊണ്ടാണ് ഇത് പണി കഴിച്ചതെന്നാണ്. അദ്ദേഹത്തോടു സംസാരിക്കുമ്പോൾ അച്ഛൻ അതൊന്നും പറയാനിടവരരുത്. അതൊന്നും പറയുന്നത് അങ്ങോർ ക്കിഷ്ടമല്ല."

അപ്പോൾ ഓറി അവിടെവന്നു. രാജാവ് അയാൾക്കുനേരെ സ്നേഹപൂർവ്വം കൈനീട്ടിക്കൊണ്ടു പറഞ്ഞു. അപമര്യാദയായി പെരുമാറിയതിനു ഞാൻ മാപ്പുചോദിക്കുന്നു. കീറിമുഷിഞ്ഞ വസ്ത്ര ങ്ങളണിഞ്ഞ നിങ്ങൾ ഒരു വീരപോരാളിയാണെന്നും അത്യഭിമാനി യാണെന്നും ഞാൻ മനസ്സിലാക്കാതെ പോയതാണ്. എന്നോട് കോപം പുലർത്തരുത്. നിങ്ങളെ ഞാനെന്റെ സ്വന്തം മകനായും എന്റെ പിന്തുടർച്ചക്കാരനായും സ്വീകരിക്കുന്നു. സസന്തോഷം."

"എനിക്കു ദേഷ്യമില്ല. അങ്ങ് എനിക്കും മാപ്പുതരിക. ദേഷ്യം പിടിച്ച് മുട്ടുകാലിൽ മുറിപ്പെടുത്തിയതിന്. അങ്ങ് എനിക്കുവേണ്ടി മാത്രം പണിയിപ്പിച്ച ആ വാൾ നമ്മുടെ ഭവനങ്ങളെ ബന്ധിപ്പി ക്കട്ടെ. ഉരുക്കിന്റെ കരുത്തോടെ. അത് നമ്മുടെ രക്ഷക്കേ ഇനി ഉപ യോഗിക്കുകയുള്ളൂ. നമ്മുടെ ജനതയെ കാത്തുസൂക്ഷിക്കാൻ മാത്രം." ഓറി പറഞ്ഞു.

അവർ ഇരുവരും സൗഹൃദമായി ഗാഢമായി കൈകുലുക്കി. അന്യോന്യം ആലിംഗനം ചെയ്തു. ഒത്തുകൂടലിനോടനുബന്ധിച്ചു ആഘോഷങ്ങൾ നടത്തി.

■

www.ingramcontent.com/pod-product-compliance
Lightning Source LLC
LaVergne TN
LVHW090356051026
849518LV00006B/2151
* 9 7 8 9 3 4 8 1 2 5 7 9 8 *